ഇന്ത്യയിലെ സാഹിത്യപ്രതിഭകൾ

indiayile sahityaprathibhakal

•

editor
dr. r sasidharan

•

first edition
december 2007

•

second edition
december 2010

•

third edition
march 2017

•

fourth edition
december 2018

•

typesetting & published
chintha publishers, thiruvananthapuram

•

•

cover
ambeesh kumar

•

വിതരണം

ദേശാഭിമാനി ബുക്ക് ഹൗസ്

H O തിരുവനന്തപുരം–695 035
phone: 0471-2303026, 6063026
www.chinthapublishers.com
chinthapublishers@gmail.com

ബ്രാഞ്ചുകൾ

ഹെഡ്ഡാഫീസ് ബ്രാഞ്ച് കുന്നുകുഴി • സ്റ്റാച്യു തിരുവനന്തപുരം • കെ എസ് ആർ ടി സി ബസ് സ്റ്റേഷൻ ആലപ്പുഴ • കെ എസ് ആർ ടി സി ബസ് സ്റ്റേഷൻ എറണാകുളം • മച്ചിങ്ങൽ ലെയ്ൻ തൃശൂർ • ഐ ജി റോഡ് കോഴിക്കോട് • മാവൂർ റോഡ് കോഴിക്കോട് • എൻ ജി ഒ യൂണിയൻ ബിൽഡിങ്ങ് കണ്ണൂർ • സെൻട്രൽ ബസ് ടെർമിനൽ കോംപ്ലക്സ് താവക്കര കണ്ണൂർ

CR - VV. 25 / 1987 / 4851
ISBN - 978-81-26205-93-6

ഇന്ത്യയിലെ സാഹിത്യപ്രതിഭകൾ

എഡിറ്റർ
ഡോ. ആർ ശശിധരൻ

ചിന്ത പബ്ലിഷേഴ്സ്
തിരുവനന്തപുരം-695 001

ഉള്ളടക്കം

അഖിലൻ

അഖിലൻ എന്ന പേരിൽ അറിയപ്പെടുന്ന തമിഴ്സാഹിത്യകാരന്റെ ശരിയായ പേര് പി വി അഖിലാണ്ഡം എന്നാണ്. 1923-ൽ പെരിംഗല്ലൂരിൽ ജനനം. അച്ഛൻ ഫോറസ്റ്റ് റേഞ്ചർ ആയിരുന്നു. ബാല്യത്തിൽ തന്നെ അഖിലാണ്ഡത്തിന് വലിയ സ്ഥാനമാനങ്ങളോടോ ഉന്നതവിദ്യാഭ്യാസം കൈവരിക്കുന്നതിനോടോ വലിയ താല്പര്യമില്ലായിരുന്നു. അച്ഛന്റെ മര ണവും സാമ്പത്തിക ഞെരുക്കവും ഒൻപതു വയസുകാരനായ അഖി ലാണ്ഡനെ വല്ലാതെ തളർത്തി. ഈ ദിവസങ്ങളാണ് പിന്നീട് അദ്ദേഹ ത്തിന്റെ കഥകൾക്ക് പ്രേരണയായത്. 1939-ൽ അദ്ദേഹത്തിന്റെ ആദ്യത്തെ കഥ പ്രസിദ്ധീകരിക്കപ്പെട്ടു.

മഹാകവി സുബ്രഹ്മണ്യഭാരതി, ബങ്കിംചന്ദ്ര തുടങ്ങിയവരുടെ രച നകൾ അഖിലനെ വളരെയധികം സ്വാധീനിച്ചിട്ടുണ്ട്. അദ്ദേഹത്തിന്റെ മനസ്സിൽ രാഷ്ട്രീയബോധത്തിന്റെ വിത്തുപാകിയത് ഈ രചനകളാണ്. ഇതിന്റെ ഫലമായി 1940-ൽ മെട്രിക്കുലേഷന് പഠിച്ചുകൊണ്ടിരിക്കു മ്പോൾ കൂട്ടുകാരുമായി ചേർന്ന് അദ്ദേഹം "ശക്തിയുവാസംഘം" എന്ന സംഘടന സ്ഥാപിക്കുകയും സ്വാതന്ത്ര്യസമരത്തിൽ പങ്കെടുക്കുകയും ചെയ്തു. ക്വിറ്റ് ഇന്ത്യ സമരത്തിൽ ആകൃഷ്ടനായി സർക്കാരിനെ എതിർത്തുകൊണ്ട് കഥകൾ എഴുതാൻ ആരംഭിച്ചു. പക്ഷെ ഒരു മാസി കയ്ക്കും ഇത് പ്രസിദ്ധീകരിക്കാനുള്ള ധൈര്യം ഉണ്ടായിരുന്നില്ല. കുറ ച്ചുനാളുകൾക്കുശേഷം അദ്ദേഹം ഇന്ബം എന്ന മാസികയുടെ കോ എഡി റ്ററായി പ്രവർത്തിച്ചുവെങ്കിലും തന്റെ വേറിട്ട ചിന്താഗതിമൂലം കൂടുതൽ കാലം അവിടെ കഴിഞ്ഞുകുടാൻ സാധിച്ചില്ല. സ്വാതന്ത്ര്യസമരവുമായി

ബന്ധപ്പെട്ടതു കാരണം ഗാന്ധിയൻ ചിന്താഗതി അദ്ദേഹത്തെ വളരെയ
ധികം സ്വാധീനിച്ചു. പിന്നീട് 1945-ൽ അദ്ദേഹം റെയിൽവേ മെയിൽ
സർവ്വീസിൽ സോർട്ടർ ആയി നിയമിക്കപ്പെട്ടു. ഈ കാലത്താണ്
അദ്ദേഹം തന്റെ ജീവിതത്തിലെ ആദ്യത്തെ നോവൽ *പെണ്ണ്* എഴുതിയ
ത്. അന്നത്തെ പ്രധാന തമിഴ് മാസികയായ *കലൈമഗൾ* നടത്തിയ മത്സ
രത്തിൽ ഈ നോവലിന് ഒന്നാം സ്ഥാനം ലഭിക്കുകയുണ്ടായി. അന്ന്
അദ്ദേഹത്തിന് 23 വയസായിരുന്നു.   60 വർഷങ്ങൾക്കുമുൻപ് പ്രസിദ്ധീ
കരിച്ച ഈ ലഘുനോവൽ ഹിന്ദി, ബംഗാളി, കന്നട, മലയാളം തുടങ്ങിയ
വിഭിന്ന ഭാരതീയ ഭാഷകളിൽ വിവർത്തനം ചെയ്യപ്പെട്ടിട്ടുണ്ട്.

സ്വതവേ ലജ്ജാലുവായ അഖിലന്റെ ആത്മവിശ്വാസം വർദ്ധിപ്പി
ക്കുന്നതിൽ 'കലൈമഗൾ പുരസ്കാരം' വളരെയധികം സഹായിച്ചു.
തന്റെ കഴിവിനെക്കുറിച്ചുള്ള ബോധം അദ്ദേഹത്തിന് ഒരു നവോന്മേഷം
നൽകി. വാസ്തവത്തിൽ, അദ്ദേഹത്തിന്റെ കഴിവ് ആദ്യമായി മനസ്സിലാ
ക്കിയതും അദ്ദേഹത്തിന്റെ മനസ്സിൽ ഒളിഞ്ഞുകിടന്നിരുന്ന സർഗ്ഗശ
ക്തിയെ തൊട്ടുണർത്തിയതും *കലൈമഗളിന്റെ* എഡിറ്ററായ ജഗന്നാഥ
നാണ്.

രണ്ടാം ലോകമഹായുദ്ധ സമയത്ത് സ്വാതന്ത്ര്യത്തിനുവേണ്ടി
ബ്രിട്ടീഷ് പട്ടാളത്തിനെതിരെ സുഭാഷ് ചന്ദ്രബോസ് ബർമ്മയിലും മലേ
ഷ്യയിലും വച്ചുനടത്തിയ സായുധ സമരത്തിനോട് അഖിലന് മനസ്സു
കൊണ്ട് അതീവ താൽപ്പര്യവും ആദരവും ഉണ്ടായിരുന്നു. ഇന്ത്യൻ നാഷ
ണൽ ആർമിയുടെ അനേകം സൈനികരുമായി അദ്ദേഹം സുദൃഢബന്ധം
സ്ഥാപിച്ചിരുന്നു. അഖിലന്റെ മുഗ്ദ്ധസങ്കൽപ്പങ്ങളും വേദനയും എല്ലാം
നെഞ്ചിൽ അലൈകൾ എന്ന നോവലിൽ പ്രകടമായി കാണാം. അദ്ദേ
ഹത്തിന്റെ ഈ നോവൽ 1951-ലാണ് പ്രസിദ്ധീകരിച്ചത്. 1955-ൽ തമിഴ്
അക്കാദമിയുടെ പുരസ്കാരം ഇതിന് ലഭിച്ചു. രണ്ടുവർഷത്തിനുശേഷം
വാഴ്വ് എങ്കെ എന്ന നോവൽ പ്രസിദ്ധീകരിച്ചു. ഈ നോവൽ ജാതിവ്യ
വസ്ഥയുടെ പ്രശ്നങ്ങളെ ആസ്പദമാക്കി രചിച്ചതാണ്. കുറച്ചുനാളു
കൾക്കു ശേഷം ഈ നോവൽ സിനിമയാക്കുകയും ചെയ്തു.

ഏകദേശം 12 വർഷക്കാലം അഖിലൻ ആർ എം എസിൽ ജോലി
നോക്കി. ഇതിനിടെ നോവലും കഥാസമാഹാരവും ഉൾപ്പെടെ ഇരുപ
തോളം കൃതികൾ പ്രസിദ്ധീകരിച്ചു. ഓരോ രചനയും പുറത്തിറങ്ങുന്ന
തിനനുസരിച്ച് അദ്ദേഹത്തിന്റെ പ്രശസ്തി കൂടിക്കൊണ്ടിരുന്നുവെങ്കിലും
ഇതൊന്നും തന്നെ ബാധിക്കുന്നതല്ല എന്ന ഭാവമായിരുന്നു അഖിലന്.

കുറച്ചുകാലങ്ങൾക്കുള്ളിൽ അദ്ദേഹത്തിന് ആർ എം എസിലെ
ജോലിയിൽ താല്പര്യം കുറഞ്ഞു തുടങ്ങി. 1958-ൽ *പാവൈ വിളക്ക്*
എഴുതിക്കൊണ്ടിരുന്ന സമയം അദ്ദേഹം സ്വയം ജോലിയിൽനിന്ന് പിരി
ഞ്ഞു. അതിനുശേഷം ട്രിച്ചിയിൽനിന്ന് മദ്രാസിലേക്ക് താമസം മാറ്റി.
പാവൈ വിളക്കും ചിത്തിര പാവൈയും അദ്ദേഹത്തിന്റെ ഏറ്റവും ശ്രേഷ്ഠ
മായ രചനകളാണ്. തമിഴ്നാട്ടിലെ ഓരോ വീട്ടിലും മാത്രമല്ല ശ്രീലങ്ക,

മലേഷ്യ, സിംഗപ്പൂർ തുടങ്ങിയ രാജ്യങ്ങളിൽ താമസിക്കുന്ന ലക്ഷക്ക
ണക്കിന് തമിഴരുടെ പ്രിയ എഴുത്തുകാരനായി ഇദ്ദേഹത്തെ മാറ്റിയതിൽ
ചിത്തിര പാവൈക്ക് വലിയൊരു പങ്കുണ്ട്. അദ്ദേഹത്തിന്റെ സമ്പൂർണ്ണ
വ്യക്തിത്വം ഏതെങ്കിലും രചനയിൽ പതിഞ്ഞിട്ടുണ്ടെങ്കിൽ അത് ചിത്തിര
പാവൈയിലാണെന്ന് നിസ്സംശയം പറയാം.

അദ്ദേഹത്തിന്റെ ആദ്യത്തെ ചരിത്രസംബന്ധിയായ നോവലാണ്.
1961-ൽ പ്രസിദ്ധീകരിച്ച വെംഗയിൽ മൈന്ദൻ. 1963-ൽ ഈ നോവലിന്
സാഹിത്യഅക്കാദമി പുരസ്കാരം ലഭിച്ചു. പിന്നീട് 1965-ൽ കയൽ വിഴി
പ്രസിദ്ധീകരിക്കപ്പെട്ടു. ഈ നോവലിന് 1968-ൽ തമിഴ് വികാസ പരിഷ
ത്തിന്റെ പുരസ്കാരം ലഭിച്ചു. ചരിത്രസംബന്ധിയായ അഖിലന്റെ മൂന്നാ
മത്തെ നോവൽ വെട്രി തിരുനഗർ 1966-ൽ പ്രസിദ്ധീകരിക്കപ്പെട്ടു.

ഇതിനുശേഷം 1973-ൽ സാമൂഹികനോവലായ എംഗേ പോഗിരോം
പ്രസിദ്ധീകരിച്ചു. സാമൂഹ്യ ജീവിതത്തിൽ വ്യാപിച്ച അഴിമതിക്കെതി
രെയുള്ള ലേഖകന്റെ രോഷമാണ് ഈ നോവലിൽ പ്രകടമായിരിക്കു
ന്നത്. 1976-ൽ ഈ നോവലിന് രാജാ അണ്ണാമലൈ ചെട്ടിയാർ പുരസ്
കാരം ലഭിച്ചു.

ആകാശവാണിയുടെ മദ്രാസ് കേന്ദ്രത്തിൽ മനസ്സിനിണങ്ങിയ ഒരു
ജോലി കിട്ടിയതോടെ അദ്ദേഹത്തിന്റെ സുഹൃത്‌വലയം വലുതായി
ക്കൊണ്ടിരുന്നു. സോവിയറ്റ് ലേഖകസംഘത്തിന്റെ ക്ഷണം സ്വീകരിച്ച്,
1973-ൽ കസാക്കിസ്ഥാനിന്റെ തലസ്ഥാനമായ അൽമാ അത്തയിൽ വച്ചു
നടന്ന ആഫ്രോ-ഏഷ്യൻ ലേഖക സമ്മേളനത്തിൽ ഭാരതീയ മണ്ഡല
ത്തിന്റെ അംഗമായി പങ്കെടുക്കാൻ അവസരം ലഭിച്ച ആദ്യത്തെ തമിഴ്
എഴുത്തുകാരനാണ് ഇദ്ദേഹം. രണ്ടുവർഷത്തിനു ശേഷം മലേഷ്യൻ
തമിഴ് ലേഖകരുടെ അഭ്യർത്ഥന മാനിച്ച് കോലാലംപൂരിൽ വച്ചുനടന്ന
ലേഖക സമ്മേളനത്തിൽ പങ്കെടുത്തു. ഇവിടെ വിദിന നഗരങ്ങളിൽ
അദ്ദേഹത്തിന് സ്വീകരണം നൽകുകയും 'ചിന്തനൈ കലൈഞ്ജിയം'
എന്ന പദവി നൽകി അദ്ദേഹത്തെ ആദരിക്കുകയും ചെയ്തു. ഇവിടെ
വച്ച് അദ്ദേഹം ആദ്യമായി റബർഫാക്ടറിയിൽ ജോലി ചെയ്യുന്ന തമിഴ്
ഭാരതീയരായ തൊഴിലാളികളുടെ ദുരിതം നേരിട്ട് കാണാനിടയായി. ഈ
അവസ്ഥകണ്ട് കരുണാർദ്രനായ അഖിലൻ പാൽ മരക്കാട്ടിനിലേ എന്ന
നോവൽ എഴുതി.

അഖിലന്റെ രചനകൾ വിദേശരാജ്യങ്ങളിൽപോലും ചർച്ചാവിഷ
യമാകാറുണ്ട്. ഇത്തരത്തിലുള്ള ഒരു ബഹുമതി കിട്ടിയ ആദ്യത്തെ തമിഴ്
ലേഖകനും ഇദ്ദേഹമാണ്. ലെനിൻഗ്രാഡ് സർവ്വകലാശാലയിലെ ഭാര
തീയ സാഹിത്യഗവേഷണ വിഭാഗം അഖിലന്റെ കൃതികളെ പാഠ്യവിഷ
യമായി ഉൾപ്പെടുത്തിയിട്ടുണ്ട്. ഇദ്ദേഹത്തിന്റെ രചനകളുടെ വിവർത്തനം
അനേകം ഭാരതീയ ഭാഷകളിലും ഇംഗ്ലീഷ്, ജർമ്മൻ, ചെക്, റഷ്യൻ
തുടങ്ങിയ വിദേശ ഭാഷകളിലും വ്യാപകമായി ചെയ്യപ്പെട്ടിരുന്നു.

ചിത്തിരപാവൈ എന്ന നോവലിന് അദ്ദേഹത്തിനു ജ്ഞാനപീഠം പുര

സ്കാരം ലഭിച്ചു. 1975-ൽ ജ്ഞാനപീഠം ലഭിക്കുമ്പോൾ അഖിലന് 52 വ
യസായിരുന്നു. ഏറ്റവും പ്രായംകുറഞ്ഞ ജ്ഞാനപീഠജേതാവും അഖി
ലൻ തന്നെ. ഈ നോവലിൽ ലേഖകൻ ആദർശനിഷ്ഠയുള്ള ചിത്രകാര
നായ അണ്ണാമലൈയുടെയും അദ്ദേഹത്തിന്റെ ആരാധികയും ഭാരതീയ
സ്ത്രീത്വത്തിന്റെ പ്രതിരൂപവുമായ ആനന്ദിയുടെ ജീവിത സംഘർഷ
ങ്ങളുടെയും കഥയാണ് ചിത്രീകരിച്ചിരിക്കുന്നത്.

തമിഴ് സാഹിത്യത്തിന് വിലപ്പെട്ട സംഭാവനകൾ നല്കിയ അഖി
ലൻ തന്റെ ജീവിതാനുഭവങ്ങളിൽനിന്നും പുരാണങ്ങളിൽനിന്നുമാണ്
വിഷയങ്ങൾ സ്വീകരിച്ചിരുന്നത്. ഈ വിക്ഷോഭം നിറഞ്ഞ സമൂഹത്തിലെ
അടിച്ചമർത്തപ്പെട്ട വർഗ്ഗം, നിരന്തരം മാറ്റങ്ങൾക്കു വിധേയമാകുന്ന മധ്യ
വർഗ്ഗം, ഫാക്ടറി ഉടമകൾ, കലാകാരന്മാർ തുടങ്ങിയ ഓരോരുത്തരേയും
വളരെ സൂക്ഷ്മതയോടെ ഭാവാത്മകമായും കലാത്മകമായും അദ്ദേഹം
തന്റെ രചനകളിൽ ചിത്രീകരിച്ചിരിക്കുന്നു. അദ്ദേഹത്തിന്റെ രചനാശൈലി
ഓരോ വായനക്കാരനെയും ആകർഷിക്കുന്ന തരത്തിൽ മികവുറ്റതാണ്.
ഈ പ്രതിഭാസമ്പന്നനായ സാഹിത്യകാരൻ 1988-ൽ അന്തരിച്ചു.

ശ്രീജ എ എസ്

അമൃതാപ്രീതം

അമൃതാപ്രീതം, തന്റെ രചനകളിലൂടെ ഒരു ജനതയുടെ ഹൃദയം കീഴടക്കിയ പഞ്ചാബിന്റെ പ്രിയപ്പെട്ട എഴുത്തുകാരിയാണ്. പാകിസ്ഥാ നിലെ 'ഗുജറാവാല' എന്നു പേരായ ഗ്രാമത്തിൽ 1919-ൽ അമൃതാപ്രീതം ജനിച്ചു. 86 വയസ്സിനിടയിൽ കയ്പേറിയതും വിഷമം പിടിച്ചതും ദുഃഖ പൂർണ്ണവുമായ ഒരുപാട് അനുഭവങ്ങളിലൂടെ അവർ കടന്നുപോവുകയു ണ്ടായി. അവരുടെ ജീവിതത്തിലെ ഏറ്റവും ദുഃഖപൂർണ്ണമായതും, ജീവി തത്തിലൊരിക്കലും ഉൾക്കൊള്ളാൻ കഴിയാതിരുന്നതുമായ സംഭവമാ യിരുന്നു 1947ലെ ഇന്ത്യ–പാകിസ്ഥാൻ വിഭജനം. ഈ വിഭജനം ഏൽപ്പിച്ച ആഘാതത്തിന്റെ പ്രത്യാഘാതങ്ങളായിരുന്നു അവരുടെ രചനകൾ. അമൃതാപ്രീതം പ്രേമത്തിന്റെ, സൗന്ദര്യത്തിന്റെ, മനുഷ്യത്വത്തിന്റെ, ആത്മീയതയുടെ കവയിത്രിയായിരുന്നു.

അമൃതാപ്രീതത്തെ സംബന്ധിച്ചിടത്തോളം എഴുത്ത് എന്നത് വാസ്തവത്തിൽ അവനവനെത്തന്നെയുള്ള തിരിച്ചറിയലാണ്. ആ തിരി ച്ചറിവിലൂടെ അവർ മറ്റുള്ളവരെ തിരിച്ചറിയുന്നു. അത് പിന്നീട് ഈ ലോക ത്തെക്കുറിച്ചുള്ള തിരിച്ചറിവാകുന്നു. കാരണം ഈ ലോകത്താണ് മനു ഷ്യർ ഏറ്റവും കൂടുതൽ ദുഃഖങ്ങൾ അനുഭവിക്കുന്നത്. ആ ദുഃഖങ്ങളെ അമൃതാപ്രീതം തന്റെ രചനകളിലൂടെ സ്വന്തം ദുഃഖമാക്കി മാറ്റുന്നു. അമൃതാപ്രീതത്തെ സംബന്ധിച്ചിടത്തോളം എഴുത്തിന്, എഴുത്തുകാരന് ഒരു ലക്ഷ്യം ഉണ്ടായിരിക്കണം. ആ ലക്ഷ്യം എന്നു പറയുന്നത് വായന ക്കാർക്ക് യാഥാർത്ഥ്യത്തെ കാണിച്ചുകൊടുക്കുക – ഒപ്പംതന്നെ ആ യാഥാർത്ഥ്യത്തിൽനിന്ന് ഉടലെടുത്തേക്കാവുന്ന ഭാവി സംഭവവികാസ

ങ്ങളെ നോക്കിക്കാണാനുള്ള ദീർഘവീക്ഷണമാണ്.

അമൃതാപ്രീതം എഴുതിത്തു ടങ്ങിയ സമയത്ത് പഞ്ചാബ് എല്ലാ തരത്തിലും പൂർണ്ണമായും ഛിന്ന ഭിന്നമായി കഴിഞ്ഞിരുന്നു. ദേശവി ഭജനവും, തുടർന്നുണ്ടായ വർഗ്ഗീ യലഹളകളും സ്ത്രീകളുടെ നേരെയുള്ള അതിക്രമങ്ങളും അമൃതാപ്രീതം എന്ന എഴുത്തു കാരിയെ ആഴത്തിൽ സ്പർശിക്കു കയുണ്ടായി. അതുകൊണ്ടുതന്നെ തന്റെ ജീവിതത്തിലുണ്ടായ അനു ഭവങ്ങളുടെ ജീവസ്സുറ്റ ചിത്രങ്ങ ളാണ് അവരുടെ ഓരോ രചനക ളും. അമൃതാപ്രീതത്തിന്റെ ഓരോ

അമൃതാപ്രീതം

കൃതിയും – അത് കഥയായിക്കൊള്ളട്ടെ, കവിതയായിക്കൊള്ളട്ടെ, നോവ ലാകട്ടെ – അവയിലെല്ലാം തുടിക്കുന്ന ജീവിതമുണ്ട്. ഒരുപക്ഷേ തന്റെ ജീവിതത്തിലുണ്ടായ വ്യത്യസ്തങ്ങളായ അനുഭവങ്ങളായിരിക്കാം അതിനു കാരണം. എന്തുതന്നെ ആയാലും തന്റെ ജീവിതത്തിലുണ്ടായ ഓരോ അനുഭവത്തെയും അവർ ശബ്ദബദ്ധമാക്കുകയാണു ചെയ്ത ത്. ചിലപ്പോൾ ദേശവിഭജനം ഒരു മുഖ്യവിഷയമാകുന്നു. മറ്റു ചിലപ്പോൾ സ്ത്രീകളുടെ പ്രശ്നങ്ങളും അവരുടെ വെല്ലുവിളികളും ഇതിവൃത്തമാ കുന്നു. ചിലയിടങ്ങളിൽ അവർ പ്രേമത്തെ ഉദ്ഘോഷിക്കുന്നു. ചില സന്ദർഭങ്ങളിൽ അവർക്കുള്ളിലെ വിപ്ലവകാരി നമുക്കുമുന്നിൽ പ്രത്യക്ഷ പ്പെടുന്നു. സ്വന്തം മനസ്സിന്റെ മഹത്വം ഉദ്ഘോഷിക്കാനും അവർ തന്റെ രചനകളിലൂടെ മറന്നില്ല.

അമൃതാപ്രീതത്തിന്റെ എഴുത്തിന്റെ ശക്തി അവരുടെതന്നെ ജീവി താനുഭവങ്ങളും അതിലെ സത്യസന്ധതയും ഒപ്പംതന്നെ അവരുടെ ഹൃദ യത്തിൽ നിന്നുതിർന്ന വാക്കുകളുമായിരുന്നു. തനിക്കൊപ്പം സഞ്ചരിച്ച വരുടെ കൂട്ടത്തിൽനിന്നും അമൃതാപ്രീതത്തെ വേറിട്ടുനിർത്തുന്നതും ഇതുതന്നെയാണ്. നൂറ്റാണ്ടുകളോളമായി സ്വന്തം അഭിമാനത്തിനും, സ്ഥാനത്തിനും വേണ്ടി അലയുന്ന ഭാരതീയ സ്ത്രീകളുടെ ചിരകാല ദുഃഖങ്ങൾക്കും പുരുഷമേധാവിത്വമുള്ള നമ്മുടെ സമൂഹത്തിലെ സ്ത്രീക ളുടെ പ്രശ്നങ്ങൾക്കും തന്റെ രചനകളിൽ അവർ വളരെയേറെ പ്രാധാന്യം നൽകി.

പഞ്ചാബി സാഹിത്യത്തിൽ കവിതയുടെ മേഖലയിൽ അമൃതാ പ്രീതത്തിനുള്ള സ്ഥാനം അദ്വിതീയമാണ്. സ്നേഹവും സമാധാനവും ഐക്യവും നിറഞ്ഞ ഒപ്പം തന്റെ അവസരങ്ങൾ വിനിയോഗിക്കാൻ അധി

കാരവുമുള്ള ഒരു ജനതയുടെ സങ്കൽപ്പമാണ് അമൃതാപ്രീതം തന്റെ കവിതകളിലൂടെ നൽകുന്നത്. അവരുടെ രചനകളിൽ ഭൂതകാലത്തിന്റെ സ്മൃതികളുണ്ട്, വർത്തമാനകാലത്തെ നരകയാതനകളുണ്ട്, ഒപ്പംതന്നെ സുന്ദരമായ ഒരു ഭാവിയുടെ സുവർണ്ണ സങ്കൽപ്പവുമുണ്ട്. അവരുടെ കവി തകൾ മനുഷ്യന്റെയും മനുഷ്യത്വത്തിന്റെയും പക്ഷത്തായിരുന്നു.

പഞ്ചാബി കവിതകൾ അതിന്റെ ആധുനികയുഗത്തിലും പ്രകൃതി സൗന്ദര്യത്തിലും ആത്മീയതയിലും ആണ്ടുകിടക്കുന്ന സമയത്താണ് അമൃതാപ്രീതം എഴുത്തിന്റെ ലോകത്ത് പ്രവേശിക്കുന്നത്. പഞ്ചാബി കവിതയ്ക്ക് വേറിട്ടൊരു മുഖഛായ നൽകാൻ അവർക്കു കഴിഞ്ഞു. കവി തകളിലൂടെ സാമൂഹിക മൂല്യങ്ങൾക്ക് അവർ കൂടുതൽ പ്രാധാന്യം നൽകി. സാമ്രാജ്യവൽക്കരണത്തിനെതിരെ തീവ്രവിരോധം അഴിച്ചുവിട്ടു. അതുപോലെതന്നെ ലോകസമാധാനത്തിന്റെ ഉദ്ഘോഷണവും ആയി രുന്നു അവരുടെ കവിത.

ധ്വന്യാത്മകതയാണ് അവരുടെ കവിതയുടെ സവിശേഷത. അതു കൊണ്ടുതന്നെ അവരുടെ കവിതകളിലെ ഓരോ വ്യംഗ്യാർത്ഥവും ആഴ മേറിയതും വ്യാപകവുമായ ജീവിതയാഥാർത്ഥ്യങ്ങളെയാണ് ഉദ്ഘോ ഷിക്കുന്നത്.

അമൃതാപ്രീതത്തിന്റെ രചനകളിലെ ആദ്യകാലഘടന ഭാരതവിഭ ജനത്തിനുശേഷം മാറുകയുണ്ടായി. ഈ ചരിത്രസംഭവത്തിനുശേഷം അവരുടെ രചനകൾ ആന്തരികവും ബാഹ്യവുമായി കൂടുതൽ ക്ലിഷ്ടമാ യി. പരസ്പര വിരുദ്ധങ്ങളായ ഭാവങ്ങൾ അവയിൽനിന്നും ഉയിർത്തെഴു ന്നേൽക്കാൻ തുടങ്ങി. കവിതകളെ കൂടാതെ കഥകളും നോവലുകളും അവരുടെ തൂലികയിൽനിന്നും ജനിച്ചു. അമൃതാപ്രീതം എന്ന എഴുത്തു കാരിയുടെ മനസ്സ് ഒരു പുതിയ ലോകത്തേക്ക് പ്രവേശിക്കുകയായിരു ന്നു. അവിടെ അവർ കണ്ടെത്തിയത് തന്റെ ചിന്തകളിൽനിന്നും ദുഃഖങ്ങ ളിൽനിന്നും താൻ മെനഞ്ഞെടുത്ത സങ്കൽപ്പങ്ങളുടെയും ആദർശങ്ങളു ടെയും കൊട്ടാരം തകർന്നു വീണിരിക്കുന്നതായിട്ടാണ്. പിന്നീട് അവരി ലുണ്ടായ മാനസികാവസ്ഥ അസംഭവ്യമായതിനെ സംഭവ്യമാക്കാൻ പോന്നതായിരുന്നു. അതിന്റെ ഒരുവശത്ത് സമൂഹത്തിൽ നീതിയും ന്യായവും സ്ഥാപിക്കാനുള്ള ഉത്സാഹം നിലനിർത്താനുള്ള ഉൽക്കടമായ ആഗ്രഹമായിരുന്നെങ്കിൽ മറുവശത്ത് തന്റെ കാഴ്ചപ്പാടുകൾ യാതൊരു തരത്തിലുള്ള പൊരുത്തപ്പെടലുകൾക്കും വശംഗതമാവാതിരിക്കാനുള്ള ഉറച്ച തീരുമാനമായിരുന്നു.

അമൃതാപ്രീതത്തിന്റെ ഏകദേശം അറുപതോളം കൃതികൾ പ്രസിദ്ധീകരിച്ചിട്ടുണ്ട്. നോവലുകൾ, കഥാസംഗ്രഹങ്ങൾ, കാവ്യ സംഗ്ര ഹങ്ങൾ, ആത്മകഥ എന്നിവ ഇതിലുൾപ്പെടും. ഇതുകൂടാതെ സാഹി ത്യചരിത്രം, ലോകസാഹിത്യം തുടങ്ങിയവയെക്കുറിച്ചുള്ള പുസ്തക ങ്ങളും അവർ എഴുതിയിട്ടുണ്ട്. അവരുടെ അനേകം രചനകൾ മികച്ച ഭാരതീയ ഭാഷകളിലും പ്രസിദ്ധീകരിച്ചിട്ടുണ്ട്.

പുരസ്കാരങ്ങൾ

തന്റെ നീണ്ട സാഹിത്യജീവിതത്തിനിടയിൽ ഒരുപാട് അംഗീകാര ങ്ങളും ബഹുമതികളും അവരെ തേടിയെത്തുകയുണ്ടായി. ഡൽഹി യൂണിവേഴ്സിറ്റി അവർക്ക് ഡി-ലിറ്റ് ബിരുദം നൽകി ആദരിച്ചു. സുൻഹരേ എന്ന കവിതാസംഗ്രഹത്തിന് 1956-ൽ കേന്ദ്ര സാഹിത്യ അക്കാദമി അവാർഡ് ലഭിക്കുകയുണ്ടായി. ഔദ്യോഗികവും അനൗദ്യോ ഗികവുമായ പല സംഘടനകളുടെയും അതുപോലെതന്നെ ഡൽഹി പഞ്ചാബ് സർക്കാരുകളുടെയും അനേകം പുരസ്കാരങ്ങൾ അവർക്ക് ലഭിക്കുകയുണ്ടായി. പഞ്ചാബി സാഹിത്യത്തിനു ചെയ്ത, സമഗ്ര സംഭാ വനകളെ മാനിച്ച് 'അന്തർ ദേശീയ പഞ്ചാബി സൊസൈറ്റി'യുടെ പുര സ്കാരവും അവർക്ക് ലഭിക്കുകയുണ്ടായി.

ഏകദേശം അരനൂറ്റാണ്ടോളമുള്ള അമൃതാപ്രീതത്തിന്റെ സാഹിത്യ ജീവിതം തന്നെ പഞ്ചാബി സാഹിത്യത്തിൽ ആധുനിക ഭാവബോധത്തെ വളർത്തിയെടുക്കുന്നതിൽ അവർ വഹിച്ച പങ്ക് നിസ്തുലമാണ്. പുതിയ യുഗത്തെയും പുതിയ ഉണർവിനെയും പഞ്ചാബി സാഹിത്യത്തിനു പരി ചയപ്പെടുത്തുക എന്നുള്ളത് ഒരുപക്ഷേ അവരുടെ നിയോഗമായിരുന്നി രിക്കാം. 2005-ൽ പഞ്ചാബിന്റെ ഈ എഴുത്തുകാരി നമ്മോടും വിടപറ ഞ്ഞു. എങ്കിലും തന്റെ രചനകളിലൂടെ അമൃതാപ്രീതം ഇന്നും ഭാരതീയ ജനഹൃദയങ്ങളിൽ ജീവിക്കുന്നു.

രമ്യ പി ആർ

ഉമാശങ്കർ ജോഷി

'**വാ**സുകി' എന്ന തൂലികാനാമത്തിൽ അറിയപ്പെട്ടിരുന്ന ഉമാശ
ങ്കർ ജതുലാൽ ജോഷി ഗുജറാത്തിലെ ഈഡർ ജില്ലയിലെ ബാമനാ ഗ്രാമ
ത്തിൽ 1911 ജൂലായ് 21-ന് ജനിച്ചു. ഈ കൊച്ചു ഗ്രാമത്തിലാണ് അദ്ദേഹം
തന്റെ ബാല്യകാലം ചെലവഴിച്ചത്. ബാല്യകാല വിദ്യാഭ്യാസവും ഇവി
ടെത്തന്നെയാണ് പൂർത്തിയാക്കിയത്. ഈ ഗ്രാമത്തിലെ മണ്ണും വിണ്ണും
ജലവും ഉമാശങ്കർ ജോഷിയുടെ വ്യക്തിത്വത്തെ വാർത്തെടുത്ത ഘടക
ങ്ങളാണ്. താൻ രചിച്ച കവിത, നാടകം, ചെറുകഥ, നോവൽ ഇവയുടെ
ഓരോ അണുവിലും ബാമനാ ഗ്രാമത്തിലെ പ്രകൃതിഭംഗിയും ഉൾത്തു
ടിപ്പുകളും നിറഞ്ഞുനിന്നിരുന്നു.

1927-ൽ ഉമാശങ്കർ മെട്രിക്കുലേഷനുവേണ്ടി അഹമ്മദാബാദിൽ
എത്തിച്ചേർന്നു. ഇവിടെ അദ്ദേഹത്തിന് *കാവ്യമാധുരി*യുടെ ഒരു കോപ്പി
കിട്ടി. ആധുനിക ഗുജറാത്തി കവിതയുമായി പരിചയപ്പെടാൻ ഈ സമാ
ഹാരം സഹായിച്ചു. നാനാലാൽ, ബലവന്തറായ് തുടങ്ങിയവരുടെ രചന
കൾ അദ്ദേഹത്തെ വളരെയധികം സ്വാധീനിച്ചു. ഗുജറാത്ത് കോളേജിൽ
എത്തിയതിനുശേഷം നാനാലാലിന്റെ കാവ്യനാടകമായ *ഇന്ദുമതി, ചരിത്ര
ദർശിനി* എന്ന കവിതാസമാഹാരം, ബലവന്തറായുടെ നിരൂപണഗ്രന്ഥ
മായ *ലിറിക്* ഇവയെല്ലാം വളരെ താൽപ്പര്യത്തോടെ വായിച്ചിരുന്നു.
1930-ൽ കോളേജും പഠിത്തവും ഉപേക്ഷിച്ച് സ്വാതന്ത്ര്യസമരത്തിൽ പങ്കു
ചേർന്നു. സ്വാതന്ത്ര്യസമരത്തിന്റെ ഭാഗമായി ഇദ്ദേഹത്തിന് സബർമതി
ജയിലിലും കഴിയേണ്ടിവന്നു. 1931-ൽ അദ്ദേഹം *വിശ്വശാന്തി* രചിച്ചു. രണ്ട്
ലോകമഹായുദ്ധങ്ങളുടെ ഇടയിൽ രചിക്കപ്പെട്ട ഉമാശങ്കറിന്റെ 500 വരി

യുള്ള ഈ കവിത ഗാന്ധിയൻ ആശ
യങ്ങളുടെ പ്രസക്തി വിളംബരം
ചെയ്യുന്നു. ഈ കവിതയെ വായന
ക്കാർ രണ്ടു കയ്യും നീട്ടി സ്വീകരി
ക്കുക മാത്രമല്ല, കാലേൽക്കർ, നര
സിംഹറാവു തുടങ്ങിയ പ്രശസ്ത
നിരൂപകർപോലും ഈ കവിതയെ
അഭിനന്ദിച്ചുകൊണ്ടെഴുതി. മൂന്നു
വർഷത്തിനുശേഷം ഉമാശങ്കറിന്റെ
രണ്ടാമത്തെ കാവ്യകൃതി *ഗംഗോ
ത്രിയും* പുറത്തിറങ്ങി. ഈ രചന
യിൽ മനുഷ്യമനസ്സിനെക്കുറിച്ചും
മനുഷ്യബന്ധങ്ങളെക്കുറിച്ചും വളരെ
ആഴത്തിൽ ചർച്ച ചെയ്യുന്നു.

ഉമാശങ്കർ ജോഷി

1934-ൽ ഉമാശങ്കറിന് എൽഫി
ൻസ്റ്റൻ കോളേജിൽ പ്രവേശനം ലഭി
ച്ചു. ബിരുദത്തിന് ചരിത്രവും സാമ്പത്തിക ശാസ്ത്രവും അദ്ദേഹത്തിന്റെ
വിഷയങ്ങളായിരുന്നു. 1938-ൽ ഗുജറാത്തിയിലും സംസ്കൃതത്തിലും
ബിരുദാനന്തര ബിരുദമെടുത്തു. ആദ്യം ഗോകലിബായ് ഹൈസ്കൂളിൽ
അദ്ധ്യാപകനായി ജോലിചെയ്തു. പിന്നീട് സിദ്ധൻഹം കോളേജിൽ
ലക്ചററായി. 1936-ൽ ഗുജറാത്തിലെ ഏറ്റവും മികച്ച സാഹിത്യപുര
സ്കാരം – 'രഞ്ജീതരാമ സുവർണ്ണ ചന്ദ്രക' – *ഗംഗോത്രിക്ക്* ലഭിച്ചു.
തൊട്ടടുത്ത വർഷം *സംപനാഭാരാ* എന്ന ഏകാങ്കനാടകം പുസ്തകരു
പത്തിൽ പ്രസിദ്ധീകരിക്കപ്പെട്ടു. ഈ വർഷം തന്നെ ജ്യോത്സനാ
ബേനിനെ അദ്ദേഹം വിവാഹം കഴിച്ചു. കുറച്ചു ദിവസങ്ങൾക്കുള്ളിൽ
അദ്ദേഹത്തിന്റെ ആദ്യ കഥാസമാഹാരമായ *ശ്രാവണി മേലൊ* പുറത്തി
റങ്ങി. 1938-ൽ രണ്ടാമത്തെ കഥാസമാഹാരമായ *ത്രണ അർത്ഥുബേ
യും* പ്രസിദ്ധീകരിക്കപ്പെട്ടു. 1939-ൽ അദ്ദേഹം അഹമ്മദാബാദിൽ സ്ഥിര
താമസമാക്കി. ഇവിടെ ഗുജറാത്ത് വിദ്യാസഭയിൽ ആദ്യം ഗവേഷണവി
ഭാഗത്തിലും പിന്നീട് ഹെഡ്മാസ്റ്ററായും ജോലിചെയ്തു.

1939-ൽ ഉമാശങ്കറിന്റെ മൂന്നാമത്തെ കാവ്യസമാഹാരമായ *നിശീഥ്*
പ്രസിദ്ധീകരിച്ചു. ഗുജറാത്തി സാഹിത്യത്തിലെ ഏറ്റവും ശ്രേഷ്ഠമായ
ഗീതികാവ്യമാണിത്. ഇതിലെ വൃത്തം, ശൈലി, ശിൽപം, വൈവിധ്യം
തുടങ്ങിയവ കവിയുടെ സർഗാത്മകതയുടെ നിദർശനമാണ്.

ബോംബെ നഗരത്തിൽ താമസിച്ചുകൊണ്ടിരുന്നപ്പോഴാണ് അദ്ദേഹം
നിശീഥ് എഴുതിയത്. രണ്ടാംലോകമഹായുദ്ധത്തിന്റെ സംഹാരതാ
ണ്ഡവം ലോക മനഃസാക്ഷിയെ ഞെട്ടിക്കുന്ന കാലം. അതുപോലെ
സാമ്രാജ്യത്വവും സോഷ്യലിസവും തമ്മിലുള്ള സംഘർഷവും അന്ന്
നിലനിന്നിരുന്നു. കോളനി രാജ്യങ്ങളിൽ സ്വാതന്ത്ര്യത്തിനും ജനാധിപ

തൃത്തിനും വേണ്ടിയുള്ള പ്രക്ഷോഭങ്ങൾ ശക്തിപ്പെടുകയായിരുന്നു. ഈ സംഘർഷങ്ങളുടെയും യുദ്ധത്തിന്റെയും ഫലമായുണ്ടായ മാനസിക പിരിമുറുക്കങ്ങളുടെ പ്രഭാവം ഈ കവിതകളിൽ വ്യക്തമായി പ്രതിഫ ലിച്ചിരുന്നു. കവി എന്ന നിലയിൽ ഉമാശങ്കറിന്റെ ഏറ്റവും വലിയ നേട്ട മാണ് ഈ കവിത. സമകാലിക ഗുജറാത്തി സാഹിത്യത്തിൽ ഇത്ര ശ്രേഷ്ഠമായൊരു കൃതി കണ്ടെത്താനാവുകയില്ല. അതുകൊണ്ടുതന്നെ 1967-ലെ ജ്ഞാനപീഠപുരസ്കാരം ഉമാശങ്കറിന് നേടിക്കൊടുക്കാൻ *നിശീഥ്* എന്ന കാവ്യസമാഹാരത്തിനു കഴിഞ്ഞു. ഈ കാവ്യസമാഹാര ത്തിലെ *നിശീഥ്, വിരാട് പ്രണയം, സീമാദ്ദാൻ പന്ഥർപർ* തുടങ്ങിയവ ആദർശാത്മക കാല്പനിക കവിതകളാണെങ്കിൽ *സദ്ഗത് മോട്ടാഭായി, ലോക്കൽ മെൻ, ആത്മാനാ ഖംഡർ* തുടങ്ങിയ കവിതകളിൽ തികഞ്ഞ റിയലിസ്റ്റിക് സമീപനമാണ് കാണാനാവുക. ഈ കാവ്യസമാഹാര ത്തിലെ ഏറ്റവും ശ്രദ്ധയാകർഷിച്ച കവിതയാണ് *ആത്മാനാ ഖംഡർ.* വിശ്വവിജയം സ്വപ്നംകണ്ട അവസാനം എല്ലാം നഷ്ടപ്പെടാൻ വിധിക്ക പ്പെട്ട ഒരു യുവാവിന്റെ കരുണാർദ്രമായ കഥയാണ് ഈ കവിതയിൽ ആവിഷ്കരിച്ചിരിക്കുന്നത്.

1929-ൽ പോളിഷ് കവിയായ പിൽസുദ്സ്കിയുടെ *ചതുഷ്പദ ങ്ങളുടെ* വിവർത്തനം ഉമാശങ്കർ *ഗുലേ പോളണ്ട്* എന്ന പേരിൽ പ്രസി ദ്ധീകരിച്ചു. 1940-ൽ ആദ്യ നോവലായ *പാർകാം ജന്യാം* പ്രസിദ്ധീകരി ക്കപ്പെട്ടു. ഇത് ഗദ്യമഹാകാവ്യങ്ങളുടെ നിരയിൽ തന്നെ സ്ഥാനംപിടി ക്കാൻ പ്രാപ്തിയുള്ള ശ്രേഷ്ഠമായ നോവലാണ്. ഒരുവർഷത്തിനുശേഷം അദ്ദേഹം 18-ാം നൂറ്റാണ്ടിലെ പ്രതിഭാസമ്പന്നനായ ഗുജറാത്തി കവി അഖോയെക്കുറിച്ച് ഒരു ഉപന്യാസം *അഖോ ഏക് അധ്യയൻ* എന്ന പേരിൽ പ്രസിദ്ധീകരിച്ചു.

1944-ൽ ഉമാശങ്കറിന്റെ നാലാമത്തെ കാവ്യരചന *പ്രാചീന* പുറ ത്തിറങ്ങി. സംവാദരൂപത്തിലുള്ള ഇതിലെ കവിതകൾ ഏകാങ്ക കാവ്യനാ ടകങ്ങളെ ഓർമ്മിപ്പിക്കുന്നു. ഇതിലൂടെ ഇന്നത്തെ സമൂഹത്തിൽ പുതിയ കാവ്യരൂപത്തെ വികസിപ്പിച്ചെടുക്കാൻ അദ്ദേഹത്തിനായി. ഈ രചനയ്ക്ക് മാഹിദാ പുരസ്കാരം ലഭിക്കുകയുണ്ടായി. രണ്ടു വർഷത്തിനുശേഷം അദ്ദേഹത്തിന്റെ ശ്രദ്ധേയമായ ഗവേഷണ പുസ്തകം *പുരാണോമാം ഗുജ റാത്ത്* പ്രസിദ്ധീകരിക്കപ്പെട്ടു.

1946 മുതൽ 1954 വരെയുള്ള കാലം ഉമാശങ്കർ സ്വതന്ത്രജീവിത മാണ് നയിച്ചത്. ഈ കാലയളവിൽ അദ്ദേഹം സംസ്കൃതത്തിലെ ക്ലാസിക് കൃതികളെക്കുറിച്ചും നാടക സാഹിത്യത്തെക്കുറിച്ചും ആഴത്തി ലുള്ള പഠനം നടത്തി. 1946-ൽ അദ്ദേഹത്തിന്റെ അഞ്ചാമത്തെ കാവ്യസ മാഹാരമായ *ആതിഥ്യവും* 1947-ൽ മൂന്നാമത്തെ കഥാസമാഹാരമായ *അന്തരായും* പുറത്തിറങ്ങി. ഈ വർഷം തന്നെ *പ്രാചീനായ്ക്ക്* നർമ്മദ സുവർണ്ണ ചന്ദ്രിക പുരസ്കാരം ലഭിക്കുകയുണ്ടായി. 1947-ൽ ഉമാശ ങ്കർ ഗുജറാത്തിലെ പ്രസിദ്ധമായ സാഹിത്യമാസിക *സംസ്കൃതിക്ക്*

തുടക്കം കുറിച്ചു. 1948-ൽ അദ്ദേഹത്തിന്റെ ശ്രദ്ധേയമായ കുറച്ച് നിരൂപ
ണങ്ങളെയും പ്രഭാഷണങ്ങളെയും ഉപന്യാസങ്ങളെയും ഉൾക്കൊള്ളി
ച്ചുകൊണ്ട് *സമസംവേദൻ* എന്ന പേരിൽ ഒരു പുസ്തകം പുറത്തിറങ്ങി.
1950-ൽ ഉത്തരരാമചരിതത്തിന്റെ ഗുജറാത്തി വിവർത്തനം പ്രസിദ്ധീക
രിക്കപ്പെട്ടു. ഭാരതീയ ജീവിതമൂല്യങ്ങളെക്കുറിച്ചു മാത്രമല്ല ഭാരതീയ
കലാദർശനങ്ങളെക്കുറിച്ചും അദ്ദേഹത്തിന്റെ അറിവ് എത്രമാത്രം ഗഹ
നമാണെന്ന് ആ കൃതിയിയിൽ അദ്ദേഹം എഴുതിച്ചേർത്ത ആമുഖം വെളി
പ്പെടുത്തുന്നു. 1951-ൽ അദ്ദേഹത്തിന്റെ രണ്ട് പുസ്തകങ്ങൾ പുറത്തി
റങ്ങി – ലേഖനസമാഹാരമായ *ഗോഷ്ടിയും* ഏകാങ്ക സമാഹാരമായ
ശഹീദും. അടുത്ത രണ്ടുവർഷത്തിനുള്ളിൽ അദ്ദേഹം അഖാ കവിയുടെ
താത്ത്വികമായ ഹാസ്യകവിതകൾ ഉൾക്കൊള്ളിച്ചുകൊണ്ട് *അവാനാ
ചെപ്പാ* എന്ന പേരിൽ ഒരു പുസ്തകം പുറത്തിറക്കി.

1954-ൽ ഉമാശങ്കറിന്റെ ആറാമത്തെ കാവ്യസമാഹാരം *ബസന്ത
വർഷം* പ്രസിദ്ധീകരിക്കപ്പെട്ടു. ഈ വർഷം തന്നെ അദ്ദേഹം ഗുജറാത്ത്
സർവകലാശാലയിലെ സാഹിത്യവിഭാഗത്തിന്റെയും ഭാഷാവകുപ്പിന്റെയും
ഡയറക്ടറായി നിയമിക്കപ്പെടുകയും സാഹിത്യ അക്കാദമിയുടെ നിർവ്വാ
ഹകസമിതിയിൽ അംഗമാവുകയും ചെയ്തു. 1955-ൽ *അഭിജ്ഞാന
ശാകുന്തളം* ഗുജറാത്തി ഭാഷയിലേക്ക് പരിഭാഷപ്പെടുത്തി. 1955-ൽതന്നെ
ഗുജറാത്തി സാഹിത്യ പരിഷദിന്റെ അധ്യക്ഷനായി അദ്ദേഹത്തെ തിര
ഞ്ഞെടുത്തു. തൊട്ടടുത്ത വർഷം ലളിതകലാ അക്കാദമിയിൽ എത്തി
ച്ചേരുകയും ഭാരതസർക്കാർ നിയമിച്ച വിശിഷ്ട മണ്ഡലത്തിലെ അംഗ
മായി അമേരിക്കയിലേക്കു പോവുകയും ചെയ്തു. മടക്കയാത്രയിൽ ലണ്ട
നിൽ നടന്ന അന്തർദേശീയ പി ഇ എൻ സമ്മേളനത്തിൽ പങ്കെടുക്കു
കയും ഫ്രാൻസ്, ജർമ്മനി, ഇറ്റലി, ഗ്രീസ് തുടങ്ങിയ രാജ്യങ്ങളിൽ പര്യ
ടനം നടത്തുകയും ചെയ്തു. 1956-ൽ അദ്ദേഹത്തിന്റെ നിരൂപണലേഖ
നങ്ങളുടെ രണ്ടാമത്തെ സമാഹാരം *അഭിരുചി* എന്ന പേരിൽ പ്രസിദ്ധി
കരിക്കപ്പെട്ടു. 1957-ൽ ഭാരതീയ പി ഇ എൻ-നെ പ്രതിനിധീകരിച്ച് ടോക്കി
യോയിൽ നടന്ന അന്തർദേശീയ പി ഇ എൻ സമ്മേളനത്തിൽ പങ്കെടു
ക്കുകയും ആ വർഷം തന്നെ കൽക്കത്തയിൽ വച്ച് നടന്ന ഭാരതീയ
എഴുത്തുകാരുടെ സമ്മേളനത്തിന്റെ അദ്ധ്യക്ഷപദവി വഹിക്കുകയും
ചെയ്തു. രണ്ടു വർഷത്തിനുശേഷം ബസൻജി ഠാക്കുറിന്റെ *വ്യാഖ്യാ
നമാലയിലെ* കാവ്യം തുടങ്ങിയ ഗഹനമായ വിഷയങ്ങളെക്കുറിച്ച്
പ്രസംഗം നടത്തുന്നതിനായി ബോംബെ സർവ്വകലാശാല അദ്ദേഹത്തെ
ക്ഷണിക്കുകയുണ്ടായി. പിന്നീട് ഈ പ്രസംഗങ്ങൾ *കവിതാ വിവേക്*
എന്ന പേരിൽ പ്രസിദ്ധീകരിക്കപ്പെട്ടു.

1959-ൽ ഉമാശങ്കറിന്റെ രണ്ടാമത്തെ ഉപന്യാസ സമാഹാരമായ
ഉഘാടി ബാരീ, നാലാമത്തെ കഥാസമാഹാരമായ *വിസാമോ* അദ്ദേഹ
ത്തിന്റെ പ്രിയമിത്രമായ ഹരിശ്ചന്ദ്ര ഭട്ടിന്റെ കവിതകൾ ഉൾപ്പെടുത്തി
എഡിറ്റ് ചെയ്ത *സ്വപ്ന പ്രയാൺ* ഇങ്ങനെ മൂന്ന് കൃതികൾ പുറത്തി

റങ്ങി. മൂന്നാമത്തെ നിരൂപണഗ്രന്ഥമായ *ശൈലി അനേ സ്വരൂപും* നാലാ മത്തെ പുസ്തകമായ *നിരീക്ഷായും* തൊട്ടടുത്ത വർഷം പുറത്തിറക്കി. 1961-ൽ ടാഗോറിന്റെ നൂറാം ജന്മശതാബ്ദിയോടനുബന്ധിച്ച് അന്തർദേ ശീയ ഉപദേശകസമിതിയിൽ പങ്കെടുക്കാനുള്ള അവസരം കിട്ടുകയും ഒറിയ സാഹിത്യകാരന്മാരുടെ സംഘടനയായ 'വിഷുവമിലൻ'-ന്റെ അധ്യ ക്ഷപദവി അലങ്കരിക്കുകയും ചെയ്തു. ഇതിനുശേഷം കേന്ദ്രസർക്കാർ നിയമിച്ച ഭാരതീയ സാഹിത്യകാരന്മാരുടെ സംഘടനയിലെ അംഗമായി സോവിയറ്റ് റഷ്യയിലേക്ക് പോകുവാനുള്ള അവസരം ലഭിച്ചു. തിരിച്ചു വന്നതിനു ശേഷം ടാഗോറിന്റെ ജന്മശതാബ്ദിയോടനുബന്ധിച്ച് അഖില ബംഗാളി ഭാഷാ സമ്മേളനത്തിന്റെ ഭാഗമായി നടത്തിയ സെമിനാറിന്റെ ഉദ്ഘാടനവും അദ്ദേഹമാണ് ചെയ്തത്. 1961-ൽ അദ്ദേഹത്തിന്റെ അഞ്ചാ മത്തെ നിരൂപണ ലേഖനങ്ങളുടെ സമാഹാരം *കവിനി സാധനാ* പ്രസി ദ്ധീകരിക്കപ്പെട്ടു. 1963-ൽ അദ്ദേഹത്തിന്റെ ആറാമത്തെ നിരൂപണ ഗ്രന്ഥ മായ *ശ്രീ അനേ സൗരഭ്* പ്രസിദ്ധീകരിക്കപ്പെട്ടു. പക്ഷേ തൊട്ടടുത്ത വർഷം അദ്ദേഹത്തെ സംബന്ധിച്ചിടത്തോളം ദുഃഖം നിറഞ്ഞതായിരു ന്നു. അദ്ദേഹത്തിന്റെ പ്രിയപത്നി ജ്യോത്സനാ ബേൻ മരണമടഞ്ഞു.

1965-ൽ *മഹാ പ്രസ്ഥാൻ* പ്രസിദ്ധീകരിക്കപ്പെട്ടു. ഇത് ഉമാശങ്ക റിന്റെ ഏഴാമത്തെ കാവ്യരചനയാണ്. ഈ കൃതിക്ക് ഉമാസ്നേഹരശ്മി പുരസ്കാരം ലഭിക്കുകയുണ്ടായി. 1966-ൽ ഗുജറാത്ത് സർവ്വകലാശാല യുടെ പ്രോ വൈസ് ചാൻസലറായി നിയമിതനായി. 1967-ൽ അദ്ദേഹം ഗുജറാത്തി സാഹിത്യ പരിഷദിന്റെ ഡൽഹിയിൽ വച്ചു നടന്ന 24-ാം സമ്മേളനത്തിൽ അദ്ധ്യക്ഷസ്ഥാനം വഹിച്ചു. അതേവർഷം അദ്ദേഹ ത്തിന്റെ രണ്ട് പുസ്തകങ്ങൾകൂടി പ്രസിദ്ധീകരിക്കപ്പെട്ടു. നിരൂപണത്തെ സംബന്ധിച്ചുള്ള അദ്ദേഹത്തിന്റെ ഏഴാമത്തെ രചനയായ *പ്രതിശബ്ദും* എട്ടാമത്തെ കാവ്യരചനയായ *അഭിജ്ഞായും*. *അഭിജ്ഞായ്*ക്ക് അദ്ദേഹത്തിന് നാനാലാൽ പുരസ്കാരം ലഭിക്കുകയുണ്ടായി.

1973-ൽ ഉമാശങ്കറിനെ *കവിനി ശ്രദ്ധാ* എന്ന കൃതിക്ക് സാഹിത്യ അക്കാദമി പുരസ്കാരം നൽകി ആദരിക്കുകയുണ്ടായി. ഈ പുസ്തകം അദ്ദേഹത്തിന്റെ സാഹിത്യ നിരൂപണങ്ങളുടെയും ലേഖനങ്ങളുടെയും സമാഹാരമാണ്. 1981-ൽ ഉമാശങ്കറിന്റെ മുഴുവൻ കവിതകളെയും സമാ ഹരിച്ചുകൊണ്ട് *സമഗ്രകവിതാ* എന്ന പേരിൽ കാവ്യസമാഹാരം പ്രസി ദ്ധീകരിക്കപ്പെട്ടു.

ഉമാശങ്കർ ശാന്തിനികേതനിലെ വിശ്വഭാരതി സർവ്വകലാശാലയുടെ വൈസ് ചാൻസലറായും സാഹിത്യ അക്കാദമിയുടെ അദ്ധ്യക്ഷനായും സേവനമനുഷ്ഠിച്ചിട്ടുണ്ട്. 1988 ഡിസംബർ 20-ന് ഈ മഹാപ്രതിഭ അന്ത രിച്ചു.

ശ്രീജ എ എസ്

എം ടി വാസുദേവൻ നായർ

എം ടി വാസുദേവൻ നായർ മലബാറിൽ പൊന്നാനി താലൂക്കിൽ കൂടല്ലൂർ എന്ന ഗ്രാമത്തിൽ 1923-ൽ ജനിച്ചു. അമ്മ അമ്മാളുഅമ്മ. അച്ഛൻ ടി നാരായണൻ നായർ. നാലു സഹോദരന്മാരിൽ ഏറ്റവും ഇളയവനാണ് വാസു. ചെറുപ്പത്തിൽ വലിയ ശല്യക്കാരനായിരുന്നു വാസു. വീട്ടിലെ ശല്യം ഒഴിവാക്കാനായി വയസ്സു തികയാതെ തന്നെ ഗ്രാമത്തിലെ കോപ്പൻ മാസ്റ്ററുടെ പള്ളിക്കൂടത്തിൽ ചേർത്തു. അവിടെനിന്ന് ശ്ലോക ങ്ങളും മറ്റും കാണാതെ പഠിക്കാനുള്ള ഉത്സാഹം വാസുവിൽ ജനിക്കാൻ തുടങ്ങി. അവിടുത്തെ നാലുമാസത്തെ പഠനത്തിനുശേഷം മലക്കാവിലെ ഡിസ്ട്രിക്റ്റ് ബോർഡിന്റെ വകയിലുള്ള എലിമെന്ററി സ്കൂളിൽ നാലാം ക്ലാസിൽ ചേർന്നു. തായ്‌വഴിയിലെ അമ്മാവൻ നാലാം ക്ലാസിലെ അദ്ധ്യാ പകനായതുകൊണ്ട് വാസുവിനെ നേരിട്ട് നാലാംക്ലാസിൽ ഇരുത്തുക യാണുണ്ടായത്. കുമരനെല്ലൂർ ഹൈസ്കൂളിൽനിന്ന് നല്ല മാർക്കോടെ തന്നെ എസ് എസ് എൽ സി പാസ്സായി. അതിനുശേഷം സാമ്പത്തിക ബുദ്ധിമുട്ടു കാരണം ഒരുകൊല്ലം പഠനം തുടരാൻ കഴിയാതെ വീട്ടിൽ നിൽക്കേണ്ടതായി വന്നു. ആ ഏകാന്തതയെ എം ടി എഴുത്തിനും വായ നയ്ക്കും വേണ്ടി മാറ്റിവച്ചു. ഒരുവർഷത്തിനു ശേഷം പാലക്കാട് വിക്ടോ റിയ കോളജിൽ ചേർന്നു. അവിടുത്തെ വിശാലമായ ലൈബ്രറി ജിജ്ഞാ സുവായ ആ ചെറുപ്പക്കാരന് പരന്ന വായനയ്ക്കുള്ള സൗകര്യം ഒരുക്കി.

സാമ്പത്തിക ബുദ്ധിമുട്ടുകൾ അദ്ദേഹത്തെ കലാലയ ജീവിത ത്തിലെ ആഘോഷങ്ങളിൽനിന്ന് അകറ്റി നിർത്തി. പക്ഷെ വായനയിലെ ആന്തരലോകം അദ്ദേഹത്തിന് വളരെയധികം സന്തോഷം പകർന്നു

എം ടി വാസുദേവൻ നായർ

കൊടുത്തിരുന്നു. ഫസ്റ്റ് ക്ലാസോടുകൂടി ഇന്റർമീഡിയറ്റ് പാസ്സായി. തുടർന്നു പഠി ക്കാൻ ആഗ്രഹമുണ്ടായിരുന്നെങ്കിലും പണക്കുറവ് അതിനനുവദിച്ചില്ല. പുസ്ത കങ്ങളെ കൂടുതൽ അറിയാൻ ഉള്ള ശ്രമ ങ്ങളിലൂടെ എം ടി തന്നിലെ കഴിവു കളും പരിമിതികളുമായി കൂടുതൽ അടു ത്തു. ഇതിനിടെ കുറച്ച് കഥകൾ അച്ച ടിച്ചു വരികയുണ്ടായി. 1948-ൽ ചിത്രകേ രളം എന്ന മാസികയിൽ പ്രസിദ്ധപ്പെടു ത്തിയ *വിഷുക്കൈനീട്ടം* ആണ് എം ടിയുടെ ആദ്യ കഥ. 1956-ൽ അദ്ദേഹം *മാതൃഭൂമി* ആഴ്ചപതിപ്പിൽ സഹപത്രാ ധിപരായി ജോലിയിൽ പ്രവേശിച്ചു.

1968-ൽ *മാതൃഭൂമി*യുടെ പത്രാധിപരായി. 1981-ൽ അവിടെനിന്ന് പിരിഞ്ഞ് പൂർണ്ണമായും സാഹിത്യപ്രവർത്തനങ്ങളിൽ ഏർപ്പെട്ടു. കേന്ദ്ര ഗവൺമെന്റ് ഫിലിം സെൻസർ ബോർഡ്, ഫിലിം ഫൈനാൻസ് കോർപ്പ റേഷൻ, ഇന്ത്യൻ കമ്മിറ്റി ഓഫ് യുനെസ്കോ, നാഷണൽ ഫിലിം ആർക്കൈവ്സ്, നാഷണൽ കമ്മിറ്റി ഓഫ് അഡൽറ്റ് എഡ്യൂക്കേഷൻ, ഫിലിം ഇൻസ്റ്റിറ്റ്യൂട്ട് ഓഫ് ഇന്ത്യ, കേന്ദ്ര സാഹിത്യ അക്കാദമി തുട ങ്ങിയ വ്യത്യസ്ത സ്ഥാപനങ്ങളിൽ പ്രവർത്തിച്ച് എം ടി തന്റേതായ സംഭാവനകൾ കാഴ്ചവയ്ക്കുകയുണ്ടായി. പല പല സാഹിത്യ-സാഹി ത്യേതര മേഖലയിലേക്കുള്ള അദ്ദേഹത്തിന്റെ കടന്നുവരവ് വാസ്തവ ത്തിൽ അറിവിന്റെ സംഭാവനകൾ നൽകുവാനുള്ള അന്വേഷണമായിരു ന്നു. ഇത്തരം അന്വേഷണങ്ങളെക്കുറിച്ച് എം ടി ഇങ്ങനെയാണ് പറഞ്ഞി ട്ടുള്ളത്: "അറിവ് അവസാനിക്കാത്ത അദ്ഭുതമാണ്. ശക്തിയും സ്വാത ന്ത്ര്യവുമാണ്. അതിന്റെ അതിരുകൾ ചക്രവാളം പോലെ എന്നും അക ലെയാണ്. അപ്രാപ്യമെന്ന് അറിയുമെങ്കിലും അതിന്റെ നേർക്ക് സഞ്ച രിക്കുമ്പോൾ സാഹസികത നിറഞ്ഞ ഒരു തീർത്ഥാടനത്തിന്റെ സാഫല്യം അനുഭവപ്പെടുന്നു." അറിവ് തേടിയുള്ള ഈ സഞ്ചാരം മലയാളത്തിന് അനശ്വരമായ അനേകം രചനകൾ സമ്മാനിക്കുകയുണ്ടായി.

കൃതികൾ

നോവൽ

(1) *അസുരവിത്ത്* (2) *അറബിപ്പൊന്ന്* (3) *കാലം* (4) *നാലുകെട്ട്* (5) *പാതി രാവും പകൽവെളിച്ചവും* (6) *മഞ്ഞ്* (7) *രണ്ടാമൂഴം* (8) *വിലാപയാത്ര* (9) *വാരാണസി.* **ചെറുകഥ** (1) *അജ്ഞാതന്റെ ഉയരാത്ത സ്മാരകം* (2) *അഭയം തേടി വീണ്ടും* (3) *ഇരുട്ടിന്റെ ആത്മാവ്* (4) *എം ടിയുടെ തിരഞ്ഞെടുത്ത കഥകൾ* (5) *ഓളവും തീരവും* (6) *കളിവീട്* (7) *കുട്ട്യേ*

ടത്തി (8) ഡാര്‍-എസ്-സലാം (9) നഷ്ടപ്പെട്ട ദിനങ്ങള്‍ (10) നിന്റെ ഓര്‍മ്മയ്ക്ക് (11) പതനം (12) ബന്ധനം (13) രക്തം പുരണ്ട മണ്‍തരികള്‍ (14) വാനപ്രസ്ഥം (15) വാരിക്കുഴി (16) വെയിലും നിലാവും (17) വേദന യുടെ പൂക്കള്‍ (18) സ്വര്‍ഗം തുറക്കുന്ന സമയം. (19) ഷെര്‍ലക് **നാടകം** – ഗോപുരനടയില്‍ **ലേഖന സമാഹാരം** – കിളിവാതിലി ലൂടെ **സാഹിത്യപഠനങ്ങള്‍** – 1. *കഥികന്റെ കല* 2. *കഥികന്റെ പണി പ്പുര* 3. *ഹെമിംഗ് വേ-ഒരു മുഖവുര* **യാത്രാവിവരണം** – *ആള്‍ക്കൂട്ട ത്തില്‍ തനിയെ.* **വിവര്‍ത്തനം** 1. *ജീവിതത്തിന്റെ ഗ്രന്ഥത്തില്‍ എഴുതി യത്.* 2. *പകര്‍പ്പവകാശ നിയമം.* **ബാലസാഹിത്യം** – 1. *തന്ത്രക്കാരി* 2. *ദയ എന്ന പെണ്‍കുട്ടി* 3. *മാണിക്യക്കല്ല്.* **തിരക്കഥ** 1. *എന്റെ പ്രിയപ്പെട്ട തിരക്കഥകള്‍* 2. *എം ടിയുടെ തിരക്കഥകള്‍* 3. *ഒരു വടക്കന്‍ വീരഗാഥ* 4.*ഓളവും തീരവും* 5. *നഖക്ഷതങ്ങള്‍* 6. *നിഴലാട്ടം* 7. *പഞ്ചാഗ്നി* 8. *പെരുന്തച്ചന്‍* 9. *വൈശാലി.* 10. *നഗരമേ നന്ദി* 11. *ഒരു ചെറുപുഞ്ചിരി.*

എം ടിയുടെ രചനകള്‍ വാസ്തവത്തില്‍ മനുഷ്യനിലൂടെ കാലഘ ട്ടത്തിലേക്കുള്ള യാത്രയാണ്. പാരമ്പര്യത്തിന്റെ താളം എം ടി കഥയില്‍ ഉടനീളം കേള്‍ക്കാം. അതോടൊപ്പം തന്നെ ജീവിതത്തിലെ ഒറ്റപ്പെടലു കളും നിരാശയും അശാന്തതയും രചനകളില്‍ നിറഞ്ഞുനില്‍ക്കുന്നുണ്ട്. എന്നിരുന്നാലും പ്രതീക്ഷയുടെ മുനമ്പ് എപ്പോഴും അതില്‍ അവശേഷി ച്ചിരുന്നു. രചനകളുടെ സവിശേഷതകള്‍ കണക്കിലെടുത്തുകൊണ്ട് അദ്ദേഹത്തിന്റെ രചനകളെ രണ്ടു ഘട്ടങ്ങളായി തിരിക്കാവുന്നതാണ്. സ്വാതന്ത്ര്യത്തിനുശേഷം തങ്ങളുടെ പ്രതീക്ഷകളെ നിലനിര്‍ത്താനുള്ള ജനങ്ങളുടെ പ്രത്യേകിച്ച് യുവാക്കളുടെ സംഘര്‍ഷത്തിന്റെ പ്രതിഫല നമായിരുന്നു അദ്ദേഹത്തിന്റെ ആദ്യഘട്ടത്തിലെ രചനകളില്‍ തെളിഞ്ഞു കാണുന്ന സവിശേഷത. 'പകയുടെയും വിദ്വേഷത്തിന്റെയും എഴുത്തു കാരന്‍' എന്ന വിശേഷണംവരെ നേടിക്കൊടുത്തവയാണ് ആ കഥകള്‍. രണ്ടാം ഘട്ടത്തിലെ രചനകളില്‍ നിലനില്‍ക്കുന്ന മൂല്യങ്ങളും നേടിയ മൂല്യങ്ങളും തമ്മില്‍ ഉള്ള വൈരുദ്ധ്യം മാനവിക സംഘര്‍ഷങ്ങളായി പരിണമിക്കുന്ന കാഴ്ച കാണാവുന്നതാണ്. ജീവിതത്തിന്റെ അര്‍ത്ഥം തിരയുന്ന ആധുനിക മനുഷ്യന്‍ നേരിടുന്ന സങ്കീര്‍ണ്ണ പ്രതിസന്ധികള്‍ അതിലുണ്ട്. അതീതത്തില്‍നിന്നും മുക്തമാകാന്‍ കഴിയാതെ ആധുനി കതയെ ഉപേക്ഷിക്കാന്‍ കഴിയാതെ അസ്വസ്ഥരാകുന്ന കഥാപാത്രങ്ങള്‍ അദ്ദേഹത്തിന്റെ രചനകളെ ജീവസ്സുറ്റതാക്കുന്നു. കാലത്തിലെ ഈ യാഥാര്‍ത്ഥ്യം ഭാരത ഇതിഹാസത്തിലെ കഥാപാത്രങ്ങളില്‍ക്കൂടി വെളി പ്പെട്ടപ്പോള്‍ ഇതിഹാസത്തിനു പുതിയ മാനം തന്നെ കൈവന്നു. മനു ഷ്യജീവിതവുമായി ഇതിഹാസത്തെ തട്ടിച്ചു നോക്കാന്‍വരെ അത് പ്രേര ണയായി. വറ്റിപ്പോയ കാരുണ്യത്തിന്റെ ഉറവകളെ അങ്ങനെ തിരിച്ചു കൊണ്ടുവന്നപ്പോള്‍ കച്ചവട സംസ്കാരത്തിന്റെ പ്രതിബോധം തന്നെ ഉണരുകയായിരുന്നു. ഇത്തരം നേട്ടങ്ങളാണ് *രണ്ടാമൂഴം* പോലുള്ള രച നകളെ അനശ്വരമാക്കുന്നത്.

മനുഷ്യചോദനയെ വിളിച്ചുണർത്തി ലോകത്തിലെ സങ്കീർണ്ണസ
തൃങ്ങളുമായി സമരസപ്പെടാൻ സഹായിച്ചുകൊണ്ടും ജീവിതത്തിലുള്ള
വിശ്വാസം വളർത്തിക്കൊണ്ടും, അത്രയൊന്നും അഭിനന്ദിക്കപ്പെടുന്നതല്ല
തന്റെ കർമ്മം എന്ന ബോധത്തോടെയും അയാൾ കർമ്മനിരതനാവുക
യാണ്. ആ നിസ്വാർത്ഥ കർമ്മത്തിനുള്ള അംഗീകാരമായി ഒട്ടേറെ പുര
സ്കാരങ്ങൾ അദ്ദേഹത്തെ തേടിയെത്തി.

കേരള സാഹിത്യ അക്കാദമി അവാർഡ് (1959–നോവൽ, 1978–നാട
കം, 1981–ചെറുകഥ), കേന്ദ്ര സാഹിത്യ അക്കാദമി അവാർഡ് (1970–*കാ
ലം*), വയലാർ രാമവർമ്മ അവാർഡ് (1984–*രണ്ടാമൂഴം*), മുട്ടത്തുവർക്കി
അവാർഡ് (1984), ജ്ഞാനപീഠം അവാർഡ് (1986) തുടങ്ങിയ അനേകം
പുരസ്കാരങ്ങൾ അദ്ദേഹത്തിന് ലഭിച്ചിട്ടുണ്ട്. ഒരു തീർത്ഥാടകന്റെ മന
സ്സോടെ ഇത്തരം അംഗീകാരങ്ങളെ സമീപിക്കുന്ന ഈ എഴുത്തുകാരൻ
ബഹുമതികളെപ്പറ്റി ഡി ലിറ്റ് ബിരുദം സ്വീകരിച്ചുകൊണ്ട് ചെയ്ത തന്റെ
പ്രസംഗത്തിൽ പറയുന്നതിങ്ങനെയാണ്:

> നേടിയ അറിവുകളുടെ പേരിലല്ല, നേടാനിരിക്കുന്നവയെ
> ആരാധനാപൂർവം എന്നും അന്വേഷിച്ചുകൊണ്ടിരിക്കുന്ന
> ഒരുവന്റെ ആത്മാർത്ഥമായ ഉത്കണ്ഠയ്ക്കുള്ള അംഗീകാ
> രമായി ഞാൻ ഈ ബഹുമതി സ്വീകരിക്കുന്നു.

ജീവിതത്തിലെ അസ്വസ്ഥതകൾക്ക് നടുവിൽ നീതിയുടെയും മനുഷ്യ
മഹത്വത്തിന്റെയും ഒരു തുരുത്ത് അന്വേഷിച്ച് അസ്വസ്ഥനാകുന്ന ഈ
എഴുത്തുകാരൻ തന്റെ വേദനയെയും രോഷത്തെയും രചനകളിലൂടെ
സമാനമനസ്കരുമായി പങ്കുവച്ച് ആശ്വാസം കണ്ടെത്തുന്നു. വരുംകാല
എഴുത്തുകാർക്കുകൂടി പുതിയ മേച്ചിൽപ്പുറങ്ങൾ തുറന്നുകൊടുക്കാൻ
പ്രാപ്തിയുള്ള ആ വെളിച്ചത്തിന്റെ ആത്മാവ് തന്റെ സർഗ്ഗാത്മകതയുടെ
ലക്ഷ്യത്തെപ്പറ്റി പറയുന്നതിങ്ങനെയാണ്:

> ജീവിതമെന്ന ഈ വാണിഭസ്ഥലത്തെ കോലാഹലങ്ങൾ
> ചെവിടടപ്പിക്കുന്നതാണ്. അതിന്റെ സിരാകേന്ദ്രത്തിലൊരി
> ടത്ത് അയാൾ ഏകാകിയായി നിൽക്കുന്നു. കലാപകോ
> ലാഹലങ്ങൾക്കിടയിൽ അയാളുടെ ശബ്ദം ഒറ്റപ്പെട്ടതും
> പതിഞ്ഞതും ആയിരിക്കാം. ആൾക്കൂട്ടങ്ങൾക്കിടയിൽ എവി
> ടെയോ ചിലർ അത് പിടിച്ചെടുക്കാൻ കാതോർത്തു കാത്തി
> രിക്കുന്നു എന്ന വിശ്വാസം അയാളെ നിലനിർത്തുന്നു.

ദൈവം അയാളുടെ മുമ്പിൽ പ്രത്യക്ഷപ്പെട്ട് ചോദിച്ചുവെന്നു കരുതുക :
"നിനക്കെന്തു വേണം?"
അക്ഷമയോടെ അയാൾ മറുപടി പറഞ്ഞേക്കും – ഈ ജീവിതത്തേക്കാൾ
ജീവസ്സുറ്റ ജീവിതം.*"

ഷീന എൻ ബി

കബീർ

സ്വന്തം ജീവിതകാലഘട്ടത്തിൽ മതപരവും സാമൂഹ്യവുമായ കാര്യങ്ങളിൽ നാടിന് ശരിയായ വഴി കാണിക്കുകയും സത്യം, സ്നേഹം, ഐക്യം, മനുഷ്യത്വം എന്നിവയുടെ സന്ദേശം മനുഷ്യരിലെത്തിക്കുകയും ചെയ്ത ഭാരതത്തിലെ മഹാപുരുഷന്മാരിൽ ഒരാളായിരുന്നു കബീർ. ഹിന്ദി സാഹിത്യത്തിന്റെ മധ്യകാലഘട്ടമായ ഭക്തിയുഗത്തിലെ അനശ്വരകവിയും സാമൂഹ്യ പരിഷ്കർത്താവും ആയിരുന്നു അദ്ദേഹം. മധ്യയുഗത്തിലെ മറ്റ് പല ഭക്തകവികളെയുംപോലെ കബീറിന്റെ ജീവിതത്തെക്കുറിച്ചും പല അവ്യക്തതകളും നിലവിലുണ്ട്. അദ്ദേഹത്തിന്റെ ജീവിതകാലം 1398 മുതൽ 1518 വരെയാണ് എന്ന് കണക്കാക്കപ്പെടുന്നു. 120 വർഷത്തെ തന്റെ ജീവിതംകൊണ്ട് ഈ ലോകത്തിന് ഏറ്റവും മഹത്തരമായ സംഭാവന കൾ നൽകിയ വ്യക്തിയാണ് കബീർ.

കാശിയിലെ ഒരു നെയ്ത്തുകാരനായ നീരുവിന്റെയും നീമയു ടെയും മകനായിരുന്നു കബീർ. താണജാതിയിൽപ്പെട്ട ഒരുവന്റെ മകൻ മഹാനായാൽ അവന്റെമേൽ ബ്രാഹ്മണത്വം ആരോപിക്കുക എന്നത് സവർണ്ണ ഹൈന്ദവതയുടെ തന്ത്രമാണ്. അത് കബീറിന്റെ കാര്യത്തിലും ശരിയായി വന്നു. കബീർ സ്വയം തന്നെ 'കാശിയിലെ നെയ്ത്തുകാരൻ' എന്നാണ് വിശേഷിപ്പിച്ചിരുന്നത്. അദ്ദേഹം ജാതിവ്യവസ്ഥയെ വളരെ യധികം വിമർശിച്ചിരുന്നു. അവൻ വളർന്ന സമൂഹത്തിൽ നിലനിന്നിരുന്ന അനീതിക്കും അക്രമങ്ങൾക്കും എതിരെ പോരാടി. ഒരു സമൂഹത്തെ അന്ധവിശ്വാസങ്ങളിൽനിന്നും അനാചാരങ്ങളിൽനിന്നും പ്രകാശത്തി ലേക്ക് നയിച്ചു.

കബീർ സ്വാമിരാമാനന്ദിന്റെ ശിഷ്യനായിരുന്നു എന്നാണ് പറയ
പ്പെടുന്നത്. ജാതിവ്യവസ്ഥ ശക്തമായി നിലനിന്നിരുന്ന അക്കാലത്ത്
താഴ്ന്ന ജാതിയിൽപ്പെട്ട ഒരാളെ ശിഷ്യനായി സ്വീകരിക്കാൻ രാമാനന്ദ്
തയ്യാറായില്ല. എന്നാൽ കബീർ അദ്ദേഹത്തെ തന്നെ തന്റെ ഗുരുവായി
വേണമെന്ന് ശഠിച്ചു. ഇതിനായി ഒരുദിവസം കബീർ അതിരാവിലെ എഴു
ന്നേറ്റ് ഗംഗയുടെ പടവിൽ ചെന്നു കിടന്നു. രാമാനന്ദ് പതിവായി പോകാ
റുള്ള വഴിയായിരുന്നു അത്. പതിവുപോലെ അദ്ദേഹം പടവുകളിറങ്ങു
കയും അറിയാതെ കബീറിന്റെ കാലിൽ ചവിട്ടുകയും ചെയ്തു.
തൽക്ഷണം രാമാനന്ദ് 'രാം രാം' എന്ന് ഉരുവിട്ടു. ക്ഷമാപണസ്വരത്തിൽ
അദ്ദേഹത്തിന്റെ വായിൽനിന്നും പുറപ്പെട്ട ആ വാക്കുകളാണ് കബീർ
ഗുരുമന്ത്രമായി സ്വീകരിച്ചത്.

അറിവിനെ പൂജിച്ച കബീർ സന്യാസിമാർ, പണ്ഡിതന്മാർ തുട
ങ്ങിയവരുടെ ചങ്ങാത്തത്തിലൂടെയും സഹവാസത്തിലൂടെയുമാണ്
അറിവ് സമ്പാദിച്ചത്. അദ്ദേഹം ഒരു നിരക്ഷരനായിരുന്നു. സാമാന്യ വിദ്യാ
ഭ്യാസം തനിക്ക് ലഭിച്ചിരുന്നില്ല എന്ന് അദ്ദേഹം സ്വയം സാക്ഷ്യപ്പെടു
ത്തുന്നുണ്ട്. അതുകൊണ്ടുതന്നെ അദ്ദേഹം സ്വയം ഗ്രന്ഥരചന നടത്തി
യിട്ടില്ല എന്നത് തർക്കരഹിതമായ കാര്യമാണ്.

കബീർ ഭക്തിയുഗത്തിലെ നിരാകാരനായ ഈശ്വരനെ പൂജിക്കുന്ന
ജ്ഞാനാശ്രയി ശാഖയിൽപ്പെട്ട ഒരു കവിയായിരുന്നു. കാവ്യരചന ഒരി
ക്കലും അദ്ദേഹത്തിന്റെ ലക്ഷ്യമല്ലായിരുന്നു. അദ്ദേഹത്തിന് കാവ്യശാ
സ്ത്രമോ അലങ്കാരശാസ്ത്രമോ വശമില്ലായിരുന്നു. എങ്കിലും അദ്ദേഹ
ത്തിന്റെ രചനകളിലെ കാവ്യമേന്മകൊണ്ട് അദ്ദേഹം 'മഹാനായ കവി'
എന്ന സ്ഥാനത്തിന് പൂർണ്ണമായും അർഹനായി. അദ്ദേഹത്തിന്റെ മൊഴി
കളിൽ അലങ്കാരത്തിനോ വൃത്തത്തിനോ അല്ല, അതിലെ സന്ദേശത്തി
നായിരുന്നു പ്രാധാന്യം. തന്റെ സന്ദേശങ്ങൾ സമൂഹത്തിലേക്ക് എത്തി
ക്കുകയായിരുന്നു അദ്ദേഹത്തിന്റെ ലക്ഷ്യം. നാശോന്മുഖമായ ഒരു അവ
സ്ഥയിൽനിന്ന് അവരെ രക്ഷിക്കുകയാണ് തന്റെ മൊഴികളിലൂടെ അദ്ദേ
ഹം ചെയ്തത്. തന്റെ രചനകളിലൂടെ സമൂഹനന്മയ്ക്കായി പ്രവർത്തിച്ച
ഒരു സാമൂഹ്യ പരിഷ്കർത്താവാണ് കബീർ.

കബീർ ജീവിതാനുഭവങ്ങളെ ആധാരമാക്കിയാണ് കാര്യങ്ങൾ പറ
ഞ്ഞത്. കബീർ പറഞ്ഞിട്ടുണ്ട് 'ഞാൻ എന്റെ കണ്ണിൽ കാണുന്നത് പറ
യുന്നു, നിങ്ങൾ കടലാസിൽ കാണുന്നത് പറയുന്നു.' സ്വന്തം അനുഭവ
ങ്ങളുടെ വെളിച്ചത്തിൽ സമൂഹനന്മയ്ക്കായി അദ്ദേഹം പറഞ്ഞ മൊഴി
കൾ *കബീർവാണി* എന്നറിയപ്പെടുന്നു. അദ്ദേഹത്തിന്റെ മൊഴികൾ
പുസ്തകരൂപത്തിൽ *ബീജക്* എന്ന പേരിൽ സംഗ്രഹിച്ചിരിക്കുന്നു. ഇതിന്
മൂന്നു ഭാഗങ്ങളുണ്ട് – *സാഖി, സബദ്, രമൈനി.* അദ്ദേഹത്തിന്റെ
ശിഷ്യനായ ധർമ്മദാസ് ആണ് ഇതു സംഗ്രഹിച്ചത്. ജാതിയുടെയും മത
ത്തിന്റെയും പേരിൽ, ഈശ്വരന്റെ പേരിൽ സമൂഹത്തിൽ നിലനിന്നിരുന്ന
എല്ലാ ദുരാചാരങ്ങളെയും എതിർക്കുക, ബാലവിവാഹം, അയിത്തം,

വിഗ്രഹപൂജ തുടങ്ങിയവയുടെ അർത്ഥശൂന്യത വെളിച്ചത്തു കൊണ്ടു വരിക, ഹിന്ദു മുസ്ലീം ഏകതയ്ക്കായി പ്രവർത്തിക്കുക എന്നീ ലക്ഷ്യ ങ്ങളോടെ സമൂഹത്തോട് പറഞ്ഞ വാക്കുകളാണ് ഈ ഗ്രന്ഥത്തിലുള്ള ത്. കബീർ മാനവസ്നേഹത്തിനും സാഹോദര്യത്തിനും പ്രാമുഖ്യം കൽപ്പിച്ച കവിയാണ്. വലിയ ഗ്രന്ഥങ്ങൾ പഠിച്ച് മഹാനാകുന്നതിലും കേമം പരസ്പരം സ്നേഹം നിലനിർത്തുന്നതിലാണ് എന്ന് അദ്ദേഹം പ്രഖ്യാപിച്ചു.

> "പുസ്തകം പഠിച്ചു ചാവാറായ്, ജ്ഞാനം നേടില്ലൊരുത്തനും,
> പ്രേമം രണ്ടക്ഷരം മാത്രം പഠിച്ചാൽ ജ്ഞാനിയായിടും."
> ("പോഥീ പഢ് പഢ് ജഗ് മുആ, പണ്ഡിത് ഭയാന കോയ്
> ഡാ ഈ അക്ഷര് പ്രേം കാ, പഢേ സോ പണ്ഡിത് ഹോയ്.")

പരസ്പര സ്നേഹത്തിന്റെ അർത്ഥം മനസ്സിലാക്കുന്നവനാണ് യഥാർത്ഥ പണ്ഡിതൻ എന്ന് അദ്ദേഹം വിശ്വസിച്ചു.

ലളിതവും ഋജുവുമായ ഭാഷയിലാണ് അദ്ദേഹം ജ്ഞാനോപദേശം നൽകിയത്. രാജസ്ഥാനി, പഞ്ചാബി, ഭോജ്പുരി, അറബി, പാഴ്സി എന്നീ ഭാഷകൾ കബീറിന്റെ ഭാഷയിൽ കലർന്നിരിക്കുന്നു. വളരെ ശക്തിയു ള്ളതാണ് അദ്ദേഹത്തിന്റെ ഭാഷ. മനസ്സിൽ നേരിട്ടു ചെന്നു തറയ്ക്കും വിധം വളരെ ലളിതമായാണ് കബീർ അത്യഗാധങ്ങളായ തത്ത്വങ്ങൾ പ്രതിപാദിച്ചത്.

കബീറിന്റെ ഭാഷയെപ്പോലെ തന്നെ അദ്ദേഹത്തിന്റെ മതസിദ്ധാ ന്തങ്ങളും എല്ലാ മതങ്ങളുടെയും ചിന്താഗതികളുടെയും സാരാംശമാണ്. എല്ലാ മതങ്ങളിലുമുള്ള നല്ല കാര്യങ്ങൾ അദ്ദേഹം സ്വായത്തമാക്കി. വേദ ങ്ങളിലും ഉപനിഷത്തുകളിലും ബുദ്ധമതത്തിലും യോഗശാസ്ത്രത്തിലും ഇസ്ലാമിക സൂഫി സമ്പ്രദായത്തിലുമുള്ള സിദ്ധാന്തങ്ങൾ തന്നെയാണ് അദ്ദേഹവും പ്രചരിപ്പിച്ചത്. അദ്ദേഹത്തിന്റെ മതത്തിൽ വികാരത്തിനും വിജ്ഞാനത്തിനും സ്ഥാനമുണ്ടായിരുന്നില്ല. 'സഹജ ധർമ്മം' (തനതു മതം) എന്നാണദ്ദേഹം അതിനെ വിളിച്ചത്. സാധാരണക്കാർക്കും അനു ഷ്ഠിക്കാൻ കഴിയുന്ന സ്വാഭാവിക മതമെന്നാണതിന്റെ അർത്ഥം. ഹിന്ദു മതത്തിൽ അപചയങ്ങൾ നടമാടിയിരുന്ന കാലമായിരുന്നു അത്. കള്ള നാട്യങ്ങൾ വർദ്ധിച്ചു വന്നിരുന്നു. ഈ കള്ള നാട്യങ്ങളുടെ ചങ്ങലക്കെ റുത്ത് 'തനതു മതം'. ഉപദേശിക്കുവാനുള്ള ആർജ്ജവം കബീറിനെപ്പോ ലെയുള്ള ഒരു മഹാത്മാവിനു മാത്രം കഴിയുന്ന കാര്യമാണ്. അപമാ നവും കഷ്ടപ്പാടും മാത്രം കിട്ടുന്ന ദുർഗ്ഗമ മാർഗ്ഗത്തിലൂടെ നിർഭയം നടന്നു മുന്നേറിയ കബീർ തനിക്ക് ശരിയെന്ന് തോന്നിയത് ഭയപ്പാടി ല്ലാതെ തുറന്നുപറഞ്ഞു. കബീറിന്റെ കാഴ്ചപ്പാടിൽ ശരിയായ ഹിന്ദുവും ശരിയായ മുസൽമാനും ഇങ്ങനെയാണ്:

അവൻ ഹിന്ദു, അവൻ മുസ്ലീം, ഇവൻ സത്യദൃഢവ്രതൻ,
അള്ളാവേയറിയുവോൻ കാജി, ബ്രഹ്മമോതുവോൻ ബ്രാഹ്മ
ണൻ."
("സോ ഹിന്ദു സോ മുസൽമാൻ, ജാകാദുരുസ് രഹേ ഇമാൻ
സോ ബ്രാഹ്മണ, ജോ കഥൈ ബ്രഹ്മ, കാജി സോ ജാനെ
റഹ്‌മാൻ.")

അസൽ ഭക്തനും യഥാർത്ഥ ജ്ഞാനിയുമായിരുന്നു കബീർ. പല പേരു
കൾ വിളിച്ചാലും 'ഈശ്വരൻ ഒന്നാണ്' എന്ന് അദ്ദേഹം പ്രഖ്യാപിച്ചു.
രാമനെന്ന് വിളിച്ചാലും റഹീമെന്ന് വിളിച്ചാലും ഉദ്ദേശിക്കുന്നത് ഒരേ പര
മാത്മാവിനെത്തന്നെയാണ്. സ്നേഹം, സത്യം, സേവനം എന്നീ ആദർശ
ങ്ങൾ പ്രചരിപ്പിക്കുമ്പോഴും കബീർ എപ്പോഴും ഈശ്വരനാമം ജപിച്ചു
കൊണ്ടിരുന്നു.

കബീറിന്റെ അഭിപ്രായത്തിൽ ഗുരു ഈശ്വരനേക്കാൾ ശ്രേഷ്ഠ
നാണ്. കാരണം, ഈശ്വരനിലേക്കുള്ള വഴി കാണിച്ചു തരുന്നയാളാണ്
ഗുരു. നമ്മളെ യഥാർത്ഥ വഴിയിലേക്ക് നയിക്കുകയും പ്രകാശം പകർന്നു
തരികയും ചെയ്യുന്നയാളാണ് ഗുരു. ഈശ്വര തുല്യനായല്ല ഈശ്വരനേ
ക്കാൾ ശ്രേഷ്ഠനായാണ് ഗുരുവിനെ അദ്ദേഹം വർണ്ണിച്ചിരിക്കുന്നത്.
ഗുരുവും ഈശ്വരനും ഒരേസമയം മുൻപിൽ വന്നാൽ താൻ ഗുരുവിനെ
യായിരിക്കും ആദ്യം നമിക്കുക എന്ന് കബീർ പറഞ്ഞിരുന്നു.

കബീറിന്റെ ഈശ്വരസങ്കല്പവും വ്യത്യസ്തമാണ്. കബീർ തന്റെ
ഈശ്വരനെ 'രാമൻ' എന്നാണ് സംബോധന ചെയ്തിരുന്നത്. അത് രൂപ
മില്ലാത്ത പരമമായ ഈശ്വരനെക്കുറിച്ചാണ്, ത്രേതായുഗത്തിലെ ശ്രീരാ
മനെക്കുറിച്ചല്ലായിരുന്നു. തന്റെ ഭക്തിയിലൂടെ എല്ലാ മതങ്ങളെയും സമ
ന്വയിപ്പിക്കാനാണ് അദ്ദേഹം ശ്രമിച്ചത്. തന്റെ കാലത്ത് മതങ്ങളുടെ മറ
വിൽ നടന്നിരുന്ന ആഡംബരങ്ങളും ദുരാചാരങ്ങളും അവസാനിപ്പിക്കാൻ
അദ്ദേഹം കഠിനമായി പ്രയത്നിച്ചു.

കബീർ തികച്ചും സ്വതന്ത്രമായി ചിന്തിക്കുന്ന ഒരാളായിരുന്നു.
തനിക്ക് ശരിയെന്നു തോന്നുന്ന കാര്യങ്ങൾ ഭയമില്ലാതെ മറ്റുള്ളവരുടെ
മുൻപിൽ തുറന്നു പറയാൻ അദ്ദേഹത്തിനു മടിയില്ലായിരുന്നു. ഇക്കാര
ണം കൊണ്ടുതന്നെ അദ്ദേഹത്തിന് ജീവിതത്തിൽ ധാരാളം കഷ്ടപ്പാടു
കൾ അനുഭവിക്കേണ്ടി വന്നിട്ടുണ്ട്. എങ്കിലും തന്റെ അഭിപ്രായങ്ങളിൽ
നിന്നും പിന്മാറാൻ അദ്ദേഹം കൂട്ടാക്കിയില്ല. അദ്ദേഹം ആജീവനാന്തം
തന്റെ ചിന്തകളുമായി മുമ്പോട്ടു പോയി. അദ്ദേഹത്തിന്റെ വ്യംഗ്യശരം
ഏൽക്കാത്ത പുരോഹിതന്മാർ തീരെ ഇല്ലായിരുന്നു. ജനങ്ങളെ കബളി
പ്പിച്ചു കപടഭക്തരായി നടക്കുന്ന പൂജാരിമാരെയും, ദൈവനാമത്തിൽ മൃഗ
ങ്ങളെ കൊല്ലുകയും അതിന്റെ മാംസം കഴിക്കുകയും ചെയ്യുന്ന മുല്ലാ
മാരെയും അദ്ദേഹം കണക്കിനു പരിഹസിച്ചു. പകൽ വ്രതം നോക്കുകയും
രാത്രി മാംസം ഭക്ഷിക്കുന്നതുമല്ല ഭക്തി എന്ന് അദ്ദേഹം ഉറക്കെ പ്രഖ്യാ

പിച്ചു. ആരാധനാലയങ്ങളുടെ മുമ്പിലോ, തിരക്കുള്ള മറ്റു സ്ഥലങ്ങളിലോ കണ്ടുമുട്ടാറുള്ള സാധാരണ ആളുകളുമായാണ് കബീർ തന്റെ ചിന്ത കൾ പങ്കുവെച്ചത്. അവരുടെ കൂട്ടായ പ്രയത്നത്തിലൂടെയാണ് അദ്ദേഹം സമൂഹത്തിന്റെ നന്മ വിഭാവന ചെയ്തത്. അതുകൊണ്ടുതന്നെ അദ്ദേ ഹത്തിന്റെ ശിഷ്യഗണങ്ങളിൽ ഹിന്ദുവും മുസ്ലീമും ഉൾപ്പെട്ടിരുന്നു. വളരെ തുറന്ന ചിന്താഗതിക്കാരായിരുന്നു അവർ.

ആദ്യം മുതൽക്കുതന്നെ ദിവ്യമായൊരു ആനന്ദലഹരിയിലായിരുന്നു കബീർ. ഭക്ഷണത്തെക്കുറിച്ചോ വസ്ത്രങ്ങളെക്കുറിച്ചോ അദ്ദേഹത്തിന് ചിന്തയുണ്ടായിരുന്നില്ല. അച്ഛനായ നീരുവിനെ പോലെ കബീറും തുണി നെയ്ത് നിത്യവൃത്തിക്കുള്ള അഷ്ടി സമ്പാദിച്ചുപോന്നു. 'അന്നന്നത്തെ അപ്പം' എന്നതായിരുന്നു സങ്കല്പം. ഭിക്ഷയെടുത്ത് ഭക്ഷണം കഴിക്കുന്ന സന്യാസിയെപ്പോലെ ആയിരുന്നില്ല കബീർ. അദ്ദേഹം പണിയെടുത്ത് വയർപോറ്റുകയും ഒഴിവുനേരങ്ങളിൽ ഈശ്വരനാമം ജപിക്കുകയും ചെയ്തുപോന്നു. മതത്തിന്റെ കള്ളനാട്യങ്ങളോട് അദ്ദേഹത്തിന് വലിയ വെറുപ്പായിരുന്നു. പൊതുജന സേവന തല്പരരും നിസ്വാർത്ഥരുമായ ആളുകൾക്ക് എപ്പോഴും അന്യരെക്കുറിച്ചായിരിക്കുമല്ലോ ചിന്ത. കബീ റിന്റെ പ്രാർത്ഥന എന്നും ഇതായിരുന്നു:

"ദൈവമേ തന്നാലും കുടുംബം പോറ്റാൻ മാത്രം അഷ്ടി
തനിപ്പട്ടിണിയാകല്ലേ, ഞാനും ഭക്തഗണങ്ങളും."
("സായി ഇത്നാ ദീജിയേ, ജാമേ കുടുംബ് സമായ്
മേം ഭീ ഭുഖാ നാ രഹും, സാധു നാ ഭൂഖോ ജായ്.")

കബീറിന്റെ ഭക്തി ജ്ഞാനജന്യമായ ഭക്തിയായിരുന്നു. അമ്പലങ്ങ ളിലോ പള്ളികളിലോ പോകാൻ അദ്ദേഹത്തിന് ഇഷ്ടമുണ്ടായിരുന്നില്ല. ഈശ്വരൻ നിവസിക്കുന്നത് ഓരോ മനുഷ്യന്റെയും ഹൃദയത്തിലാണെന്ന് അദ്ദേഹം കരുതി. തിന്മ എവിടെക്കണ്ടാലും അദ്ദേഹം ചോദ്യം ചെയ്യുമാ യിരുന്നു. നല്ലതും ചീത്തയും വേർതിരിച്ചു കാട്ടുന്നതിൽ അദ്ദേഹത്തിന് ആരെയും ഭയമില്ലായിരുന്നു. മുസൽമാൻമാരോട് അദ്ദേഹം ചോദിച്ചു:

"കട്ടയും കല്ലുമായ് കെട്ടിപ്പൊക്കി പള്ളി അതിന്മേൽ നിന്ന്
മുല്ല വാങ്കു വിളിക്കുമ്പോൾ അള്ളാവിൻ ചെവി പൊട്ടിയോ?"
("കംകർ പത്ഥർ ജോരി കേ മസ്ജിദ് ലയി ചുനായ്
നാ ചഢ് മുല്ല, ബാംഗ് ദേ ബഹിരാ ഹുവാ ഖുദായ്.")

ഹിന്ദുക്കളോട് അദ്ദേഹം പറഞ്ഞു-

"കല്ലുപൂജയാൽ കിട്ടുമീശനെന്നാൽ പൂജിക്കുക പർവ്വതത്തെ
അരകല്ലാണതിലും ഭേദം അത് തരുന്നു ഭക്ഷണം."

("പത്ഥർ പൂജേ ഹരി മിലേ തോ മേം പൂജും പഹാർ
താതേ യഹ് ചാകിഭലീ, പീസ് ഖായേ സംസാർ.")

മഹാത്മാ കബീറിന് ഒരു മതത്തിലേയും യാഥാസ്ഥിതികത്വവും നാട്യങ്ങളും സഹിക്കാൻ കഴിഞ്ഞിരുന്നില്ല. അദ്ദേഹം ഹിന്ദുമതത്തിലേയും ഇസ്ലാം മതത്തിലേയും കപട വേഷക്കാരെ അധിക്ഷേപിക്കുകയും, ശകാ രിക്കുകയും പരിഹസിക്കുകയും ചെയ്തു. അസത്യവും അന്യായവും അദ്ദേഹത്തിന് സഹിക്കാവതായിരുന്നില്ല. രണ്ടു മതങ്ങളിലേയും മിഥ്യാ ചാരങ്ങൾകൊണ്ട് കഷ്ടപ്പെടുന്ന മർദ്ദിതരും ചൂഷിതരുമായ ജാതിക്കാ രായിരുന്നു അദ്ദേഹത്തിന്റെ അനുയായികൾ. അവരുടെ ഭാഷയിലായി രുന്നു കബീർ സംസാരിച്ചിരുന്നതും. അയിത്തം മുതലായ അനീതികൾക്ക് ഇരയായിരുന്ന ദളിത് ജനവിഭാഗത്തിന് അദ്ദേഹം ധൈര്യം നൽകി. മേൽജാതിക്കാരാണെന്ന് അഹങ്കരിച്ചിരുന്ന ഹിന്ദുക്കളെ അദ്ദേഹം കഠി നമായി കളിയാക്കി. അതിനാൽ മർദ്ദിത ചൂഷിത ജനവിഭാഗം കബീറിനെ തങ്ങളുടെ സംരക്ഷകനും സുഹൃത്തുമായി കരുതി. ഇക്കാരണം കൊണ്ടു തന്നെ ബ്രാഹ്മണരും മുല്ലമാരും ജാതിഭേദം പുലർത്തിയിരുന്ന യാഥാ സ്ഥിതികരും കബീറിന്റെ ശത്രുക്കളായി മാറി.

കബീർ മരണസമയത്തും സമൂഹത്തിൽ നിലനിന്നിരുന്ന ഒരു അന്ധ വിശ്വാസത്തെ ചോദ്യം ചെയ്യാൻ ശ്രമിച്ചു. അക്കാലത്തെ വിശ്വാസം കാ ശിയിൽ വച്ച് മരിക്കുന്നവർക്ക് സ്വർഗ്ഗവും മഗ്ഹറിൽ വച്ച് മരിക്കുന്നവർക്ക് നരകവും ലഭിക്കും എന്നായിരുന്നു. അതിനാൽ ആളുകൾ കാശിയിൽവച്ച് മരിക്കുന്ന ആർക്കും സ്വർഗ്ഗം ലഭിക്കും എന്ന് വിശ്വസിച്ചു പോന്നു. ഇതിൽ യാതൊരു അടിസ്ഥാനവുമില്ല എന്ന് തെളിയിക്കാനായി കബീർ തന്റെ അവസാനസമയം മഗ്ഹറിൽ ചെലവഴിക്കുകയും അവിടെവെച്ച് മരിക്കു കയും ചെയ്തു.

ദീർഘായുഷ്മാനായ കബീർ നീണ്ട 120 വർഷം ജീവിച്ചു. ജീവിത കാലം മുഴുവൻ അദ്ദേഹം സമൂഹനന്മയ്ക്കായി പ്രവർത്തിച്ചു. അദ്ദേഹ ത്തിന്റെ മരണശേഷം ഹിന്ദുക്കളും മുസൽമാൻമാരും തമ്മിൽ മൃതദേ ഹത്തിനായി തർക്കമുണ്ടായതായി പറയപ്പെടുന്നു. ഹിന്ദുക്കൾ ശവം ദഹി പ്പിക്കാൻ ആഗ്രഹിച്ചിരുന്നു. എന്നാൽ മുസൽമാൻമാർ സംസ്കാരം നട ത്താനും. അവർ തമ്മിൽ തർക്കം മൂത്തു. ഒടുവിൽ മൃതദേഹത്തിന്റെ പുതപ്പു മാറ്റിനോക്കിയപ്പോൾ അവർക്ക് കുറേ പൂക്കളാണ് കാണാൻ സാധിച്ചത്. അത് ഹിന്ദുക്കളും മുസ്ലീങ്ങളും പങ്കിട്ട് എടുക്കുകയും അവ രവരുടെ ആചാരപ്രകാരം ദഹിപ്പിക്കുകയും സംസ്കരിക്കുകയും ചെയ്തു. കബീറുമായി ബന്ധപ്പെട്ട ഈ കഥ തീർത്തും അയഥാർത്ഥമാണെന്നാണ് കണക്കാക്കപ്പെടുന്നത്.

കബീറിന്റെ കാലത്ത് ഇന്ത്യയിൽ മുസ്ലീങ്ങൾക്കും ഹിന്ദുക്കൾക്കും ഇടയിൽ ഐക്യം സ്ഥാപിക്കുകയെന്നത് വലിയൊരു പ്രശ്നമായിരുന്നു. ഈ ഐക്യത്തിനുവേണ്ട അസ്തിവാരം കബീർ ധൈര്യപൂർവ്വം പടു

ത്തുയർത്തി. പരസ്പരം സ്നേഹത്തോടും ദയയോടും പെരുമാറുകയാണ് യഥാർത്ഥ മതമെന്ന് അദ്ദേഹം ഊന്നിപ്പറഞ്ഞു. എല്ലാ മതങ്ങളിലേയും ഈശ്വരൻ ഒന്നാണെന്നും ആ ഈശ്വരന്റെ പുത്രന്മാരാണ് നാമെല്ലാ മെന്നും, ഹിന്ദുക്കളും മുസ്ലീങ്ങളും സിക്കുകാരും ക്രിസ്ത്യാനികളുമെല്ലാം സഹോദരന്മാരാണെന്നും ആദ്യമായി ഉറക്കെ ഉറക്കെ വിളിച്ചു പറഞ്ഞത് കബീറായിരുന്നു. അഞ്ഞൂറു വർഷങ്ങൾക്കു മുൻപ് കബീർ പറഞ്ഞ കാര്യ ങ്ങൾ തന്നെയാണ് മഹാത്മാഗാന്ധിയും ജീവിതകാലമത്രയും പറഞ്ഞു കൊണ്ടിരുന്നത്. കബീറിന്റെ ഈ മൊഴി ഗാന്ധിജിക്ക് എന്നും പ്രിയപ്പെ ട്ടതായിരുന്നു. രാമനെന്നു പറഞ്ഞാലും റഹീമെന്നു പറഞ്ഞാലും ഒരേ ഈശ്വരന്റെ സ്മരണയാണ് ഉദ്ദേശിക്കുന്നത്.

കബീർ ഒരു ഭക്തകവി എന്നതിൽ കവിഞ്ഞ് ഒരു സാമൂഹ്യ പരി ഷ്കർത്താവാണെന്ന് നമുക്ക് കാണാൻ സാധിക്കും. നന്മതിന്മകൾ തിരി ച്ചറിയുന്ന കള്ള നാണയങ്ങളെ ഒറ്റപ്പെടുത്താൻ പോന്ന ധൈര്യമുള്ള ഒരു വിഭാഗത്തിനു വേണ്ടിയാണ് അദ്ദേഹം യത്നിച്ചത്. മാന്യതയുടെ മുഖം മൂടി ധരിച്ചു നടക്കുന്ന പകൽമാന്യന്മാരുടെ രൂപം അദ്ദേഹം വെളിച്ചത്ത് കൊണ്ടുവന്നു. ഇന്നും നമ്മുടെ ചുറ്റും കണ്ണോടിച്ചാൽ കണ്ടേക്കാവുന്ന കപട വ്യക്തികളെ വെളിച്ചത്തു കൊണ്ടുവരാനുള്ള വിളക്കാണ് കബീർ വാമൊഴിയായി നമുക്കു പകർന്നു തന്ന വാക്കുകൾ. അതുകൊണ്ടു തന്നെ കബീറിന്റെ വാക്കുകൾ എന്നെന്നും പ്രസക്തമാണ്. എന്നെന്നും എല്ലാ മഹത്വത്തോടുംകൂടെ അത് നിലനിൽക്കുക തന്നെ ചെയ്യും.

ആശമോൾ

കാളിദാസൻ

ഭാരതീയ കവികളിൽ ഒന്നാംസ്ഥാനത്തു നിൽക്കുന്ന കവിയാണ് കാളിദാസൻ. പണ്ഡിതനും പാമരനും ഒരുപോലെ ഇഷ്ടപ്പെടുന്ന, ആസ്വാദകനും ഗവേഷകനും ഒരുപോലെ ബഹുമാനിക്കുന്ന, കവിയും ശാസ്ത്രകാരനും ഭക്തിപൂർവം സമീപിക്കുന്ന അപൂർവ്വത കാളിദാസ നിൽ കാണാം. ഇതിഹാസകാരന്മാർക്കുശേഷം ഭാരതത്തിന്റെ അഭിമാ നമായി എടുത്തുപറയുന്ന പേരാണ് മഹാകവി കാളിദാസന്റേത്.

കാലാനുസാരിയായി സാഹിത്യത്തിന്റെയും ശാസ്ത്രങ്ങളുടെയും നിരൂപണത്തിന്റെയും ആദർശങ്ങളും സിദ്ധാന്തങ്ങളുമെല്ലാം വളരെയേറെ മാറിയിട്ടുണ്ട്. എങ്കിൽപോലും കാളിദാസകവിതകളുടെ മഹത്വത്തിന് മങ്ങലേറ്റിട്ടില്ല. അത് ആ കവിതകളുടെ അസാമാന്യത വെളിപ്പെടുത്തു ന്നതാണ്. അതുകൊണ്ടുതന്നെയാണ് വളരെയേറെ സ്വദേശിയരും വിദേ ശിയരുമായ പണ്ഡിതന്മാർ കവിതയോടൊപ്പം കവിയെക്കുറിച്ചുമറിയാൻ പ്രയത്നിച്ചത്. പരിഷ്കൃതങ്ങളായ പാശ്ചാത്യഭാഷകളിലെല്ലാം കാളി ദാസകൃതികൾക്ക് ഭാഷാന്തരങ്ങൾ ഉണ്ടായിട്ടുണ്ട്. പാശ്ചാത്യപണ്ഡി തന്മാർ ഷേക്സ്പിയറിനു തുല്യമായ സ്ഥാനമാണ് കാളിദാസനു നല്കി ആദരിച്ചത്. "പുതുവത്സരത്തിലെ പുഷ്പങ്ങളും, ആണ്ടറുതിയിലെ ഫല ങ്ങളും, ആത്മാവിനു മോഹത്തെയും ആനന്ദപാരവശ്യത്തെയും നിർവൃ തിയെയും സംതൃപ്തിയെയും ജനിപ്പിക്കുന്ന സകലവും – എന്നുവേണ്ട ഭൂമി സ്വർഗ്ഗവും ഒരേ ഒരു വാക്കിൽ പറയാമെങ്കിൽ അതാണ് *ശാകുന്തളം*. അതിൽ എല്ലാം അന്തർഭവിച്ചിരിക്കുന്നു" എന്ന ജർമ്മനിയിലെ ലോക സാഹിത്യനായകൻ ഗീഥേയുടെ അഭിപ്രായം ലോകത്ത് ഒരു കവിക്കു

കിട്ടാവുന്ന ഏറ്റവും വലിയ പുരസ്കാരമാണ്.

ഇത്രമാത്രം സർവാദരണീയനും വിശ്വപ്രസിദ്ധനുമായ ഈ മഹാ കവിയുടെ വ്യക്തിജീവിതത്തെപ്പറ്റി നമുക്കു വളരെയൊന്നുമറിയില്ല. തന്റെ കൃതികളിൽ സ്വജീവിതം, ഗുരുനാഥന്മാർ, സുഹൃത്തുക്കൾ തൽക്കാല ചരിത്രസംഭവങ്ങൾ മുതലായവയൊന്നും സൂചിപ്പിക്കാൻ പോലും അദ്ദേഹം ശ്രമിച്ചിട്ടില്ല. കവിയുടെ പേർ കാളിദാസൻ എന്നാണെന്ന് *മാള വികാഗ്നിമിത്രം, വിക്രമോർവശീയം, അഭിജ്ഞാനശാകുന്തളം* എന്നീ നാട കങ്ങളിൽ വ്യക്തമായി പറഞ്ഞിട്ടുണ്ട്. എന്നാലിത് തൂലികാനാമമ്മാണോ എന്നും നിശ്ചയമില്ല. കുറെ പഴങ്കഥകളും ഐതിഹ്യങ്ങളുമൊക്കെയാണ് നമുക്ക് കാളിദാസനെക്കുറിച്ചുള്ള അറിവ്.

കാളിദാസന്റേതെന്ന് സർവ്വസമ്മതമായ കൃതികൾ ഏഴെണ്ണമാണ്. മൂന്നു നാടകങ്ങൾ, *ഋതുസംഹാരം, മേഘസന്ദേശം* എന്നീ രണ്ടു ഖണ്ഡ കാവ്യങ്ങൾ, *കുമാരസംഭവം, രഘുവംശം* എന്നീ രണ്ടു മഹാകാവ്യങ്ങൾ എന്നിവയാണവ. അദ്വിതീയമായ രൂപഭംഗിയും അന്യാദൃശമായ ആശ യസൗഷ്ഠവവും നിറഞ്ഞുനിൽക്കുന്ന ഈ കൃതികളിലൂടെയാണ് കാളി ദാസൻ അനശ്വരമായ കീർത്തി സമ്പാദിച്ചത്. ഇവയോടു കിടപിടിക്കാ വുന്ന കൃതികൾ വിശ്വസാഹിത്യത്തിൽ തന്നെ ദുർല്ലഭമാണ്.

ഋതുസംഹാരം

ആറു സർഗങ്ങളുള്ള ഒരു ഗീതികാവ്യമാണ് *ഋതുസംഹാരം.* ഗ്രീഷ്മം തുടങ്ങി വസന്തം വരെയുള്ള ആറു ഋതുക്കളെ ഒരു യുവാ വിന്റെ പ്രണയവീക്ഷണത്തിലൂടെ ഇതിൽ വിവരിച്ചിരിക്കുന്നു. ഋതുക്കൾ പ്രകൃതിയിൽ വരുത്തുന്ന മാറ്റങ്ങളെയും അവ മനുഷ്യനിലുണ്ടാക്കുന്ന സുഖതൃഷ്ണകളെയും ലളിതമായി ഇതിൽ വർണ്ണിച്ചിരിക്കുന്നു. കവി യുടെ അഗാധമായ പ്രകൃതിസ്നേഹവും സൂക്ഷ്മനിരീക്ഷണ പാടവവും ഇതിൽ നിഴലിക്കുന്നുണ്ട്. ഗാംഭീര്യമുള്ള ആശയങ്ങളോ ജീവിതനിരീ ക്ഷണമോ ഒന്നും ഇതിൽ കാണാനാവില്ല. അതുകൊണ്ടുതന്നെ ഇത് കാളിദാസന്റേതല്ല എന്നു ചിലർ അഭിപ്രായപ്പെടുന്നുണ്ട്. എന്നാലിത് കവി യുടെ ആദ്യകൃതിയായിത്തന്നെയാണ് പൊതുവെ അംഗീകരിക്കപ്പെട്ടിരി ക്കുന്നത്.

മേഘദൂതം

കാളിദാസന്റെ അതിപ്രൗഢമായ ഗീതികാവ്യമാണിത്. ജോലിയിൽ വീഴ്ചവരുത്തിയ യക്ഷനെ കുബേരൻ അളകാപുരിയിൽനിന്ന് രാമഗിരി യിലേക്ക് ഒരുവർഷം ഭാര്യയെ പിരിഞ്ഞ് ജീവിക്കാൻ ശിക്ഷിച്ചു. എട്ടു മാസത്തോളം അവിടെ കഴിച്ചുകൂട്ടി. വർഷാഗമത്തിൽ വിരഹത്തിന്റെ തീക്ഷ്ണതയിൽ ഉന്മാദാവസ്ഥയിലെത്തിയ യക്ഷൻ നവമേഘത്തെ സന്ദേശവുമായി തന്റെ പ്രിയയുടെ അടുത്തേക്ക് പറഞ്ഞയക്കുന്നതാണ് *മേഘദൂതത്തിലെ* വിഷയം. കഥ വളരെ നിസ്സാരമാണ്. എന്നാൽ പ്രിയ

ജനവിരഹംകൊണ്ട് മനുഷ്യജീവിതത്തിൽ ഉണ്ടാകുന്ന ആകാംക്ഷയും വേദനയുമെല്ലാം ഹൃദയദ്രവീകരണമായ വിധത്തിൽ കാളിദാസൻ ഇതിൽ അവതരിപ്പിച്ചിരിക്കുന്നു. മാത്രമല്ല, ഭാരതത്തിലെ നഗരങ്ങളുടെയും ഗ്രാമ ങ്ങളുടെയും നദികളുടെയും പർവ്വതങ്ങളുടെയും എല്ലാമെല്ലാം അകൃ ത്രിമസൗന്ദര്യത്തെ വർഷാഗമത്തിന്റെ പശ്ചാത്തലവും ചേർത്ത് കവി വരച്ചു കാണിച്ചിട്ടുമുണ്ട്. കാളിദാസന്റെ വാഗ്വിലാസത്തിന്റെയും ഭാര തത്തിലെ പ്രകൃതി സൗന്ദര്യത്തിന്റെയും സൗഭഗം *മേഘദൂതത്തിൽ* ഒന്നിച്ചുചേർന്നു വിലസുന്നതു കാണാം.

കുമാരസംഭവം

പതിനേഴ് സർഗ്ഗങ്ങളുള്ള ഒരു മഹാകാവ്യമാണിത്. അവസാനത്തെ ഒമ്പതു സർഗ്ഗങ്ങൾ കാളിദാസനുശേഷം ഏതോ കവി കൂട്ടിച്ചേർത്തതാണ് എന്ന് വിദ്വാന്മാർ അഭിപ്രായപ്പെടുന്നു. പ്രസിദ്ധരായ പല വ്യാഖ്യാതാ ക്കളും വിവർത്തകരും *കുമാരസംഭവത്തിന്റെ* ആദ്യത്തെ എട്ട് അദ്ധ്യാ യങ്ങൾ മാത്രമേ അംഗീകരിച്ചിട്ടുള്ളൂ. താരകൻ എന്ന അസുരനെ കൊല്ലുന്നതിനുവേണ്ടി അവതരിച്ച പാർവ്വതീപരമേശ്വരപുത്രനായ കാർത്തികേയന്റെ ജന്മകഥയാണ് ഇതിലെ പ്രതിപാദ്യം.

ദേവഗന്ധർവ്വന്മാരുടെ പോലും ആസ്ഥാനമായ ഹിമവദ്വർണ്ണനയോ ടെയാണ് കാവ്യം ആരംഭിക്കുന്നത്. ജന്മാന്തരത്തിലെ ഭാവസ്ഥിരമായ അനുരാഗത്തോടുകൂടി മേനാഹിമവാന്മാർക്ക് പാർവ്വതി എന്ന പുത്രി ജനി ക്കുന്നു. അവളുടെ വളർച്ച, ബാലലീലകൾ, വിദ്യാഭ്യാസം എന്നിവ ചുരുക്കി വിവരിച്ചതിനുശേഷം യൗവ്വനാവസ്ഥയിലെത്തിയ പാർവ്വതിയുടെ അംഗപ്രത്യംഗവർണ്ണനയാണ് ചെയ്തിരിക്കുന്നത്. ഒരിക്കൽ നാരദമ ഹർഷിയിൽ നിന്ന് പരമേശ്വരൻ ആവും പാർവ്വതിയുടെ ഭർത്താവ് എന്ന് ഹിമവാനും പാർവ്വതിയും മനസ്സിലാക്കുന്നു. ഈ സമയത്ത് പാർവ്വതിക്ക് ശിവനോട് അനുരാഗം അങ്കുരിക്കുന്നു. ഹിമാലയപ്രാന്തത്തിൽ തപസ്സി നെത്തിയ പരമേശ്വരനെ ശുശ്രൂഷിക്കാൻ അവസരം കിട്ടിയതോടെ അത് വളരാൻ തുടങ്ങുന്നു. ഒരിക്കൽ തപഃസമാധിയിൽ നിന്നുണർന്ന ശിവൻ ഒരുനിമിഷം പാർവ്വതിയെത്തന്നെ നോക്കിക്കൊണ്ടിരുന്നു. ഇത് പാർവ്വ തിക്ക് ഏറെ സന്തോഷമുണ്ടാക്കി. മനഃസംയമനം ചെയ്ത പരമേശ്വരൻ തന്റെ ഈ അവസ്ഥയുടെ കാരണക്കാരനെ, കാമദേവനെ ക്രോധാഗ്നി യിൽ ചുട്ടെരിച്ചു. രതി വിലാപം തുടങ്ങി. പാർവ്വതിയുടെ വിപ്രലംഭന ത്തിന്റെ തീവ്രത ആരംഭിക്കുന്നു. രൂപസൗകുമാര്യംകൊണ്ട് നേടാൻ കഴി യാതിരുന്ന ശിവപ്രേമം തപസ്സുകൊണ്ടു നേടാൻ അവൾ ഒരുങ്ങുന്നു. ഒടുവിൽ പാർവ്വതിയുടെ തീവ്രതപസ്സിനു മുമ്പിൽ പരമേശ്വരൻ തോറ്റു പോകുന്നു. വിധിപ്രകാരമുള്ള വിവാഹകർമ്മങ്ങൾക്കുശേഷം വധുവര ന്മാർ കാമഭോഗങ്ങളിൽ മുഴുകിക്കഴിയുന്നു. ഇങ്ങനെ ശൃംഗാര രസപ്ര ധാനമായ ഒരു മഹാകാവ്യമാണ് *കുമാരസംഭവം.* സംയോഗവിപ്രലംഭ ശൃംഗാരങ്ങളുടെ അതിമനോഹരമായ സന്നിവേശം ഇതിൽ കാണാം.

ഉദാത്തങ്ങളായ വർണ്ണനകളാണ് കാവ്യത്തെ മഹാകാവ്യമാക്കു ന്നത്. ഹിമാലയവർണ്ണനം, പാർവ്വതി വർണ്ണനം, ശിവതപോവർണ്ണനം, പാർവ്വതീതപോവർണ്ണനം തുടങ്ങി എട്ടാം സർഗ്ഗത്തിലെ സംയോഗ ശൃംഗാരവർണ്ണനം വരെ വർണ്ണനകളുടെ ഒരു നീണ്ടനിരതന്നെ *കുമാര സംഭവത്തിൽ* കാണാനാവും. വർണ്ണനകളുടെ മഹത്വവും സൗന്ദര്യവും ഒരിടത്തു കൂടിച്ചേർന്നതുപോലെയാണ് *കുമാരസംഭവം* എന്ന മഹാ കാവ്യം.

"സർവോപമാദ്രവ്യസമുച്ചയേന
യഥാപ്രദേശം വിനിവേശിതേന
സാ നിർമ്മിതാ വിശ്വസൃജാ പ്രയത്നാ–
ദേകസ്ഥ സൗന്ദര്യദിദൃക്ഷയേവ"

എന്നു പാർവ്വതിയെ കവി വർണ്ണിച്ചിരിക്കുന്നത് *കുമാരസംഭവം* എന്ന കാവ്യത്തിനും യോജിക്കുന്നതു തന്നെ.

രഘുവംശം

പത്തൊമ്പത് സർഗ്ഗങ്ങളിൽ രചിച്ചിട്ടുള്ള മഹാകാവ്യമാണ് *രഘു വംശം.* കവിയുടെ അവസാനകൃതിയാണിതെന്ന് വിദ്വാന്മാർ അഭിപ്രായ പ്പെടുന്നു. ഉദാത്തവും വീരരസപ്രധാനവും ജീവിതാദർശ സമ്പൂർണ്ണവും സർവ്വശാസ്ത്രസാരാംശ സഹിതവുമാണ് *രഘുവംശം* എന്ന മഹാ കാവ്യം. സൂര്യവംശരാജാക്കന്മാരുടെ കഥയാണ് ഇതിലെ ഇതിവൃത്തം.

ആദ്യത്തെ പതിനേഴ് സർഗ്ഗങ്ങളിലായി ദിലീപൻ, രഘു, അജൻ, ദശരഥൻ, രാമൻ, കുശൻ, അതിഥി എന്നീ രാജാക്കന്മാരുടെ കഥകൾ വർണ്ണിച്ചിരിക്കുന്നു. പതിനെട്ടാമത്തെ സർഗ്ഗത്തിൽ പിന്നീടുവന്ന ഇരുപ തോളം രാജാക്കന്മാരുടെ ചരിതം ചുരുക്കി പ്രതിപാദിച്ചിരിക്കുന്നു. അവ സാനത്തെ സർഗ്ഗത്തിൽ രാജ്യപരിപാലനാദികളിൽ തീരെ ശ്രദ്ധിക്കാതെ, കാമസുഖങ്ങളിൽ മുഴുകിക്കഴിഞ്ഞ അഗ്നിവർണ്ണന്റെ ക്ഷയരോഗം ബാധി ച്ചുള്ള അകാലമരണവും ഗർഭിണിയായ രാജ്ഞി രാജ്യഭാരമേറ്റതുമാണ് വർണ്ണിച്ചിരിക്കുന്നത്. വൃദ്ധമന്ത്രിമാരോടുകൂടി രാജ്ഞി വേണ്ടുംവണ്ണം രാജ്യം ഭരിച്ചു എന്നാണ് *രഘുവംശം* വെളിപ്പെടുത്തുന്നത്. അങ്ങനെ രഘുവിന്റെ വംശം നശിച്ച കഥയാണ് പത്തൊമ്പതാം സർഗ്ഗത്തിൽ വിവ രിക്കുന്നത്.

സർവ്വതോമുഖവും സൂക്ഷ്മവുമായ ജീവിതവീക്ഷണം കാളിദാ സന്റെ എല്ലാ കൃതികളിലും കാണാം. പക്ഷെ, *രഘുവംശം* ഇക്കാര്യ ത്തിൽ ഏറെ മുന്നിലാണ്. മനുഷ്യജീവിതം ആദർശപൂർണ്ണവും ധന്യവു മായിത്തീരാൻ ഏതെല്ലാം കാര്യങ്ങളിലൊക്കെയാണ് ശ്രദ്ധിക്കേണ്ടത് എന്ന് *രഘുവംശത്തിൽ* ആദ്യമേ പറഞ്ഞിട്ടുണ്ട്. ജന്മശുദ്ധി, കർമ്മസിദ്ധി തുടങ്ങിയ പതിനാറു ഗുണങ്ങളിൽ താൻ വർണ്ണിക്കാനുദ്ദേശിക്കുന്ന സർവ്വ ഭാരതീയ ധർമ്മങ്ങളും കവി ഉൾക്കൊള്ളിച്ചിട്ടുണ്ട്. ഈ ഗുണങ്ങൾ കഥാ പാത്രങ്ങളിലൂടെ ഉദാഹരിക്കുകയാണ് *രഘുവംശത്തിൽ* ചെയ്തിട്ടുള്ളത്.

യോഗാഭ്യാസംകൊണ്ട് ദേഹത്യാഗം ചെയ്യുന്നതടക്കമുള്ള എല്ലാ ഗുണ
ങ്ങളും വംശസ്ഥാപകനായ രഘുവിൽ സമനയിപ്പിച്ചിട്ടുണ്ട്. മാതൃകാരാ
ജാവാണ് അദ്ദേഹം. പിന്നെ കുറെയൊക്കെ ഗുണങ്ങൾ ശ്രീരാമനിൽ
കാണാനുണ്ട്. അവസാനത്തെ രാജാവായ അഗ്നിവർണ്ണനിൽ ആണ്
ഏറ്റവും കുറവ് ഗുണങ്ങൾ ഉള്ളത്.

പലതരം വർണ്ണനകൾ രഘുവംശത്തിലുണ്ട്. ദിലീപൻ, രഘു,
അജൻ, ദശരഥൻ, ശ്രീരാമൻ എന്നിവരുടെ *മനുസ്മൃതി, അർത്ഥ
ശാസ്ത്രം* എന്നിവയെ അനുസരിക്കുന്ന രാജ്യഭരണരീതി ഇതിൽ വർണ്ണി
ച്ചിട്ടുണ്ട്. കാട്ടിൻ നടുവിലുള്ള വഴിയിലൂടെ വസിഷ്ഠാശ്രമത്തിലേക്ക് സുദ
ക്ഷിണാദിലീപന്മാരുടെ രഥത്തിലുള്ള യാത്ര, നന്ദിനിയെ ശുശ്രൂഷിച്ചു
കൊണ്ട് വനമദ്ധ്യത്തിലൂടെയുള്ള ദിലീപന്റെ യാത്ര, ദിഗ്വിജയത്തിനായി
സൈന്യത്തോടൊപ്പം വിവിധ രാജ്യങ്ങളിലൂടെയുള്ള രഘുവിന്റെ ജൈത്ര
യാത്ര, രാവണവധം കഴിഞ്ഞ് ലങ്കയിൽനിന്ന് അയോധ്യയിലേക്ക്
പുഷ്പകവിമാനത്തിൽ സമുദ്രപർവ്വതാദികൾക്കു മുകളിലൂടെയുള്ള
സീതാരാമ യാത്ര എന്നിങ്ങനെ പലതരം യാത്രാവർണ്ണനകൾ രഘുവംശ
ത്തിൽ കാണാം. സ്വയംവര വർണ്ണന, വിവാഹച്ചടങ്ങുകളുടെ വർണ്ണന,
ഇന്ദുമതീവിയോഗത്തിൽ മനംനൊന്ത അജന്റെ വിലാപ വർണ്ണന തുടങ്ങി
രഘുവംശത്തിൽ കടന്നുപോവാത്ത ജീവിതസന്ദർഭങ്ങളില്ല.

വികാരങ്ങളും വിചാരങ്ങളും പ്രകടമാക്കുന്ന അനേകം സംഭാഷ
ണരംഗങ്ങളും ഈ കൃതിയിലുണ്ട്. ദിലീപനും വസിഷ്ഠനും തമ്മിൽ,
സിംഹവും ദിലീപനും തമ്മിൽ, രഘുവും ദേവേന്ദ്രനും തമ്മിൽ, രഘുവും
കൗത്സനും തമ്മിൽ, പരശുരാമനും ശ്രീരാമനും തമ്മിൽ, രാമനും
സീതയും തമ്മിൽ എന്നിങ്ങനെ.

വീരരസപ്രധാനമായ കാവ്യമാണ് *രഘുവംശം.* ധർമ്മവീരം, ദയാ
വീരം, ദാനവീരം, യുദ്ധവീരം എന്നിങ്ങനെ വീരത്തിന് പല വിഭാഗങ്ങ
ളുണ്ട്. പല നായകന്മാരുള്ളതുകൊണ്ട് വീരരസം പലരിലൂടെ പരിപോഷം
പ്രാപിക്കുന്നതു കാണാം.

മാളവികാഗ്നിമിത്രം

കാളിദാസന്റെ നാടകരചനയിൽ ആദ്യത്തേതാണ് ഈ കൃതി.
"ഭാസൻ, സൗമില്ലൻ, കവിപുത്രൻ തുടങ്ങിയവരുടെ നാടകങ്ങളുള്ള
പ്പോൾ വിദ്വൽസദസ്സിൽ ഇതിന് ആദരം ലഭിച്ചേക്കുമോ" എന്ന സന്ദേഹം
പ്രസ്താവനയിൽ അദ്ദേഹം പ്രകടിപ്പിക്കുന്നുണ്ട്. അഞ്ച് അങ്കങ്ങളിലായി
രചിക്കപ്പെട്ടിട്ടുള്ള ഈ നാടകത്തിൽ വിദിശയിലെ രാജാവായ അഗ്നിമി
ത്രന്റെയും വിദർഭരാജകുമാരിയായ മാളവികയുടെയും പ്രണയകഥയും
അവരുടെ പരിണയവുമാണ് പ്രതിപാദിച്ചിരിക്കുന്നത്.

മാളവികാഗ്നിമിത്രം പ്രാധാന്യേന തെളിയിക്കുന്ന ഒരു ലോകസ
ഭാവം രാജാക്കന്മാരുടെ അന്തഃപുര ജീവിതത്തിന്റെ കാലുഷ്യവും മാലി
ന്യവുമാണ്. അന്തഃപുരങ്ങളിൽ രാജാക്കന്മാർക്ക് ധാരാളം ഭാര്യമാരുണ്ടാ

യിരിക്കും. പിന്നെയും അംഗലാവണ്യമുള്ള സ്ത്രീകളോട് അവർ ആഭി
മുഖ്യം കാണിക്കും. പഴയവരും പുതിയവരും തമ്മിൽ അന്തഃപുരത്തി
ലുണ്ടാകുന്ന പ്രശ്നങ്ങൾക്കിടയ്ക്ക് കഴിഞ്ഞുകുടുന്ന രാജാക്കന്മാരുടെ
കാര്യം കഷ്ടം തന്നെ. ധാരിണി, ഇരാവതി, മാളവിക എന്നിവരുടെയും
അഗ്നിമിത്രന്റെയും ചരിതത്തിലൂടെ രാജാക്കന്മാരുടെ ഈ ദയനീയ ഗൃഹ
ജീവിതത്തെ കവി കാണിച്ചുതരുന്നു.

പഴയതെല്ലാം നല്ലതെന്നും പുതിയതെല്ലാം കൊള്ളാത്തതെന്നും
കരുതേണ്ടതില്ല എന്ന് നാടകാദ്യത്തിൽ തന്നെ കവി ലോകത്തോട് പറ
യുന്നുണ്ട്. ഒരേ മേഖലയിൽ പ്രവർത്തിക്കുന്ന വിദ്വാന്മാർക്കിടയിൽ
കാണുന്ന പരസ്പര വിരോധം എന്ന ലോകസ്വഭാവം ഗണദാസൻ, ഹര
ദത്തൻ എന്നീ നൃത്താധ്യാപകരുടെ ചരിതത്തിലൂടെ കവി വളരെ മനോ
ഹരമായി ആവിഷ്കരിച്ചിട്ടുണ്ട് ഇതിൽ.

അഗ്നിമിത്രന്റെ പിതാവായ പുഷ്യമിത്രൻ അയച്ച അശ്വമേധാ
ശ്വത്തെ സംരക്ഷിച്ചുകൊണ്ടിരുന്നത് അഗ്നിമിത്രന്റെ പുത്രനായ വസു
മിത്രനാണ്. അദ്ദേഹം സിന്ധുനദീതടത്തിൽ യവനന്മാരെ തോൽപ്പിക്കുന്ന
കാര്യവും ഇതിൽ വർണ്ണിക്കുന്നുണ്ട്.

വിക്രമോർവ്വശീയം

അഞ്ച് അങ്കങ്ങളിൽ രചിച്ചിട്ടുള്ള ഒരു ഉപരൂപകമാണിത്. ത്രോടകം
എന്ന ഉപരൂപകവിഭാഗത്തിലാണ് ഇത് ഉൾപ്പെടുന്നത്. അധികം അംശ
ങ്ങളിലും നാടകംപോലെയാണെങ്കിലും ദിവ്യരേയും മനുഷ്യരേയും
കൽപ്പിച്ചുകൊണ്ടുള്ളതായിരിക്കും എന്ന സവിശേഷത ഇതിനുണ്ട്.

അസുരനായ കേശി, ഉർവ്വശി മുതലായ അപ്സര സ്ത്രീകളെ
കൈലാസത്തിൽനിന്നും വരുന്ന വഴിക്ക് അപഹരിക്കുന്നു. അതുവഴിവന്ന
പുരൂരവസ്സ് എന്ന രാജാവ് അവരെ രക്ഷിക്കുന്നു. ഉർവ്വശിയും രാജാവും
അനുരാഗികളാകുന്നു. സ്വർഗ്ഗത്തിലെ ഒരു നാടകാഭിനയത്തിനിടയ്ക്ക്
പുരൂരവസ്സ് എന്നുച്ചരിക്കാനിടയായപ്പോൾ ദേവേന്ദ്രൻ ഉർവ്വശിയെ ശപി
ക്കുന്നു. പുരൂരവസ്സിൽ ഒരു സന്താനമുണ്ടാകുവോളം ഭൂമിയിൽ താമ
സിച്ചിട്ട് തിരിച്ചുവരാം എന്ന ശാപമോക്ഷവും കൊടുക്കുന്നു. ഭൂമിയി
ലെത്തി രാജപത്നിയായിത്തീർന്ന അവൾ ഒരിക്കൽ രാജാവിനോട് കല
ഹിച്ച് കുമാരവനത്തിലേക്കു കടക്കാനിടയാകുകയും ലതയായി മാറു
കയും ചെയ്തു. പലയിടത്തും വിരഹാർത്തനായി അന്വേഷിച്ചു നടന്ന
രാജാവിന് അവളെ കണ്ടെത്താനായില്ല. എന്നാൽ സംഗമനീയ രത്നം
കൊണ്ട് പിന്നീട് അവളെ ശാപവിമുക്തയാക്കാൻ രാജാവിനു കഴിഞ്ഞു.
പുത്രൻ ജനിച്ചിട്ടും തന്റെ മരണകാലംവരെ ഉർവശി അടുത്തുണ്ടാകാൻ
ഇന്ദ്രൻ അനുഗ്രഹിച്ചു. അവർ സസുഖം വാണു എന്നതാണ് *വിക്രമോർവ്വ
ശീയ*ത്തിലെ കഥാവസ്തു.

അപ്സരസ്സായ ഉർവശിയും പുരൂരവസ്സെന്ന രാജാവും തമ്മിലുള്ള
പ്രണയം അതിപ്രാചീനകാലം മുതൽ ഭാരതത്തിലുള്ള ഒരു ഐതിഹ്യ

മാണ്. ഗീതാപ്രധാനമായ *വിക്രമോർവ്വശീയത്തിന്* ഇതാണ് അടിസ്ഥാനം.

കാളിദാസന്റെ സഹജങ്ങളായ കവിതാഗുണങ്ങൾ *വിക്രമോർവ്വ ശീയത്തിലും* വളരെയേറെ പ്രകടമാണ്. ഒരിടത്തും കൃത്രിമത്വം തോന്നി ക്കുകയില്ല. മഹാകവിയുടെ കൽപ്പനാവൈഭവം ഇതിവൃത്തഘടനയിലും തെളിഞ്ഞുകാണാം.

അഭിജ്ഞാനശാകുന്തളം

കാളിദാസന്റെ വിശ്വപ്രസിദ്ധമായ രചനയാണിത്. ഇതിൽ ഏഴ് അങ്ക ങ്ങളാണുള്ളത്. *മഹാഭാരതത്തിലെ ശകുന്തളോപാഖ്യാനത്തെ* ഉപജീ വിച്ചാണ് കാളിദാസൻ ഈ വിശിഷ്ടമായ നാടകം രചിച്ചത്.

ദുഷ്യന്തമഹാരാജാവ് നായാട്ടിനായി കാട്ടിൽ സഞ്ചരിക്കവേ കണ്വാ ശ്രമത്തിൽ എത്തിപ്പെടാനിടയായി. അവിടെവെച്ച് ശകുന്തളയെ കണ്ട് അനു രക്തനാകുകയും ഗാന്ധർവ്വവിധിപ്രകാരം അവളെ വിവാഹം കഴിക്കു കയും ചെയ്യുന്നു. രാജാവ് കൊട്ടാരത്തിൽ പോയതോടെ കണ്ടിട്ടും തിരി ച്ചറിയാനാവാത്ത തരത്തിൽ ശകുന്തളയെ മറക്കുന്നു. പിന്നീട് മറവിയിൽ നിന്നു രക്ഷപ്പെട്ട രാജാവ് കശ്യപാശ്രമത്തിൽവച്ച് കണ്ടുമുട്ടിയ ശകുന്ത ളയെ സ്വീകരിക്കുന്നു. ഇത്രയുമാണ് നാടകത്തിലെ കഥ.

രാജാവ് കൊട്ടാരത്തിലേക്കു പോകുന്ന സമയത്ത് ശകുന്തളയ്ക്ക് ഒരു മുദ്രമോതിരം സമ്മാനിക്കുന്നതും, ദുർവ്വാസാവ് കോപിഷ്ഠനായി ശകുന്തളയെ ശപിക്കുന്നതും, മോതിരം ശചീതീർത്ഥത്തിൽ നഷ്ടപ്പെ ടുന്നതായും ഒക്കെയുള്ള ഭാഗങ്ങൾ കവിഭാവനയാണ്. *ശകുന്തളോപാ ഖ്യാനത്തെ* നാടകത്തിനു യോജിക്കുന്ന വിധത്തിൽ തന്റെ കൽപ്പനാ വൈഭവംകൊണ്ട് പല ഭേദഗതികളും വരുത്തി മഹത്തരമാക്കിയതാണ് *അഭിജ്ഞാനശാകുന്തളം* എന്ന നാടകത്തിന്റെ സവിശേഷതകളിൽ ഒന്ന്.

ആശ്രമത്തിന്റെ പരിശുദ്ധിയും സൗന്ദര്യവും തപസ്വികളുടെ ഉദാ ത്തമായ മനോവിചാരങ്ങളും ഇതിലുണ്ട്. ആദ്യപ്രണയത്തിന്റെ ചാപല്യ ങ്ങളും പ്രൗഢസ്നേഹത്തിന്റെ ക്ഷമയും മനോഹരമായി ഇതിൽ സന്നി വേശിപ്പിച്ചിട്ടുണ്ട്. ക്രോധത്തിന്റെ ആളിക്കത്തലും സ്നേഹത്തിന്റെ കനിവും *ശാകുന്തളത്തിൽ* കാണാനാവും. പ്രകൃതിയും മനുഷ്യനും ഒന്നായി നിലകൊള്ളുന്ന അതിസുഖദമായ രംഗങ്ങളും *ശാകുന്തള ത്തിന്റെ* പ്രത്യേകതയാണ്. ഭാഗ്യനിർഭാഗ്യങ്ങളും സുഖദുഃഖങ്ങളുമട ങ്ങുന്ന മനുഷ്യജീവിതത്തിന്റെ എല്ലാ തലങ്ങളും *ശാകുന്തളത്തിൽ* കവി ചിത്രീകരിച്ചിട്ടുണ്ട്. ഇതൊക്കെത്തന്നെയാണ് *ശാകുന്തളത്തെ* ഇത്രമേൽ പ്രസിദ്ധമാക്കിയത്.

പരസ്പരസ്നേഹത്തിന്റെ കഥയാണ് ഒരുവിധം എല്ലാ കവികളു ടെയും വിഷയം. കാളിദാസനും അതിൽനിന്നും വ്യത്യസ്തനല്ല. എന്നാൽ ഈ സ്നേഹം ഇന്ദ്രിയപരം ആയിരിക്കരുത് എന്നും ത്യാഗത്തിലാണ് സ്നേഹത്തിന്റെ മഹത്വം നിലകൊള്ളുന്നത് എന്നും അദ്ദേഹം സ്വന്തം കൃതികളിലൂടെ ഉദ്ബോധിപ്പിക്കുന്നുണ്ട്.

കഥാവസ്തു സ്വീകാരത്തിലും പാത്രസ്വഭാവ ചിത്രീകരണത്തിലും കാളിദാസൻ അദ്വിതീയനാണ്. ധ്വനിപ്രധാനമാണ് കാളിദാസകാവ്യങ്ങ ളെല്ലാം തന്നെ. കുറച്ചു വാക്കുകൾകൊണ്ട് വലിയൊരു അർത്ഥ പ്രപഞ്ചം തന്നെ സൃഷ്ടിക്കാൻ കവിക്കു കഴിയുന്നുണ്ട്. *അഭിജ്ഞാനശാകുന്തള ത്തിൽ* ഒരേയൊരു വാക്യംകൊണ്ടാണ് ദുർവാസാവിന്റെ പ്രചണ്ഡസ്വ ഭാവം കവി ആവിഷ്കരിച്ചത്. ഓരോ കഥാപാത്രങ്ങൾക്കും അനുഗുണ മാകുന്ന തരത്തിൽ ഭാവവും ഭാഷയും പരിവർത്തനം ചെയ്ത് സഹൃ ദയാഹ്ലാദിയാക്കിമാറ്റുന്ന അപൂർവ്വവിദ്യ കാളിദാസനു വശമാണ്.

വൈദർഭീരീതിയുടെ തന്മയത്വമാർന്ന പ്രയോഗംകൊണ്ട് ഏറ്റവും ലളിതവും മനോഹരവുമാണ് കാളിദാസകവിത. 'ഉപമാ കാളിദാസസ്യ' എന്ന ഉക്തികൊണ്ടുതന്നെ ഉപമാപ്രയോഗത്തിൽ കാളിദാസനുള്ള ചാതുര്യം അംഗീകരിക്കപ്പെട്ടിട്ടുണ്ട്. നായകനെ മഹാമേരുവിനോടും സമു ദ്രത്തോടും സൂര്യനോടും മറ്റും സാദൃശ്യപ്പെടുത്തിക്കൊണ്ടും അതു പോലെ നായികയെ യജ്ഞദക്ഷിണയോടും ശ്രുതിയോടും ഗംഗയോടും മറ്റും ഉപമിച്ചുകൊണ്ടും കാവ്യങ്ങളെ അദ്ദേഹം ലോകോത്തരമാക്കി ത്തീർക്കുന്നു. അനർഗ്ഗളമായി പ്രവഹിക്കുന്ന കവിതാശൈലി എക്കാല ത്തെയും കവികൾക്ക് പ്രചോദകമാണ്.

"പുരാ കവീനാം ഗണനാപ്രസംഗേ
കനിഷ്ഠികാധിഷ്ഠിത കാളിദാസ:
അദ്വാപി തത്തുല്യ കവേരഭാവാ–
ദനാമികാ സാർഥവതീ ബഭൂവ'

എന്ന അജ്ഞാതകർത്യശ്ലോകം ഇന്നും സാഹിത്യലോകത്ത് കാളി ദാസനുള്ള ഒന്നാം സ്ഥാനം അനിഷേധ്യമാണെന്ന് തെളിയിക്കുന്നതാണ്.

ഡോ. ടി ജി ശൈലജ

കെ വി പുട്ടപ്പ

കന്നഡ സാഹിത്യകാരനായ കുപ്പലി വെങ്കടപ്പാ പുട്ടപ്പ കുവെംപു എന്ന തൂലികാനാമത്തിലാണ് അറിയപ്പെട്ടിരുന്നത്. 1904 ഡിസംബർ 29-ന് ദക്ഷിണ കർണാടകത്തിലെ മലേനാട് പ്രദേശത്തിലെ കുപ്പലി എന്ന ചെറിയ ഗ്രാമത്തിലാണ് ഇദ്ദേഹം ജനിച്ചത്. എട്ടാമത്തെ വയസ്സിൽ പുട്ട പ്പയെ തീർത്ഥനല്ലിയിലെ സ്കൂളിൽ ചേർത്തു. ഇവിടെയാണ് അദ്ദേഹം തന്റെ പ്രാഥമിക വിദ്യാഭ്യാസം പൂർത്തിയാക്കിയത്. മാത്രമല്ല ഇവിടുത്തെ പ്രകൃതി സൗന്ദര്യം അദ്ദേഹത്തെ വല്ലാതെ ആകർഷിച്ചിരുന്നു. ഒഴിവു ദിവ സങ്ങളിൽ സമയം കിട്ടുമ്പോഴൊക്കെ അദ്ദേഹം ഈ സുന്ദരമായ പ്രദേശം ചുറ്റിക്കാണുമായിരുന്നു. പ്രകൃതിയുടെ വിഭിന്ന രൂപങ്ങളായ പർവ്വതനിരകൾ, വനങ്ങൾ, താഴ്വരകൾ, നദികൾ തുട ങ്ങിയവയിൽ നിന്നെല്ലാം തന്നെ അദ്ദേ ഹത്തിന് പുതിയൊരു പ്രേരണയും അനുഭൂതിയും കിട്ടിയിരുന്നു. അതിലു പരി അവിടെ താമസിക്കുന്ന ഓരോ വ്യക്തിയുടെയും വേഷവിധാനങ്ങളും ജീവിതശൈലിയും മറ്റും വളരെ ശ്രദ്ധ യോടെ അദ്ദേഹം വീക്ഷിച്ചു. പരി ഷ്കാരം തൊട്ടുതീണ്ടാത്തതും കവിക

കെ വി പുട്ടപ്പ

ളുടെയും സാമൂഹ്യപരിഷ്കർത്താക്കളുടെയും സ്വാധീനങ്ങളിൽനിന്നും തീർത്തും മുക്തവുമായിരുന്നു ഈ പ്രദേശം. പ്രകൃതിയുടെ സൂര്യോദ യ-അസ്തമന ഭംഗി ഇദ്ദേഹത്തെ വളരെയധികം ആകർഷിച്ചിരുന്നു. ഈ ദൃശ്യം ആസ്വദിച്ചുകൊണ്ട് പലപ്പോഴും ഇദ്ദേഹം ധ്യാനനിമഗ്നനായി ഇരി ക്കുമായിരുന്നു. മറ്റൊരു വിധത്തിൽ പ്രകൃതി സൗന്ദര്യമാണ് ഇദ്ദേഹത്തെ കവിതയെഴുതാൻ പ്രേരിപ്പിച്ചത് എന്നു പറഞ്ഞാൽ അത് തെറ്റാവില്ല.

ഉന്നത വിദ്യാഭ്യാസത്തിനായി കുവെമ്പു മലേനാട് ഗ്രാമത്തിൽ നിന്നും മൈസൂരിൽ എത്തിച്ചേർന്നു. ഇവിടെ സ്കൂൾ തലത്തിൽ തന്നെ അദ്ദേഹം ഷേക്സ്പിയർ തൊട്ട് ടോൾസ്റ്റോയ് വരെയുള്ള ഒട്ടുമിക്ക വിദേശ സാഹിത്യകാരന്മാരുടെ കൃതികളും വായിച്ചുകഴിഞ്ഞിരുന്നു. രാമ കൃഷ്ണ പരമഹംസരുടെയും സ്വാമി വിവേകാനന്ദന്റെയും ജീവചരിത്ര ങ്ങളും വാക്കുകളുമെല്ലാം അദ്ദേഹത്തിന്റെ മുൻപിൽ പുതിയൊരു ലോകം തുറന്നുകൊടുത്തു. സ്കൂൾ കാലഘട്ടത്തിലാണ് ഇദ്ദേഹം ഇംഗ്ലീഷിൽ കവിതയെഴുതാൻ തുടങ്ങിയത്. ഈ കവിതയെല്ലാം ഉൾപ്പെടുത്തി 1929-ൽ വിഗനർസ് മ്യൂസ് എന്ന പേരിൽ ഒരു കവിതാസമാഹാരം പുറത്തിറക്കി. മൈസൂരിൽ വച്ച് അദ്ദേഹം പ്രസിദ്ധനായ തിയോസോഫിസ്റ്റ് ജയിംസിനെ പരിചയപ്പെട്ടു. അയർലൻഡുകാരനായ കജിൻസ് കലയിൽ നിപുണനാ യിരുന്നു. പുട്ടപ്പ തന്റെ ഇംഗ്ലീഷ് കവിതകൾ അദ്ദേഹത്തെ കാണിച്ചു. ഈ യുവാവിന്റെ അന്യഭാഷയുടെ മേൽ ഉള്ള ആധിപത്യം, വൈവിധ്യ മാർന്ന ശബ്ദപ്രയോഗങ്ങൾ, കാവ്യാത്മകത എന്നിവയെക്കുറിച്ചെല്ലാം അദ്ദേഹം പ്രശംസിച്ചെങ്കിലും ഒരു വിദേശഭാഷയെ എഴുത്തിനുള്ള മാധ്യ മമായി തെരഞ്ഞെടുത്തതിൽ അദ്ദേഹം എതിർപ്പ് പ്രകടിപ്പിച്ചു. മാതൃഭാ ഷയിൽ കവിത രചിക്കാത്തതിന്റെ കാരണം അദ്ദേഹം അന്വേഷിച്ചു. ആധു നിക ചിന്താഗതി ഇംഗ്ലീഷ് ഭാഷയിലൂടെ മാത്രമേ വ്യക്തമായി പ്രകടിപ്പി ക്കാൻ കഴിയൂ എന്നതായിരുന്നു പുട്ടപ്പയുടെ അഭിപ്രായം. മാത്രമല്ല, കന്നട ഭാഷ ഇംഗ്ലീഷ് ഭാഷയോളം സരസവും സുന്ദരവും സമൃദ്ധവുമ ല്ല. ഭാഷാശക്തിയും കുറവാണ്. പുട്ടപ്പയുടെ ഈ അഭിപ്രായത്തോട് വിയോജിപ്പ് പ്രകടിപ്പിച്ചുകൊണ്ട് കജിൻസ് പറഞ്ഞത് ഇപ്രകാരമാണ്: "വാസ്തവത്തിൽ ആശയ പ്രകടനം വ്യക്തിയെ ആശ്രയിച്ചിരിക്കുന്നു. നാല്-അഞ്ച് നൂറ്റാണ്ടുകൾക്കു മുൻപ് ഇംഗ്ലീഷും ശുഷ്കിച്ച ഭാഷയായി രുന്നു." പക്ഷേ, ഈ വാക്കുകൾ പുട്ടപ്പയെ സ്വാധീനിക്കാൻ ഉതകുന്ന വയായിരുന്നില്ല. കന്നടഭാഷയിൽ എഴുതിയാൽ വിദേശി ഭാഷാവായന ക്കാർക്ക് ഇത് എങ്ങനെ ആസ്വദിക്കാൻ കഴിയും എന്നതായിരുന്നു പുട്ട പ്പയുടെ ചോദ്യം. ഇതിനുത്തരമായി കജിൻസ് നൽകിയത് ഇതായിരു ന്നു: "നിങ്ങൾ എത്ര നന്നായി ഇംഗ്ലീഷ്ഭാഷയിലെഴുതിയാലും മാതൃ ഭാഷ ഇംഗ്ലീഷായ ഒരാളുടെ തലത്തിലേക്ക് നിങ്ങൾക്ക് ഒരിക്കലും എത്താൻ സാധിക്കുകയില്ല. മറിച്ച് നിങ്ങൾ മാതൃഭാഷയിൽ ലയയുക്ത മായ ഭാഷയിൽ എഴുതുകയാണെങ്കിൽ അത് അന്യഭാഷകളിലേക്ക് വിവർത്തനം ചെയ്യപ്പെടുകയും ചെയ്യും." ഉദാഹരണമായി അദ്ദേഹം

ചൂണ്ടിക്കാണിച്ചത് ലോകം മുഴുവൻ ആരാധിക്കുന്ന രബീന്ദ്രനാഥ ടാഗോ
റിനെയാണ്. ഈ വാക്കുകൾ പുട്ടപ്പയെ സ്വാധീനിച്ചു. ഇത്രയും കാലം
ഇംഗ്ലീഷ്ഭാഷ സ്വായത്തമാക്കിയിട്ടും തന്റെ ഗഹനമായ ചിന്തകളെ ഈ
ഭാഷയിലൂടെ പ്രകടമാക്കാൻ അദ്ദേഹത്തിനു കഴിഞ്ഞിരുന്നില്ല. അങ്ങനെ
തന്റെ മനസ്സിൽ ഒളിഞ്ഞുകിടന്നിരുന്ന ഭാവനകളെ മാതൃഭാഷയിലൂടെ
പ്രകടിപ്പിക്കാനുള്ള തയ്യാറെടുപ്പുകൾ അദ്ദേഹം നടത്തി. തന്റെ മുഴുവൻ
ശക്തിയും കാവ്യരചനയ്ക്കുവേണ്ടി അദ്ദേഹം സമർപ്പിച്ചു. അദ്ദേഹം കവി
തയെ സന്തോഷത്തിനുള്ള ഉപാധിയായിട്ടല്ല, മറിച്ച് ദിവ്യമായൊരു അനു
ഭൂതിയായിട്ടാണ് സ്വീകരിച്ചത്. കവിയുടെ ആദ്ധ്യാത്മികത ലയപൂർണ്ണ
മായ ധനിയായി രൂപാന്തരപ്പെട്ടില്ലെങ്കിൽ കവിത മഹത്തരമാകില്ല എന്ന
ദൃഢവിശ്വാസം അദ്ദേഹത്തിനുണ്ടായിരുന്നു. അദ്ദേഹത്തിന്റെ ഓരോ രച
നയും—അത് കഥയോ നാടകമോ മഹാകാവ്യമോ ആയിക്കൊള്ളട്ടെ –
ആദ്ധ്യാത്മികതയാൽ പരിപോഷിക്കപ്പെട്ടവയായിരുന്നു.

കന്നഡ ഭാഷയെയും സാഹിത്യത്തെയും സമൃദ്ധമാക്കുന്നതിൽ
കുവെമ്പുവിനുള്ള പങ്ക് സ്തുത്യർഹം ആണ്. അദ്ദേഹം ജന്മനാ ഒരു
വിപ്ലവകാരിയാണ്. പക്ഷേ, പാരമ്പര്യത്തെ പൂർണ്ണമായും ത്യജിച്ചുകൊണ്ട്
അദ്ദേഹം തന്റെ രചനാകർമ്മം നടത്തിയിട്ടില്ല. അദ്ദേഹത്തിന്റെ ആദ്യ
കാല രചനകളിൽ കുറച്ച് തെറ്റുകൾ ഉണ്ടെന്നുള്ളത് ശരിയാണ്. പക്ഷേ,
ഒരു നിരൂപകൻ പറഞ്ഞതുപോലെ "ഇങ്ങനെയുള്ള തെറ്റുകൾ ആദ്യ
കാലങ്ങളിൽ പല മഹാന്മാരായ കവികളിൽനിന്നും ഉണ്ടായിട്ടുണ്ട്."
കുറച്ചു നാളുകൾക്കുള്ളിൽ പുട്ടപ്പ തന്റെ തെറ്റുകൾ തിരുത്തി സാഹി
ത്യത്തിന്റെ പാരമ്യതയിൽ എത്തിച്ചേർന്നു. വാസ്തവത്തിൽ അദ്ദേഹം
ശ്രേഷ്ഠനായ ഒരു കലാകാരനാണ്. പക്ഷേ, നിയമബന്ധിതമായ കാവ്യ
നിരൂപണഗ്രന്ഥങ്ങളുടെ അടിസ്ഥാനത്തിൽ അദ്ദേഹത്തിന്റെ രചനകളെ
വിലയിരുത്തുവാൻ സാധിക്കുകയില്ല. അദ്ദേഹത്തിന്റെ രചനകൾ
സത്യത്തെ മാത്രമല്ല സത്യത്തിനപ്പുറമുള്ള ഒരു ലോകത്തെ നമ്മുടെ
മുൻപിൽ വരച്ചുകാട്ടുന്നു.

ബിരുദാനന്തര ബിരുദത്തിന് പഠിച്ചുകൊണ്ടിരിക്കുമ്പോഴാണ്
കുവെമ്പു *ജലാഗാർ* എന്നു പേരായ നാടകം കന്നഡ ഭാഷയിൽ എഴുതി
യത്. അതിനുശേഷം *യമൻ ശോല്യ* എന്ന നാടകവും എഴുതി. രണ്ടു
നാടകവും വളരെയധികം പ്രസിദ്ധി നേടി. എങ്കിലും *യമൻ ശോല്യ* വള
രെയധികം വായനക്കാരെ ആകർഷിച്ചു. അതുകൊണ്ടുതന്നെ കുറച്ചു
നാളുകൾക്കുള്ളിൽ ഈ നാടകം അനേകം അരങ്ങുകളിൽ അവതരിപ്പി
ക്കുകയുണ്ടായി. മാത്രമല്ല, 1928–ൽ സത്യവാന്റെ വേഷം അഭിനയിക്കാ
നുള്ള ഭാഗ്യവും കുവെമ്പുവിനു കൈവന്നു.

കന്നഡഭാഷയിൽ തന്നെ അപൂർവ്വമായ രചനകളിൽ ഒന്നാണ് 1936–ൽ
പ്രസിദ്ധീകരിച്ച *കാനൂരു ഹേഗ്ഗടിനി* എന്ന നോവൽ. ഈ നോവലിനെ
ഒരു ഗദ്യ മഹാകാവ്യമായിട്ടാണ് വിശേഷിപ്പിച്ചിട്ടുള്ളത്. മലേ നാടിലെ
ജീവിതചര്യയാണ് ഈ നോവലിൽ പ്രതിപാദിച്ചിരിക്കുന്നത്. ഇതിൽ പ്രകൃ

തിസൗന്ദര്യത്തെ ചിത്രീകരിച്ചിരിക്കുന്നതോടൊപ്പം തന്നെ ജീവിതത്തിന്റെ അപ്രിയവും അസ്വസ്ഥവുമായ പക്ഷങ്ങളെയും വിഷയമാക്കിയിരിക്കുന്നു. ഈ നോവലിന്റെ പശ്ചാത്തലവും കഥാപാത്രങ്ങളും മറ്റും പ്രാദേശികമാണെങ്കിലും ഇത് സാർവ്വദേശീയവുമാണ്. എന്തുകൊണ്ടെന്നാൽ ഈ നോവലിൽ ഭാഗികമായ ജീവിതത്തെയല്ല പരാമർശിച്ചിരിക്കുന്നത്. മറിച്ച് ജീവിതത്തെ സമ്പൂർണ്ണമായി ചിത്രീകരിച്ചിരിക്കുകയാണ്. അദ്ദേഹത്തിന്റെ രണ്ടാമത്തെ നോവലായ *മുലേഗല്ലി മദുമഗലുവിൽ* മലേനാടിന്റെ പൂർവ്വചരിത്രമാണ് വിഷയമാക്കിയിരിക്കുന്നത്. ആദ്യ നോവലുകളിൽനിന്ന് വ്യത്യസ്തമാണ് ഈ നോവൽ. ഈ നോവലിൽ കവി തന്റെ ആദ്ധ്യാത്മികതയുടെ പാരമ്യത്തിൽ എത്തിനിൽക്കുകയാണ്. തന്റെ ആദ്ധ്യാത്മിക ഊർജ്ജം മുഴുവൻ *ശ്രീരാമായണദർശനം* പോലുള്ള ക്ലാസിക് രചനയുടെ നിർമ്മാണത്തിന് ഉപയോഗിച്ച ശേഷവും *മുലേഗല്ലി മദുമഗലു* പോലുള്ള ഒരു നോവൽ രചിക്കാനുള്ള ഓജസ്സ് ഇദ്ദേഹത്തിനുണ്ടായിരുന്നു എന്നുള്ളത് നമ്മെ എല്ലാം അത്ഭുതപ്പെടുത്തുന്ന കാര്യമാണ്.

കന്നഡഭാഷയിലെ ആദ്യത്തെ മഹാകാവ്യമാണ് വൃത്തനിബിദമായ *ശ്രീരാമായണദർശനം.* 1949-ൽ രചിച്ച ഈ മഹാകാവ്യമാണ് കുവെംപുവിന് ജ്ഞാനപീഠ പുരസ്കാരം നേടിക്കൊടുത്തത്. ഈ അവാർഡ് 1967-ലാണ് ഇദ്ദേഹത്തിന് ലഭിച്ചത്. ഈ മഹാകാവ്യം *വാത്മീകി രാമായണത്തെ* അടിസ്ഥാനമാക്കി എഴുതിയതാണെങ്കിലും പുതിയ പുതിയ വാതായനങ്ങൾ ഇത് തുറന്നുകാട്ടുന്നു. വാസ്തവികവും കാലാതീതവും സമകാലീനവും ചിരസ്ഥായിയായയതും ഭൗതിക – ആദ്ധ്യാത്മികതകളെ ഈ മഹാകാവ്യത്തിൽ ഒരുപോലെ സമർത്ഥമായി ഉൾക്കൊള്ളിച്ചിരിക്കുന്നു. ആസുരവൃത്തിയെപ്പോലും ദിവ്യത്വത്തിലേക്ക് അടുപ്പിക്കുവാനുള്ള മാസ്മരിക ശക്തി ഈ നോവലിനുണ്ട്. ഇപ്രകാരം വളരെയധികം വിശേഷതകളാൽ സംപുഷ്ടമാണ് കുവെംപുവിന്റെ ഈ രചന എന്നതിൽ യാതൊരു സംശയവുമില്ല.

കുവെംപു പ്രതിഭാസമ്പന്നനായ സാഹിത്യകാരനാണ്. അദ്ദേഹം നോവൽ, ചെറുകഥ, കവിത, ബാലനാടകം, ഉപന്യാസം, നിരൂപണം തുടങ്ങിയ രംഗങ്ങളിലെല്ലാം തന്റെ പ്രാഗത്ഭ്യം തെളിയിച്ച വ്യക്തിയാണ്. ഇതുകൂടാതെ അദ്ദേഹം പ്രൗഢമായി ഒട്ടേറെ പ്രസംഗങ്ങളും പ്രഭാഷണങ്ങളും നടത്തിയിട്ടുണ്ട്. എന്നിരുന്നാലും അദ്ദേഹം മനസ്സുകൊണ്ട് ഒരു കവി തന്നെയാണ്. പ്രകൃതിയുടെ വിഭിന്ന ഭാവങ്ങളാണ് അദ്ദേഹത്തിന്റെ മുഖ്യ കാവ്യവിഷയം. മാനവശക്തിയും ദൗർബല്യവും, അവന്റെ രാഗദ്വേഷങ്ങൾ, ദുഃഖം, സുഖം, ഹർഷ വിഷാദങ്ങൾ, മനുഷ്യജീവിതം, മാനവീയ അഭിരുചി, ജനങ്ങളുടെ ബഹുമുഖവൃത്തികൾ, ശാസ്ത്രം, അദ്ധ്യാപനം, മതം എന്നിങ്ങനെ മനുഷ്യനുമായി ബന്ധപ്പെട്ട ഓരോന്നിനെയും അദ്ദേഹം സൂക്ഷ്മമായി വിശകലനം ചെയ്യുന്നു. പക്ഷേ ഈ വിഷയങ്ങളിലെല്ലാം തന്നെ വ്യാപകമായി മുമ്പിട്ടു നിൽക്കുന്ന മൂന്നു കാര്യങ്ങളുണ്ട് – പ്രകൃതി, ആത്മാവ്, വിവേകബുദ്ധി എന്നിവ.

പ്രകൃതിയോടുള്ള കുവെമ്പുവിന്റെ കാഴ്ചപ്പാട് ഈശ്വരനും ഭക്തനും തമ്മിലുള്ള ബന്ധത്തെയാണ് ഓർമ്മിപ്പിക്കുന്നത്. നിർജ്ജീവവും സംവേദനാരഹിതവുമായ പ്രതിബിംബമല്ല അദ്ദേഹം പ്രകൃതിയുടെ വിഭിന്ന രൂപങ്ങളിൽ കാണുന്നത്. മറിച്ച് ആത്മാവിന്റെ വിഭിന്ന ഭാവങ്ങളാണ് അദ്ദേഹം പ്രകൃതിയിൽ ദർശിക്കുന്നത്. *ബാഫാൽ ഗുണ രവി ദർശനകേ* എന്ന കവിതയിൽ കുവെമ്പു സൂര്യോദയത്തിന്റെ ദിവ്യമായ ശോഭയെയാണ് വർണ്ണിച്ചിരിക്കുന്നത്. കന്നടസാഹിത്യത്തിൽ സൂര്യോദയത്തെ ആസ്പദമാക്കി എഴുതിയ അനേകം കവിതകളിൽ വച്ചേറ്റവും ശ്രേഷ്ഠമായ കവിതയാണ് ഇത്. ഈ കവിതയിൽ സൂര്യോദയത്തെ യാഗവുമായി ഉപമിച്ചിരിക്കുകയാണ്. തന്റെ ആശയങ്ങളിലൂടെ വായനക്കാരുമായി ഒരു സുദൃഢബന്ധം സ്ഥാപിക്കാനുള്ള കഴിവ് കുവെമ്പുവിനുണ്ടായിരുന്നു. ഇദ്ദേഹം വിഷയങ്ങളെ ബാഹ്യമായി വിശകലനം ചെയ്യുന്നതോടൊപ്പം അതിന്റെ ആഴങ്ങളിലേക്കും ഇറങ്ങിച്ചെല്ലുമായിരുന്നു. ലേഖകന്റെ അപൂർവ്വ പ്രതിഭയിൽ മുഴുകുന്ന സംവേദനശീലരായ വായനക്കാർ തന്റെ അസ്തിത്വം മറന്ന് കവിയുടെ മാനസിക അവസ്ഥയുമായി അലിഞ്ഞു ചേരുമായിരുന്നു.

പദ്യവും ഗദ്യവും ഒരുപോലെ വഴങ്ങുകയും ഈ രംഗങ്ങളിൽ ഉന്നത വിജയം കൈവരിച്ച ഇദ്ദേഹം 'വാചനാ കവൻ' തുടങ്ങിയ പുതിയ മേഖലകളിൽ പരീക്ഷണം നടത്തുകയും ആ രംഗത്തും വിജയം കൈവരിക്കുകയും ചെയ്തു. മതപ്രചാരണത്തിനുവേണ്ടി ശൈവ സന്യാസിമാർ സ്വീകരിച്ച ഗദ്യാത്മക പദ്യമാണ് വാചനാ എന്ന പേരിൽ അറിയപ്പെടുന്നത്. മതപ്രചാരകന്മാരുടെ പ്രയത്നഫലമായി ഇത് വിശിഷ്ട സാഹിത്യരൂപമായി സ്വീകരിക്കപ്പെടുകയും ചെയ്തു. കുവെമ്പു, രംഗന്നാ, പരമേശ്വർ ഭട്ട് തുടങ്ങിയ ആധുനിക ലേഖകന്മാരുടെ വാചനാ ശൈലി ശൈവ സന്യാസിമാരുടെ ഗദ്യ-പദ്യത്തിൽനിന്ന് കുറച്ച് വ്യത്യസ്തമാണ്. എന്നാലും ഈ പുരാതന ശൈലിക്ക് ഒരു നൂതന രൂപം നൽകുന്നതിൽ കുവെമ്പു വിജയിച്ചു.

കുവെമ്പു എന്ന പേരിൽ വിഖ്യാതനായ ഈ സാഹിത്യകാരനെ കാവ്യശാസ്ത്രത്തിന്റെ നിയമങ്ങളെ അടിസ്ഥാനമാക്കി വിശകലനം ചെയ്യാൻ സാധിക്കുകയില്ല. എന്തുകൊണ്ടെന്നാൽ അദ്ദേഹത്തിന്റെ ഗ്രന്ഥങ്ങൾ പച്ചയായ സത്യങ്ങളാലും അതീന്ദ്രിയ യാഥാർത്ഥ്യങ്ങളാലും അനാവരണം ചെയ്യപ്പെട്ടവയാണ്.

ദാർശനികനും വിദ്യാഭ്യാസചിന്തകനുമായി അറിയപ്പെട്ടിരുന്ന ഇദ്ദേഹം 1956മുതൽ 1960 വരെ മൈസൂർ യൂണിവേഴ്സിറ്റിയുടെ വൈസ് ചാൻസലർ ആയിരുന്നു. ബുദ്ധി വൈഭവത്തിന്റെയും സാഹിത്യ സംഭാവനയുടെയും അടിസ്ഥാനത്തിൽ രാഷ്ട്രകവി ബിരുദം തുടങ്ങിയ ബഹുമതികളും അദ്ദേഹത്തിനു ലഭിച്ചിട്ടുണ്ട്. നാടകം, കവിത, നോവൽ, ഉപന്യാസം, നിരൂപണം, കാവ്യശാസ്ത്രം എന്നിങ്ങനെ എല്ലാ സാഹിത്യ രംഗങ്ങളിലും പുട്ടപ്പ നൽകിയ സംഭാവനകൾ അവിസ്മരണീയമാണ്.

ശ്രീജ എ എസ്

ഗിരീഷ് കർണാഡ്

പ്രമുഖ കന്നഡസാഹിത്യകാരനായ ഗിരീഷ് കർണാഡ് 1938-ൽ മഹാരാഷ്ട്രയിലാണു ജനിച്ചത്. അദ്ദേഹത്തിന്റെ അച്ഛൻ സിർസിയിൽ ഡോക്ടറായിരുന്നു. ബോംബെയിലാണ് ഗിരീഷ് ബിരുദാനന്തര ബിരുദ പഠനം നടത്തിയത്. ആയിടെ ഇബ്രാഹിം അൽക്കാസിയുമായി ഉണ്ടായ പരിചയം ജീവിതത്തിൽതന്നെ ഒരു വഴിത്തിരിവായി മാറി. പിന്നീട് 1960-ൽ ഉപരിപഠനത്തിനായി റോഡ്സ് സ്കോളർഷിപ്പ് കിട്ടിയ അദ്ദേഹം ഇംഗ്ലണ്ടിൽ പോയി. പഠനത്തിന്റെ പാതയിൽ ഉയരങ്ങൾ താണ്ടിയ അദ്ദേഹം എഴുത്തിന്റെ വഴിയിലും മുന്നേറി. കൂടാതെ ചലച്ചിത്രലോകത്ത് നല്ലൊരു അഭിനേതാവും സംവിധായകനും ആയി അദ്ദേഹം മാറി. നാടക-സിനിമാസംവിധാനം, തിരക്കഥ, രചന, അഭിനയം എന്നീ രംഗങ്ങളിൽ വിജയകരമായി അദ്ദേഹം ഇപ്പോഴും പ്രവർത്തിച്ചുവരുന്നു. *നീലക്കുറിഞ്ഞി പൂത്തപ്പോൾ* എന്ന മലയാള ചിത്രത്തിൽ അദ്ദേഹം അഭിനയിച്ചിട്ടുണ്ട്. കേന്ദ്ര സംഗീത നാടക അക്കാദമിയുടെ ചെയർമാനായിരുന്ന അദ്ദേഹം ലണ്ടനിലെ ഇന്ത്യൻ ഹൈക്കമ്മീഷന്റെ സാംസ്കാരിക വിഭാഗമായ നെഹ്റു സെന്ററിന്റെ ഡയറക്ടറായിരുന്നു.

ഗിരീഷിന്റെ ആദ്യ നാടകമായ യയാതി 1961-ൽ പ്രസിദ്ധീകരിച്ചതാണ്. പിന്നീട് *തുഗ്ലക്, അഞ്ജു മല്ലിഗെ, ഹയവദന, നാഗമണ്ഡല്, രക്തകല്യാണ്, അഗ്നി ഓർ ബർഖ* എന്നീ നാടകങ്ങളും രചിച്ചു. ഈ നാടകങ്ങളിൽ മിക്ക വയും രാഷ്ട്രീയമായും സാമൂഹികമായും വലിയ ചലനങ്ങൾ സൃഷ്ടിച്ചവ യാണ്. പ്രസിദ്ധി കൂടാതെ ഒട്ടേറെ പുരസ്കാരങ്ങളും അവയ്ക്ക് ലഭിച്ചിട്ടുണ്ട്.

സംസ്കാര, അങ്കുർ, നിശാന്ത്, കാടു, സ്വാമി, ഗോധുലി, ഉത്സവ് എന്നീ വളരെ ചർച്ച ചെയ്യപ്പെട്ടതും പ്രശസ്തിയാർജ്ജിച്ചതുമായ സിനിമക

ഗിരീഷ് കർണാഡ്

ളൂടെ സംവിധായകനായ ഗിരീഷ് കർണാട് നല്ലൊരു നടനും കൂടിയാണ്. ഗിരീഷ് കർണാഡിന്റെ ആദ്യനാടകമായ യയാതി ഉത്തരവാദിത്വ ബോധം എന്ന വിഷയത്തെ അസ്തിത്വവാദപരമായി കൈകാര്യം ചെയ്യുന്ന ഒന്നായിരുന്നു. 1961-ൽ അത്തരമൊരു നാടകം പ്രേക്ഷകരിൽ ആഹ്ലാദവിസ്മയം ഉളവാക്കി. അച്ഛനും മകനും പ്രായം വച്ചുമാറുന്ന പ്രസിദ്ധമായ ആ പുരാണകഥയ്ക്ക് ഗിരീഷ് കർണാഡ് നൽകിയ വ്യാഖ്യാനം യാഥാസ്ഥിതിക നിരൂപകരിൽ പലരെയും അമ്പരപ്പിക്കുകയും ദേഷ്യംപിടിപ്പിക്കുകയും ചെയ്തുവെങ്കിലും ആധുനിക സമസ്യ

കളുടെ വേരുകൾ പുരാണകഥകളിൽ തിരയുവാൻ ശ്രമിക്കുന്നവരെ സംബന്ധിച്ചിടത്തോളം കർണാഡിന്റെ പതിവുനായകൻമാരിൽനിന്നു ഭിന്നനായ നായകൻ 'പുരു' മഹത്തായ ഒരു അനുഭവമായിരുന്നു. കർണാഡിന്റെ എല്ലാ രചനകളിലും സമാനമായിട്ടുള്ള ഒരു ഘടകം ആധുനികതയുടെ സാന്നിധ്യമാണ്. കർണാഡിന്റെ പ്രമുഖ നാടകങ്ങൾ *തുഗ്ലക്, ഹയവദന* എന്നിവ പ്രത്യേകം പരിഗണിക്കേണ്ടതുണ്ട്.

കന്നട ഭാഷയിൽ 1964-ൽ പ്രസിദ്ധപ്പെടുത്തിയ *തുഗ്ലക്* ഗിരീഷ് കർണാഡിന്റെ രണ്ടാമത്തെ നാടകമായിരുന്നു. തുഗ്ലക് അരങ്ങത്ത് വമ്പിച്ച വിജയമായിരുന്നു. 1965-ൽ കന്നടത്തിൽ അവതരിപ്പിച്ച സമയത്തുതന്നെ നാഷണൽ സ്കൂൾ ഓഫ് ഡ്രാമ ഇതു ഹിന്ദിയിലും അവതരിപ്പിച്ചു. തുടർന്നു ബംഗാളിയിലും മറാത്തിയിലും അവതരണങ്ങളുണ്ടായി. 1970-ൽ ബോംബെയിൽ അതിന്റെ ഇംഗ്ലീഷ് അവതരണവും വൻ വിജയമായി. സമ്പന്നവും സങ്കീർണ്ണവുമായ ഇതിന്റെ പ്രതീകാത്മകതയും വ്യത്യസ്ത പ്രമേയങ്ങളെ സൂക്ഷ്മമായി നെയ്തെടുക്കുന്നതിലെ കലാനൈപുണ്യവും കൂടിച്ചേർന്ന് അത്യന്തം രസകരമായ ഒരു കഥയുണ്ട് ഇതിൽ. ഇതിവൃത്തത്തിന്റെ സങ്കീർണ്ണത, രംഗപ്പകിട്ട്, അസീസ് അസം തുടങ്ങിയ തമാശജോഡികൾ എന്നിവയെല്ലാം തന്നെ പ്രേക്ഷകരെ തികച്ചും സന്തോഷിപ്പിക്കുന്നവയായിരുന്നു. കൂടാതെ ബഹുജനപ്രീതി നേടാൻ മറ്റൊരു കാരണമാണ് – നെഹ്റു യുഗത്തിന്റെ ആദർശപരത സൃഷ്ടിച്ച മിഥ്യാമോഹങ്ങളുടെ തകർച്ചയുടെ അന്തരീക്ഷം മറ്റൊരു നാടകത്തിലും ഇതുപോലെ അവതരിപ്പിച്ചിട്ടില്ല.

എന്നാൽ ഈ നാടകം ഒരു രാഷ്ട്രീയ അന്യാപദേശമല്ല. മുഖ്യകഥാപാത്രമായ തുഗ്ലക്കിന്റെ സ്വഭാവത്തിലെ സന്ദിഗ്ധതകൾ ഈ നാടകത്തിന് അന്യൂനമായ ഒരു അമ്പരപ്പിന്റെ അന്തരീക്ഷം വരുത്തിയിട്ടുണ്ടെങ്കിൽക്കൂടി അവർ തുഗ്ലക്കിന്റെ സങ്കീർണ്ണവ്യക്തിത്വത്തിന്റെ നാടകവത്ക

രിക്കപ്പെട്ട ഘടകങ്ങളാണ്. ചതുരംഗം കളിയുടെ പ്രതീകാത്മകത, ആൾമാ റാട്ടം എന്ന പ്രമേയം, തുഗ്ലക്കിന്റെ കഥയ്ക്കു സമാന്തരമായി നീങ്ങുന്ന അസീ സിന്റെ വിജയത്തിലെ വിരോധാഭാസം, തുഗ്ലക്കിലെ വ്യക്തിയും നായകനും തമ്മിലുള്ള ദ്വന്ദാത്മകത – ഈ ദ്വന്ദാത്മകതയാണ് ദുരന്തത്തിന്റെയും പ്രഭ വസ്ഥാനം–ഇവയെല്ലാം നാടകത്തിന്റെ സവിശേഷതകളാണ്. മനഃശാസ്ത്ര ത്തിന്റെ ആഴങ്ങളിൽ സാക്ഷാത്കൃതമായ ഒരു കഥാപാത്രമാണ് തുഗ്ലക്. എന്തെന്നാൽ ഈ നാടകം തുഗ്ലക് എന്ന കഥാപാത്രത്തിന്റെ മനുഷ്യ പ്രകൃതി യെപ്പറ്റിയും, അദ്ദേഹത്തെപ്പോലൊരു സ്വപ്നജീവി ഭരിക്കുന്ന ഒരു രാഷ്ട്രത്തിന്റെ വിധിയെപ്പറ്റിയുമുള്ള ദാർശനികമായ ചോദ്യങ്ങളുമായി ബന്ധിപ്പിക്കുന്നു.

ഈ നാടകത്തിന്റെ പ്രമേയം ചരിത്രത്തിൽ നിന്നെടുത്തതാണെ ങ്കിലും (കന്നടത്തിൽ അത്തരം നാടകങ്ങളേറെയുണ്ട്) ചരിത്രപരമായിട്ടല്ല കർണാഡ് ഈ പ്രമേയത്തെ കൈകാര്യം ചെയ്യുന്നത്. ഉദാഹരണത്തിന്, മുസ്ലിം പ്രമാണി മാർഷേഖ് ഷംസുദീൻ എന്ന സമാധാനവാദിയായ പുരോഹിതനുമൊത്ത് തുഗ്ലക്കിനെ പ്രാർത്ഥനാസമയത്തു വധിക്കാൻ ഗൂഢാലോചന നടത്തുന്ന ആ രംഗത്തിൽ 'പ്രാർത്ഥന' എന്ന ആവർത്തിത പ്രമേയത്തെ കർണാഡ് ഉപയോഗപ്പെടുത്തുന്നത് വളരെ ശ്രദ്ധേയമായാണ്. പ്രാർത്ഥനാസമയം കൊലപാതകത്തിന് ഉപയോഗിക്കാനുള്ള തീരുമാനം തന്നെ തുഗ്ലക് തന്റെ പിതാവിനെ വധിച്ച സംഭവത്തെ അനുസ്മരിപ്പിക്കുന്നു. തുഗ്ലക്കിന് ഏറ്റവും പ്രിയങ്കരമായിരുന്നതും അദ്ദേഹവും ശത്രുക്കളും ചേർന്ന് അശുദ്ധമാക്കിയതുമായ ആ പ്രാർത്ഥന, അദ്ദേഹത്തിന്റെ ജീവിതം ചുവട്ടിൽ നിന്നുതന്നെ ദുഷിതമായിരിക്കുന്നു എന്ന വസ്തുതയെ സൂചി പ്പിക്കുന്നു. ആ ഉപാഖ്യാനമാകെ ഒരു വിരോധാഭാസമാണ്. തുഗ്ലക്കിൽ വലിയ വിശ്വാസമർപ്പിച്ചിരുന്ന ആദർശവാദിയായ ഷിഹാബുദ്ദീനും ഈ രംഗത്തു വരുന്നുണ്ട്. സുൽത്താനെ വധിക്കാനുള്ള പദ്ധതി മുഴുവൻ ആസൂത്രണം ചെയ്ത രത്തൻസിംഗ് സ്വന്തം താല്പര്യങ്ങൾക്കുവേണ്ടി ഒടുവിൽ ഷിഹാ ബുദ്ദീനെ ഒറ്റുകൊടുക്കുകയാണ്. ഈ ഉപജാപം നാടകത്തിന്റെ രംഗക്കൊ ഴുപ്പു കൂട്ടുന്നതിനൊപ്പം അത് തുഗ്ലക്കിന്റെ പീഡിതവും വിഭക്തവുമായ ആത്മ വ്യഥയുടെ നാടകീയ പ്രകാശനവുമാകുന്നു. അങ്ങനെ നാടകത്തിലെ ബാഹ്യ ക്രിയകൾ തുഗ്ലക്കിലെ അന്തർനാടകത്തിന്റെ നിർവഹണമായിത്തീരുന്നു. തുടക്കത്തിൽ തുഗ്ലക്കും അദ്ദേഹത്തിന്റെ ശത്രുക്കളും ഒന്നുപോലെ ആദർശ വാദികളായിരുന്നു. എങ്കിലും ആദർശം യാഥാർത്ഥ്യമാക്കാനുള്ള യത്നത്തി നൊടുവിൽ അവർ വിപരീതദിശയിൽ ചെന്നുപെടുന്നു. നാടകം മുഴുവൻ ഘടിതമായിരിക്കുന്നത് ഈ വിപരീതങ്ങളിലാണ്. ആദർശത്തിന്റെയും യാഥാർത്ഥ്യത്തിന്റെയും ദൈവീകമായ അഭിലാഷങ്ങളുടെയും കുതന്ത്ര ഭരിതമായ യാഥാർത്ഥ്യത്തിന്റെ ഉപജാപങ്ങളുടെയും വിപരീതങ്ങളിൽ! തുഗ്ല ക്കിന് ഇവിടെ ആത്മബോധമുണ്ട്. ദൈവാനുഗ്രഹത്തിനായുള്ള അദമ്യ ദാഹവുമുണ്ട്. എന്നിട്ടും അദ്ദേഹത്തിനു മാറ്റമുണ്ടാവുന്നില്ല. അദ്ദേഹത്തിന്റെ പദ്ധതികളെല്ലാം സ്വന്തം നേട്ടങ്ങൾക്കായി തന്ത്രപൂർവ്വം ഉപയോഗിക്കുന്ന കഥാപാത്രമാണ് അസീസ്. ഗിയാസുദീൻ അബ്ബാസിദിനെ വധിച്ച് അയാ ളുടെ വേഷത്തിൽ സമാധാനത്തിന്റെ വിശുദ്ധദൂതനായി രാജ്യത്തെ അനു

ഗ്രഹിക്കാനും നിരോധിച്ച പ്രാർത്ഥന പുനരാരംഭിക്കുവാനും ആയി അസീസ് എത്തുമ്പോഴാണ് തുഗ്ലക് സ്വന്തം ജീവിതത്തിന്റെ വിരോധാഭാസത്തെപ്പറ്റി ബോധവാനാകുന്നത്. ഈ വിരോധാഭാസം അങ്ങേയറ്റം ദുരന്തപൂർണ്ണമാണ്. ഒടുവിൽ തുഗ്ലക്കും അദ്ദേഹത്തിന്റെ സാമ്രാജ്യവും ഒന്നുപോലെ കുഴപ്പത്തിന്റെ നിലയില്ലാക്കയത്തിൽ പെടുന്നു. അദ്ദേഹമതു മനസ്സിലാക്കുകയും ചെയ്യുന്നു.

നാടകകലയുടെ തത്ത്വത്തിൽ അധിഷ്ഠിതമായി തുഗ്ലക് എന്ന നാട കത്തെ വിശകലനം ചെയ്താൽ നാടകത്തിന്റെ കഥ മുഖ്യമായും ഇതി ഹാസത്തിൽ ഊന്നിയതാണ്. നാടകത്തിന്റെ ദൃശ്യസംയോജനം വളരെ ഭംഗി യായി നിർവഹിച്ചിരിക്കുന്നു. ചരിത്രപരമായ നാടകത്തിലെ പല സംഭവങ്ങളും കഥാപാത്രങ്ങളും ചരിത്രപ്രാധാന്യമർഹിക്കുന്നവരും എന്നാൽ ദൃശ്യയോ ജനയ്ക്ക് ഉചിതമായി കാലാനുസൃതമായി നിർമ്മിച്ചിരിക്കുന്നവരുമാണ്.

തുഗ്ലക്കിനുശേഷം ഗിരീഷ് കർണാഡിന്റെ ഹയവദന എന്ന നാടകം അനവധി സവിശേഷതകൾ ഉൾക്കൊള്ളുന്നതാണ്. ഈ നാടകം പഴയൊരു സംസ്കൃതകഥയെ ആസ്പദമാക്കി എഴുതിയിട്ടുള്ളതാണ്. ഈ കഥയെ കൂടുതലായും ഈ യുഗത്തിന് അനുയോജ്യമാകുംവിധം അണിയിച്ചൊ രുക്കിയിരിക്കുന്നു. മനുഷ്യന്റെ ചിന്തയും ശരീരവും തമ്മിലുള്ള ഒരു യുദ്ധ ത്തെക്കുറിച്ച് പ്രതിപാദിക്കുന്ന ജർമ്മൻ നോവലിൽ നിന്നാണ് ഗിരീഷ് കർണാഡ് പ്രചോദനം ഉൾക്കൊണ്ടിരിക്കുന്നത്. നാടകത്തിൽ മുഖ്യകഥ യോടൊപ്പംതന്നെ ഒരു ഉപകഥയുമുണ്ട്. പദ്മിനി എന്ന കേന്ദ്രകഥാപാത്രം ബുദ്ധിബലംകൊണ്ടും ശരീരബലംകൊണ്ടും യോഗ്യനായ ഒരു ഭർത്താവിനെ ആഗ്രഹിക്കുന്നു. ആയതിനാൽ ദേവദത്തനുമായുള്ള വിവാഹശേഷവും അവൾ കപിലനിൽ അനുരക്തയാവുന്നു. പൂർവ്വ പ്രാർത്ഥന പ്രകാരം ദേവദത്തൻ തന്റെ ശിരസ്സ് ദേവിക്കു സമർപ്പിക്കുന്നു. ഇതിനു കാരണമായി എന്നു വിചാ രിച്ച് കപിലനും ശിരസ്സ് ഛേദിച്ച് ദേവിക്കു കാഴ്ചവയ്ക്കുന്നു. വരം കിട്ടിയ പ്രകാരം പദ്മിനി അവരുടെ ശിരസ്സുകൾ യഥാസ്ഥാനത്തു വയ്ക്കുന്നു. എന്നാൽ ധൃതിയിൽ രണ്ടു ശിരസ്സും തമ്മിൽ മാറിപ്പോകുന്നു. അങ്ങനെ പദ്മിനിയുടെ ആഗ്രഹപ്രകാരമുള്ള ഒരു പുരുഷനെ അവർക്ക് ലഭിക്കുന്നു. എന്നാൽ കാലക്രമേണ ദേവദത്തന്റെ ബുദ്ധി കപിലന്റെ ശരീരഭംഗിയെ മാറ്റിമറിക്കുന്നതുകണ്ട് പദ്മിനി കപിലനെ തേടി കാട്ടിൽ പോകുന്നു. അവിടെവച്ച് കപിലനും ദേവദത്തനും ഏറ്റുമുട്ടി മരിക്കുന്നു. ശേഷം പദ്മിനി സതിയാവുന്നു. ഉപകഥയിൽ 'ഹയവദന' എന്ന കഥാപാത്രം ഇതുപോലെ പൂർണ്ണത യാഗ്രഹിക്കുന്നു. എന്നാൽ വരപ്രകാരം അയാൾ ഒരു കുതിരയായി മാറുന്നു.

ഈ നാടകത്തിലൂടെ ഗിരീഷ് വിരൽ ചൂണ്ടുന്നത് മനുഷ്യന്റെ എല്ലാം കൊണ്ടും പൂർണ്ണത നേടുവാനുള്ള പരക്കം പാച്ചിലിലേക്കാണ്. ഈ നാട കത്തിൽ ഗിരീഷ് കർണാഡ് യക്ഷഗാന ശൈലിയാണ് ഉപയോഗിച്ചിരി ക്കുന്നത്. ഇതു കർണാടകയുടെ നാട്ടിൻപുറങ്ങളിൽ പ്രസിദ്ധമായ യക്ഷ ഗാനം എന്ന ശൈലിയിലാണ്. ഇതിന്റെ പ്രത്യേകതയാണ് നൃത്തം, ഗാനം, സംവാദം എന്നിവയുടെ സംയോജനം. ഓരോ കഥാപാത്രവും കർട്ടനു പിന്നിൽ നിന്നുതന്നെ നൃത്തം ചെയ്തുകൊണ്ടാണ് സ്റ്റേജിലെത്തുന്നത്. ശാസ്ത്രീ യമായ നൃത്തരീതിയിലല്ല മറിച്ച് മുദ്രകളുടെ സഹായത്തോടെയുള്ള

നൃത്തശൈലിയാണ്. നാടകാരംഭത്തിൽ ഗണപതീവന്ദനം പാടുന്നുണ്ട്. പിന്നീട് മറ്റു ദേവതകളെയെല്ലാം സ്തുതിക്കുന്നുണ്ട്. നാടകത്തിന്റെ അവ സാനത്തിലും ഇതുപോലെ തന്നെ സ്തുതിഗീതമുണ്ട്. നാടകത്തിന്റെ ദൃശ്യയോജന വളരെ യുക്തിപൂർവ്വം സംവാദരൂപത്തിലാണ് ഒരുക്കിയി രിക്കുന്നത്. നാടകത്തിലെ ഓരോ രംഗവും അതായത് നഗരത്തിന്റെ ദൃശ്യം, വീടിന്റെ, വീഥികളുടെ, കാടിന്റെ കൂടാതെ ദേവീക്ഷേത്രം എന്നി വയെല്ലാംതന്നെ സംഭാഷണത്തിലുടെയാണ് അവതരിപ്പിച്ചിരിക്കുന്നത്.

കഥാസംയോജനത്തിൽ പ്രധാനമായും രണ്ട് ഭാഗങ്ങളാണുള്ളത്. ഗിരീഷ് കർണാഡ് അത് വളരെ യുക്തിപൂർവ്വംതന്നെ ഒരുക്കിയിരിക്കുക യാണ്. കഥയുടെ രണ്ട് ഭാഗങ്ങളെ പൂർവ്വാർദ്ധം എന്നും ഉത്തരാർദ്ധം എന്നും വിഭജിക്കാം. മുഖ്യകഥയെ കൂടുതൽ ഗഹനമാക്കി, എന്നാൽ ഹയവദനയുടെ ഉപകഥയെ കൂടുതൽ ഗഹനമാക്കാൻ ശ്രമിച്ചു. പദ്മിനി ജീവിതത്തിൽ ആഗ്രഹിക്കുന്ന പൂർണ്ണതയും ഹയവദനയുടെ പൂർണ്ണതയ്ക്കു വേണ്ടിയുള്ള ആഗ്രഹവും ഇന്നത്തെ മനുഷ്യന്റെ അപൂർണ്ണതയും എന്നാൽ പൂർണ്ണതയി ലേക്കുള്ള പരക്കംപാച്ചിലും കടുത്ത ആഗ്രഹചിന്തയെയും സൂചിപ്പിക്കുന്നു. ഇതെല്ലാംതന്നെ വെളിച്ചം വീശുന്നത് മനുഷ്യന്റെ അപൂർണ്ണതയിലേക്കാണ്.

പാത്രസംയോജന ശ്രദ്ധിച്ചാൽ അവയെല്ലാം വളരെ ഉചിതമായ തരത്തിലാണെന്നു കാണാം. ഭാഗവത് എന്ന കഥാപാത്രം സംസ്കൃത നാടകങ്ങളിലെപ്പോലെ സൂത്രധാരനെപ്പോലെ പ്രവർത്തിക്കുന്നു. രണ്ടു കഥയെയും കൂട്ടിയോജിപ്പിക്കുന്നയാളാണ് ഭാഗവത്.

കർണാഡ് ഈ നാടകത്തിന്റെ സംവാദശൈലി ഓരോ കഥാപാ ത്രത്തിന്റെയും വിശേഷതകൾ ഉൾക്കൊള്ളിച്ചാണ് ആവിഷ്കരിച്ചിരിക്കു ന്നത്. പദ്മിനിയുടെ സംഭാഷണത്തിലൂടെ അവരുടെ വ്യക്തിത്വം, ജീവി തത്തിലെ അതൃപ്തി എന്നിവ മനസ്സിലാക്കാൻ കഴിയും.

ഈ രണ്ട് നാടകങ്ങളുടെയും പശ്ചാത്തലത്തിൽ നോക്കിയാൽ ഗിരീഷ് കർണാഡ് ഒരു പാരമ്പര്യവാദിയായ പുരോഗമനവാദിയായി കാണപ്പെടുന്നു. പരമ്പരാഗതമായ ഓരോ നാട്യരീതിയും അദ്ദേഹം പ്രയോഗിച്ചിരിക്കുന്നു. പാശ്ചാത്യരീതികളുടെ പ്രയോഗരീതിയുടെ അതിപ്രസരമുള്ള ഈ കാലത്ത് നമ്മുടെ പരമ്പരാഗതമായ നാട്യശൈലികളെ ആധാരമാക്കിയുള്ള പുതിയ നാടകശൈലിയുടെ അവതരണം ഗിരീഷ് കർണാഡിന്റെ പ്രത്യേകതയായി നമുക്കു കാണാം. വിഷയം തിരഞ്ഞെടുക്കുന്നതിലും അദ്ദേഹം പുരാണ ഇതി ഹാസങ്ങളെയൊന്നും വിടാതെ തന്നെ ആധുനിക ദൃഷ്ടിയെ അവലം ബിച്ചിരിക്കുന്നു.

നാടകരചനയിലെയും അഭിനയത്തിലെയും മറ്റു വിശേഷതകളു ടെയും എല്ലാം ആകെത്തുകയായ ഗിരീഷ് കർണാഡ് ഒരു പ്രതിഭാധനനായ കലാകാരനും സാഹിത്യകാരനും ആണെന്നതിൽ യാതൊരു സംശയവുമില്ല.

പ്രധാന കൃതികൾ

തുഗ്ലക്, ഹയവദന, നാഗമണ്ഡല, ഓടക്കാലുബിംബ, യയാതി, അഞ്ചുമല്ലിഗെ, മാ നിഷാദ, തിപ്പുവിന കനസുകളു.

നിമിഷ ഐ വി

ഖുർറത്തുൾ ഐൻ ഹൈദർ

ആയിരത്തി തൊള്ളായിരത്തി ഇരുപത്തിയേഴിൽ ഉത്തർപ്രദേ ശിലെ അലിഗഡിൽ ഒരു സമ്പന്ന കുടുംബത്തിൽ ഉറുദു സാഹിത്യകാരി യായ ഖുർറത്തുൾ ഐൻ ഹൈദർ ജനിച്ചു. തലമുറകളായി സാഹിത്യവു മായി ബന്ധപ്പെട്ട് പ്രവർത്തിച്ചിരുന്ന ഒരു കുടുംബമായിരുന്നു ഇത്. ഖുർറ ത്തുറിന്റെ അച്ഛൻ സയ്യദ് സജ്ജാദ് ഹൈദർ യൽദരം ഉറുദു സാഹിത്യ ത്തിലെ ശ്രദ്ധേയനായ കഥാകാരനായിരുന്നു. അദ്ദേഹത്തിന്റെ പരാമർശ മില്ലാത്ത ഉറുദു കഥാസാഹിത്യത്തെക്കുറിച്ച് ചിന്തിക്കുകതന്നെ അസാ ധ്യമാണ്. ഖുർറത്തുറിന്റെ അമ്മ നാസ് സഞ്ജനാ ഹൈദർ 'ഉറുദുവിലെ ജെയ്ൻ ഓസ്റ്റീൻ' എന്നാണ് അറിയപ്പെട്ടിരുന്നത്. മാത്രമല്ല, ഇരുപതാം നൂറ്റാണ്ടിന്റെ ആദ്യകാലങ്ങളിൽ സാമൂഹ്യ പരിഷ്കാരത്തെ ആസ്പദ മാക്കിയുള്ള നോവലുകൾ എഴുതി നവോത്ഥാനത്തിന് വഴിയൊരുക്കു ന്നതിൽ വലിയൊരു പങ്കും അവർ വഹിക്കുകയുണ്ടായി. നസ് സഞ്ജദാ ഹൈദറിന്റെ ചെറിയമ്മയായ അക്ബറി ബേഗവും അക്കാലത്ത് പ്രസി ദ്ധയായ നോവൽ എഴുത്തുകാരിയായിരുന്നു. കുടുംബത്തിലെ മറ്റു സ്ത്രീകളും ഉറുദു-ഫാരസിയിൽ കവിതകൾ ചൊല്ലുമായിരുന്നു. ഏറ്റവും ആദ്യം ആധുനിക സംസ്കാരത്തെ സ്വന്തമാക്കിയ ഉത്തരഭാരതത്തിലെ ചില കുടുംബങ്ങളിൽ ഒന്നായിരുന്നു ഖുർറത്തുറിന്റെ കുടുംബം. പക്ഷേ, പാശ്ചാത്യ സംസ്കാരത്തെ അന്ധമായി അനുകരിക്കുകയല്ല മറിച്ച് വള രെയധികം ആലോചിച്ച് ജീവിതത്തിലെ പുതിയ ഏടുകളെ കണ്ടെത്തി സ്വാധീനിക്കുകയായിരുന്നു ഈ കുടുംബം ചെയ്തത്.

ഇന്ത്യാ വിഭജനകാലത്ത് പഞ്ചാബി സാഹിത്യകാരിയായ അമൃതാ

പ്രീതം ഇന്ത്യയിൽ കുടിയേറിയ തുപോലെ പാക്കിസ്ഥാനിൽ കുടി യേറിയ കുടുംബമാണ് ഖുർറ ത്തൂറിന്റേത്. എന്നാൽ പിന്നീട് ഇവർ ഇംഗ്ലണ്ടിലേക്കു പോയി. അവിടെ വച്ച് നെഹ്റുവിന്റെ ക്ഷണം സ്വീകരിച്ച് ഭാരത്തിലേക്കു വന്ന് ഇന്ത്യൻ പൗരത്വം സ്വീകരി ച്ചു. ഉറുദു നോവലിസ്റ്റായ ഇവർക്ക് 1989-ലെ സമഗ്ര സംഭാവന യ്ക്കുള്ള ജ്ഞാനപീഠപുരസ്കാര മാണ് ലഭിച്ചത്. ഉറുദു സാഹിത്യ

ഖുർറത്തൂർ ഐൻ ഹൈദർ

ത്തിന് ലഭിച്ച രണ്ടാമത് ജ്ഞാനപീഠ പുരസ്കാരമായിരുന്നു ഇത്.

ഖുർറത്തൂറിന്റെ പ്രാഥമിക വിദ്യാഭ്യാസം വീട്ടിൽ തന്നെയായിരു ന്നു. ഡെറാഡൂൺ കോൺവെന്റ് സ്കൂൾ, ലഖ്നൗ ഐ ടി കോളേജ്, ലഖ്നൗ യൂണിവേഴ്സിറ്റി എന്നീ സ്ഥാപനങ്ങളിൽ നിന്നായിരുന്നു വിദ്യാ ഭ്യാസം നേടിയത്. ഏഴാം വയസ്സിൽ ഖുർറത്തൂർ കഥയെഴുതി തുടങ്ങി. ആദ്യം ബാലസാഹിത്യ കൃതികളായിരുന്നു കൂടുതലായി രചിച്ചിരുന്ന ത്. ഈ കഥകൾ ഫുൽ അഖ്ബാറിൽ പ്രസിദ്ധീകരിച്ചിരുന്നു. എഴുത്തിൽ കൂടുതൽ ശ്രദ്ധ കേന്ദ്രീകരിച്ചു തുടങ്ങിയത് ഇവർ ബി എയ്ക്കു പഠിച്ചു കൊണ്ടിരുന്ന കാലത്താണ്. അവരുടെ ആദ്യത്തെ കഥ പ്രസിദ്ധ സാഹി ത്യമാസികയായ സാകിയിലാണ് പ്രസിദ്ധീകരിക്കപ്പെട്ടത്. എഡിറ്റോറി യിൽ കോളത്തിൽ ഈ കഥയെ പ്രശംസിച്ചുകൊണ്ടുള്ള പ്രത്യേക കുറി പ്പുവരെ ഉണ്ടായിരുന്നു. ഇത് അവർക്ക് ഒരുപാട് പ്രോത്സാഹനം നൽകു കയും കൂടുതൽ എഴുതാനുള്ള കരുത്ത് നൽകുകയും ചെയ്തു. ഒരി ക്കലും മറ്റുള്ളവരെ അനുകരിക്കാൻ തുനിഞ്ഞിട്ടില്ല എന്നുള്ളതാണ് അവ രുടെ ഏറ്റവും വലിയ പ്രത്യേകത. മറിച്ച്, തന്റെ ജീവിതാനുഭവങ്ങളെയും ഭാവനകളെയും അടിസ്ഥാനമാക്കിയാണ് അവർ എഴുതിയിരുന്നത്.

1947-ൽ ഖുർറത്തൂർ ലഖ്നൗ സർവ്വകലാശാലയിൽനിന്നും ഇംഗ്ലീഷ് സാഹിത്യത്തിൽ ബിരുദാനന്തര ബിരുദം നേടി. ഈ വർഷം തന്നെ അവ രുടെ ആദ്യ കഥാസമാഹാരം സിതാരോം സെ ആഗെ പ്രസിദ്ധീകരിക്ക പ്പെട്ടു. വളരെ വ്യത്യസ്തമായ രചനകളാൽ അനുഗൃഹീതമായ ഈ സമാ ഹാരം ഉറുദു സാഹിത്യത്തിലെ മറ്റു കഥകളിൽനിന്ന് വേറിട്ടു നിൽക്കു ന്നു. ഇതിൽ സംഭവങ്ങളെക്കാളും അധികം അതിൽ നിന്ന് സംജാത മായ അനുഭൂതിക്കും സംവേദനശക്തിക്കുമാണ് പ്രാധാന്യം നൽകിയി രുന്നത്. ജീവിതത്തിലെ അർത്ഥമില്ലായ്മയെ വരച്ചുകാട്ടുന്ന, അപരിചി തമായ ലോകത്തേക്കാണ് കാഥിക ഈ കഥകളിലൂടെ വായനക്കാരെ കൊണ്ടുപോകുന്നത്. ആധുനിക കഥാസാഹിത്യത്തിന്റെ ഉദ്ഭവത്തിലും വികാസത്തിലും ഈ കഥകൾക്ക് വിശേഷ പ്രാധാന്യം ഉണ്ട്.

എം എയ്ക്കു ശേഷം ഖുർറത്തൂർ ആർട്സ് സ്കൂളിൽ നിന്ന് ചിത്ര കലയിലും പരിശീലനം നേടി. ഇതുമായി ബന്ധപ്പെട്ട് ഇവർക്ക് ലണ്ട നിൽ പോകുവാനുള്ള അവസരം ലഭിച്ചു. സ്വാതന്ത്ര്യം കിട്ടിയതിനുശേഷം ഇവർ *പാക്കിസ്ഥാൻ അഡ്വർടൈസിംഗ് ആൻഡ് പബ്ലിക്കേഷൻസ്,* ഇംഗ്ല ണ്ടിലെ സുപ്രസിദ്ധ പത്രമായ *ടെലിഗ്രാഫ്* എന്നിവയുടെ എഡിറ്റിംഗ് രംഗത്തും ലണ്ടനിലെ *ബി ബി സി*യുമായി ബന്ധപ്പെട്ടും പ്രവർത്തിച്ചി രുന്നു. ഇന്ത്യയിലേക്ക് തിരിച്ചു വന്നതിനുശേഷം ബോംബെയിലെ *ഇംപ്രിന്റി*ൽ മാനേജിംഗ് എഡിറ്ററായി ജോലി നോക്കുകയും ചെയ്തു. അതിനുശേഷം ഏകദേശം ഒൻപത് വർഷത്തോളം *ഇലസ്ട്രേറ്റഡ് വീക്ക്ലി ഓഫ്* ഇന്ത്യയുടെ എഡിറ്റിംഗുമായി ബന്ധപ്പെട്ട് ഖുശ്വന്ത് സിംഗിനോടൊപ്പവും ജോലി ചെയ്തു. *ഏക് മുസാഫിർ, ഏക് ഹസീന* എന്ന സിനിമയ്ക്കുവേണ്ടി കഥ എഴുതിയിരുന്നു. ഇതിനിടയിൽ ഒട്ടന വധി രചനകൾ ഇവർ ഇംഗ്ലീഷിലും എഴുതിക്കൊണ്ടിരുന്നു.

മുംബൈ വിട്ടതിനുശേഷം ഖുർറത്തൂർ ഐൻ ഹൈദർ അലിഗഢ് സർവ്വകലാശാലയിലും ജാമിയാ മില്ലിയായിലും (ന്യൂഡൽഹി) വിസിറ്റിംഗ് പ്രൊഫസറായും സേവനമനുഷ്ഠിച്ചു. കഥാരചനയ്ക്കു പുറമെ ഇവർക്ക് ലളിതകലകളിലും അതീവ താല്പര്യം ഉണ്ടായിരുന്നു-പ്രത്യേകിച്ച്, സംഗീതത്തിലും ചിത്രകലയിലും. ഇവർ സിതാറും നന്നായി വായിക്കു മായിരുന്നു. മാത്രമല്ല, അവരുടെ കുറേ രേഖാചിത്രങ്ങൾ *ഗർദിശേ–രം ഗേ–ചമ*തിൽ പ്രസിദ്ധീകരിച്ചിട്ടുണ്ട്.

ഖുർറത്തൂറിന്റെ ആദ്യത്തെ നോവൽ *മേരെ ഭീ സനം ഖാനേ* 1949-ൽ പുറത്തിറങ്ങി. ഈ നോവലിൽ ഭാരതത്തിന്റെ സമന്വയ സംസ്കാര ത്തെയും മാനവസമൂഹത്തിന്റെ കഷ്ടപ്പാടുകളെയും വർണ്ണിച്ചിരിക്കുന്നു. ഭാരതത്തിന്റെ സമന്വയ സംസ്കാരം ഹിന്ദു-മുസ്ലീം സമുദായങ്ങളെ സംബന്ധിച്ചിടത്തോളം പ്രേമത്തിന്റെയും ഐക്യത്തിന്റെയും അഭിമാന ത്തിന്റെയും പ്രതീകമായിരുന്നു. പക്ഷേ, വിഭജനത്തിനുശേഷം ഈ സംസ്കാരം തകർക്കപ്പെട്ടു. ഈ വേദനയെ *മേരെ ഭീ സനം ഖാനെ*യിൽ സ്വതന്ത്ര ജീവിതം നയിക്കുന്ന ആൺ-പെൺ കുട്ടികളുടെ സാമൂഹിക വ്യഥയിലൂടെ കഥാരൂപത്തിൽ ഹൃദയസ്പർശിയായി അവതരിപ്പിച്ചിരി ക്കുന്നു. ഭാരതവിഭജനം ഇവരോരുത്തരിലും വ്യത്യസ്തമായ രീതിയി ലാണ് സ്വാധീനം ചെലുത്തിയത്. വിഭജനത്തിന്റെ ഫലമായി ഇവരിൽ പലരും പലയിടത്തായി ചിന്നിച്ചിതറി എന്നു മാത്രമല്ല അവരുടെ മന സ്സിൽ ഒരിക്കലും ഉണങ്ങാത്ത മുറിവുകൾ ഏൽപ്പിക്കുകയും ചെയ്തു.

1952-ൽ ഖുർറത്തൂറിന്റെ രണ്ടാമത്തെ നോവലായ *സഫീനായെ ഗമേദി*ലും 1954-ൽ കഥകളുടെ രണ്ടാമത്തെ സമാഹാരമായ *ശീശെ കെ ഘർ* ഉം പ്രസിദ്ധീകരിക്കപ്പെട്ടു. ഈ കഥാസമാഹാരത്തിലെ *ജലാവതൻ,* യഹ് ദാഗ് -ദാഗ് ഉജാലാ, ലണ്ടൻ ലെറ്റർ തുടങ്ങിയ കഥകൾ ശ്രദ്ധേയമാണ്. *ജലാവ രതനി*ൽ ഭാരതീയ സംസ്കാരത്തിന്റെ തകർച്ചയെ വേറിട്ടൊരു കാഴ്ചപ്പാടി ലൂടെ അവതരിപ്പിച്ചിരിക്കുകയാണ്. ഇതിൽ വ്യക്തി-കുടുംബബന്ധങ്ങ

ളുടെ തകർച്ചയും, മാനവീയ മൂല്യങ്ങളുടെ അപചയവുമാണ് വിഷയമാക്കി
യിരിക്കുന്നത്. ഈ രചനകൾ കഥാകാരിയുടെ സർഗ്ഗാത്മക വൈഭവത്തെയും
അവരുടെ സാമൂഹ്യ രാഷ്ട്രീയ ബോധത്തെയും വിളിച്ചോതുന്നവയാണ്.

1959 ഡിസംബറിൽ ഖുർറത്തുർ ഐൻ ഹൈദറിന്റെ പ്രസിദ്ധമായ
നോവൽ *ആഗ് കാ ദരിയാ* പ്രസിദ്ധീകരിക്കപ്പെട്ടു. സാഹിത്യലോകത്തു
തന്നെ കോളിളക്കം സൃഷ്ടിച്ച നോവലാണ് ഇത്. ഈ നോവൽ ഭാഷ,
ശൈലി, രചനാസങ്കേതം, ശില്പഘടന തുടങ്ങിയ എല്ലാ മേഖലകളിലും
പുതിയൊരു സിദ്ധാന്തത്തിന് തുടക്കം കുറിച്ചു. അതുകൊണ്ട് വായന
ക്കാർക്ക് മാത്രമല്ല, നിരൂപകർക്കും ഇതൊരു വെല്ലുവിളിയായി ഉയർന്നു.
ഈ നോവലിൽ പിന്നിട്ട 2000 വർഷങ്ങളുടെ പശ്ചാത്തലത്തിൽ, ഭാരതീയ
ജീവിതത്തിന്റെ ചരിത്രപരവും സാമൂഹികവും സാംസ്കാരികവുമായ
ഭാവാത്മക യാഥാർത്ഥ്യത്തെ കലാത്മകമായി ചിത്രീകരിച്ചിരിക്കുന്നു. ഈ
നോവൽ ചരിത്രബോധവും അതുമായി ബന്ധപ്പെട്ട പല പ്രധാന പ്രശ്ന
ങ്ങളും ഉന്നയിച്ചു. ചരിത്രം എന്താണ്? ഇതിനെ സാധാരണ ജനങ്ങൾ
എങ്ങനെ നോക്കിക്കാണണം? എങ്ങനെ ചിന്തിക്കണം? ഇങ്ങനെ പലതും.
ആഗ് കാദരിയാ പല ഭാരതീയ ഭാഷകളിലും വിവർത്തനം ചെയ്യപ്പെട്ടിട്ടുണ്ട്.

പതത്ധട് കീ ആവാസ് (1967), *രോഷ്നീ കീ രഫ്താർ* (1982) തുട
ങ്ങിയ സമാഹാരങ്ങളിലെ കഥകളും ഖുർറത്തുറിന്റെ കലാവൈഭവ
ത്തെയും മനോഭാവത്തെയും പ്രകടമാക്കുന്നവയാണ്. *ഹൗസിംഗ്
സൊസൈറ്റി, കാർമേൻ, ഡാലൻവാലാ, യാദ് കീ ഏക് ധനുക് ജലേ,
ഹസബ്-നസബ്, കൊഹരേ കേ പീഛേ, പതത്ധട് കീ ആവാസ്* തുട
ങ്ങിയ ശക്തവും യാഥാർത്ഥ്യപരവുമായ കഥകളും *രോഷ്നീ കീ
രഫ്താർ, മൽഫൂസാതെ ഹാജീ ഗുൽബാബാ ബേക്താശീ, സെന്റ്
ഫ്ലോറാ ഓഫ് ജോർജിയാ കീ ആത്മ സ്വീകൃതിയാം* തുടങ്ങിയ പ്രയോ
ഗപരമായ കഥകളും ഈ സമാഹാരത്തിൽ അടങ്ങിയിട്ടുണ്ട്. *പതത്ധട് കീ
ആവാസ്* എന്ന സമാഹാരത്തിന് ഖുർറത്തുറിന് 1969-ലെ സാഹിത്യ അക്കാ
ദമി പുരസ്കാരം ലഭിക്കുകയുണ്ടായി. 1969-ൽ സോവിയറ്റ് ലാൻഡ് നെഹ്റു
പുരസ്കാരവും, 1984-ൽ പദ്മശ്രീയും പിന്നീട് 1985-ൽ ഗാലിബ് അവാർഡും
1987-ൽ ഇക്ബാൽ പുരസ്കാരവും നൽകി അവരെ ആദരിക്കുകയുണ്ടായി.

വളരെ ശ്രദ്ധയാകർഷിച്ചതും ഏറെ ചർച്ച ചെയ്യപ്പെട്ടതുമായ *ആഗ്
കാ ദരിയാ* നോവലിനു ശേഷം ഖുർറത്തുർ 1977-നും 1979-നും ഇടയിൽ
കാരെ ജഹാം ദരാസ് ഹെ എന്ന നോവൽ എഴുതി വീണ്ടും നിരൂപകർക്കി
ടയിൽ ഒരു തിളക്കം സൃഷ്ടിച്ചു. രണ്ടു ഭാഗങ്ങളായി പ്രസിദ്ധീകരിച്ച ഈ
നോവലിനെ ഗദ്യത്തിന്റെ പഴയ നിർവചനങ്ങളിൽ ഒതുക്കാൻ കഴിയില്ല.
ചില നിരൂപകരാകട്ടെ, ഇതിനെ നോവലായിപോലും അംഗീകരിക്കാൻ
തയ്യാറല്ല. കുറച്ചുപേരാകട്ടെ ഇതിനെ ഒരു കുടുംബവിശേഷത്തിന്റെ ചരിത്രം
മാത്രമായിട്ടാണ് കാണുന്നത്. മറ്റു ചിലരുടെ അഭിപ്രായത്തിൽ, ഇത് ചരി
ത്രമേ അല്ല. ചിലർ ഇതിനെ ആത്മകഥ എന്ന് വിശേഷിപ്പിച്ചപ്പോൾ മറ്റു ചിലർ
ഇത് അംഗീകരിക്കാൻ തയ്യാറായില്ല. സത്യത്തിൽ ഇത് ഒരു നോൺ
ഫിക്ഷൻ നോവലാണ്.

കാരെ ജഹാം ദരാസ് ഹെക്കു ശേഷം ഖുർറത്തുറിന്റെ മൂന്നു നോവ ലുകൾകൂടി പ്രസിദ്ധീകരിക്കപ്പെട്ടു – *ആഖിരേ ശബ് കെ ഹം സഫർ, ഗർദിശേ രംഗേ ചമൻ, ചന്ദനീ ബേഗം* തുടങ്ങിയവ. *ഗർദിശേ രംഗേ ചമൻ* ഭാഗികമായി ഡോക്യുമെന്ററി സ്വഭാവമുള്ള ഒരു നോവലാണ്. ഈ ഡോക്യുമെന്ററി എഴുതുവാൻ വേണ്ടി ലേഖികയ്ക്ക് ഒരുപാട് ഗവേഷണം നടത്തേണ്ടി വന്നു. ഇതിൽ ഉത്തർപ്രദേശിലെ ജമിത്വത്തിൽ അധിഷ്ഠി തമായ ഗ്രാമീണ സമൂഹത്തെ ചിത്രീകരിച്ചുകൊണ്ട് അതിന്റെ അഭിന്ന ഭാഗമായ സൂഫിസത്തെയും വിഷയമാക്കിയിരിക്കുന്നു. ഫീർ സാഹബ് എന്ന കഥാപാത്രത്തിലൂടെ സൂഫി ജീവിതത്തിന്റെ മനോഹരമായ ദൃശ്യ ങ്ങൾ ഇതിൽ അവതരിപ്പിച്ചിരിക്കുന്നു. നോവലിലെ ഈ കഥാവസ്തു വിനെ അടിസ്ഥാനമാക്കിക്കൊണ്ട് ഖുർറത്തൂർ ആദ്ധ്യാത്മികതയിൽ അകപ്പെട്ടു എന്നും സൂഫിസത്തിന്റെ വക്താവായി തീർന്നുവെന്നുമുള്ള അപവാദം അഴിച്ചുവിടുകയുണ്ടായി. ഈ അപവാദത്തിൽ തന്റെ തീവ്ര മായ എതിർപ്പ് പ്രകടിപ്പിച്ചുകൊണ്ട് അവർ ഇങ്ങനെ അഭിപ്രായപ്പെട്ടു: "സൂഫി സിദ്ധാന്തത്തോട് എനിക്ക് പ്രത്യേകിച്ച് യാതൊരു മമതയുമി ല്ല. ഞാൻ എന്റെ ചുറ്റുവട്ടത്തു നടക്കുന്ന സംഭവങ്ങളെ ആത്മീയമായയല്ല മറിച്ച് എന്റെ അറിവിലൂടെയും ചിന്തയിലൂടെയും മനസ്സിലാക്കാനാണ് ശ്രമിക്കുന്നത്. ഇതു തന്നെയാണ് എന്റെ കാഴ്ചപ്പാടും."

നോവലിസ്റ്റ് എന്ന നിലയിൽ ഉറുദുവിലെ രതൻനാഥ് സർശാർ, മിർജാഹാദി രുസവാ, പ്രേമചന്ദ് തുടങ്ങിയ മൂന്ന് മികച്ച ലേഖകരുടെ കൂടെ ഖുർറത്തൂർ ഐൻ ഹൈദറിനേയും എടുത്തു പറയേണ്ടിയിരിക്കുന്നു. കഥാകാരി എന്ന നിലയിലും ഇവർ ഉറുദു സാഹിത്യത്തിലെ വളർച്ചയ്ക്ക് വളരെയേറെ പങ്കു വഹിച്ചിട്ടുണ്ട്. ഇതിന്റെ അടിസ്ഥാനത്തിൽ ഇവരുടെ പേർ പ്രേം ചന്ദ്, രാജേന്ദ്ര സിംഗ് ബേദി, കൃഷ്ണ ചന്ദർ, സാദത് ഹസൻ മണ്ട്രോ എന്നിവരുടെ കൂടെ പ്രത്യേക പരാമർശത്തിന് അർഹമാണ്.

ഖുർറത്തുറിന്റെ മനസ്സ് മൃദുലമായ മാനവീയ മനോഭാവങ്ങളാൽ സംപുഷ്ടമാണ്. അവരുടെ കഥാപാത്രങ്ങളിലും ഇതു തന്നെയാണ് പ്രതിഫലിച്ചിരിക്കുന്നത്. എഴുത്ത്, ജേർണലിസം, മാസ് കമ്യൂണിക്കേഷൻസ് തുടങ്ങിയ മേഖലകളിൽ ലഭിച്ച വിപുലമായ അനുഭവങ്ങൾ അവരുടെ രചനാ ശൈലിക്കു തന്നെ പുതിയൊരു രൂപം കൊടുത്തു. അവരുടെ ഒട്ടുമിക്ക രചനകളിലും ഇന്നത്തെ സന്ദർഭത്തിലും പ്രസക്തമായ പരമ്പരാഗത ഭാരതീയ സംസ്കാരത്തോടുള്ള അർപ്പണബോധം പ്രകടമായി കാണാൻ സാധിക്കും.

തന്റെ അനശ്വരമായ കലാവൈഭവം, ഭാഷ, ശൈലി, ടെക്നിക്, ചിന്താ ശക്തി എന്നിവയാൽ അനുഗൃഹീതമായ ഹൈദറിന്റെ സമ്പൂർണ്ണ കഥാ സാഹിത്യം ഉറുദു സാഹിത്യത്തിലെ ഏറ്റവും വലിയ നേട്ടമായി കണ ക്കാക്കപ്പെടുന്നു. ഹൈദറിന്റെ ഓരോ രചനയും ഭാരത സംസ്കാരം, ചരി ത്രം, ഇവിടുത്തെ ഭൂമി, ഭാരതീയരുടെ ജീവിതരീതി ഇവയുമായി ബന്ധ പ്പെട്ടിരിക്കുന്നു. വാസ്തവത്തിൽ, ഉറുദു കഥാസാഹിത്യത്തിലൂടെ ഇവർ ഭാരതീയ സാഹിത്യത്തെയും സംസ്കാരത്തെയും സമ്പുഷ്ടമാക്കുന്നു.

ശ്രീജ എ എസ്

തകഴി ശിവശങ്കരപ്പിള്ള

ലോകപ്രസിദ്ധനായ മലയാളി നോവലിസ്റ്റാണ് തകഴി ശിവശങ്ക രപ്പിള്ള. അമ്പലപ്പുഴ താലൂക്കിലെ തകഴിയിൽ 1912 ഏപ്രിൽ 17-ന് തകഴി ശിവശങ്കരപ്പിള്ള ജനിച്ചു. പ്രാഥമിക വിദ്യാഭ്യാസം തകഴിയിലെ മലയാളം പള്ളിക്കൂടത്തിൽ നിന്നാണ് ലഭിച്ചത്. അതിനുശേഷം അമ്പലപ്പുഴയിലെ ഇംഗ്ലീഷ് സ്കൂളിൽ പഠിച്ചു. ഹൈസ്കൂൾ വിദ്യാഭ്യാസം കരുവാറ്റയിലും പൂർത്തീകരിച്ചു. നിയമപഠനം നടത്തവേ തന്നെ എഴുതിത്തുടങ്ങി. 1934-ൽ പ്രസിദ്ധീകരിച്ച *ത്യാഗത്തിന്റെ പ്രതിഫലം* എന്ന നോവലിലൂടെ സാഹിത്യജീവിതം ആരംഭിച്ചു. 1934 സെപ്റ്റംബർ 15-ന് കമലാക്ഷിയ മ്മയെ വിവാഹം ചെയ്തു. കാത്ത എന്നു വിളിക്കപ്പെടുന്ന സഹധർമ്മിണി തന്റെ എല്ലാ ഉന്നമനങ്ങൾക്കും പിന്നിലുണ്ടെന്ന് തകഴി വിശ്വസിച്ചു.

വ്യത്യസ്തമായൊരു സാഹിത്യ പാരാവാരമാണ് തകഴിക്കുള്ളത്. മലയാള മണ്ണിൽനിന്നും ഉരുത്തിരിഞ്ഞതാണ് തകഴിയുടെ സാഹിത്യ ലോകം. രാഷ്ട്രീയവും സാംസ്കാരികവും ചരിത്രപരവും ആയ എല്ലാ മേഖലകളിലും അദ്ദേഹത്തിന്റെ പ്രതിഭ വ്യാപരിച്ചിട്ടുണ്ട്. തകഴിയുടെ *കഥകൾ, തിരഞ്ഞെടുത്ത കഥകൾ, നിത്യകന്യക, ഇങ്കിലാബ്, ഘോഷ യാത്ര, മാഞ്ചുവട്ടിൽ, പതിവ്രത, പ്രതീക്ഷകൾ, പുതുമലർ, ചങ്ങാതി കൾ, അടിയൊഴുക്കുകൾ, പ്രതിജ്ഞ, ഞരക്കങ്ങൾ, മകളുടെ മകൾ, കണക്കു തീർക്കൽ, ആദ്യത്തെ പ്രസവം, ഞാൻ പിറന്ന നാട്, ആലിംഗ നം, ചരിത്ര സത്യങ്ങൾ* എന്നിവ തകഴിയുടെ കഥാസമാഹാരങ്ങളാണ്. അദ്ദേഹത്തിന്റെ *ചെമ്മീൻ, രണ്ടിടങ്ങഴി, തോട്ടിയുടെ മകൻ, ഏണിപ്പടി കൾ, കയർ* എന്നീ നോവലുകൾ വിവിധ ഭാഷകളിലേക്ക് വിവർത്തനം

തകഴി ശിവശങ്കരപ്പിള്ള

ചെയ്യപ്പെട്ടിട്ടുണ്ട്. കൂടാതെ ഇംഗ്ലീഷ്, ജാപ്പനീസ് തുടങ്ങിയ വിദേശ ഭാഷ കളിലും ചില കൃതികൾ വിവർ ത്തനം ചെയ്യപ്പെട്ടിട്ടുണ്ട്. *ചെമ്മീൻ* തുടങ്ങിയ ചില നോവലുകളുടെ ചലച്ചിത്രാവിഷ്കാരവും ഉണ്ടായി.

അവാർഡുകൾ അദ്ദേഹത്തെ തേടിയെത്തുകയായിരുന്നു. ചെറു തും വലുതുമായ ഒട്ടറെ പുരസ്കാ രങ്ങൾ അദ്ദേഹത്തിന് ലഭിച്ചിട്ടുണ്ട്. *ചെമ്മീനി*നു 1956–ൽ കേന്ദ്ര സാ ഹിത്യ അക്കാദമി അവാർഡും *ഏണിപ്പടികൾക്ക്* 1964–ൽ കേരള സാഹിത്യ അക്കാദമി അവാർഡും ലഭിച്ചു. 1985–ൽ പദ്മഭൂഷൺ നൽകി കേന്ദ്ര ഗവൺമെന്റ് അദ്ദേഹത്തെ ആദരിക്കുകയുണ്ടായി. സാഹിത്യ അക്കാദമിയിൽ ഫെലോ ആയും തെരഞ്ഞെടുക്കപ്പെട്ടു. *കയർ* എന്ന നോവലിനെ അടിസ്ഥാനപ്പെടുത്തിയും സാഹിത്യരംഗത്തെ സമഗ്രസം ഭാവന കണക്കിലെടുത്തും അദ്ദേഹത്തിന് ജ്ഞാനപീഠ പുരസ്കാരം ലഭിച്ചു.

തകഴി തന്റെ സാഹിത്യനിർമ്മാണം ആരംഭിച്ചത് ചെറുകഥയിലൂ ടെയാണ്. ചുരുങ്ങിയ സൂചനകൾ കൊണ്ട് കൂടുതൽ കാര്യങ്ങൾ വ്യഞ്ജി പ്പിക്കുവാൻ തകഴിക്കു കഴിവുണ്ട്. സാമൂഹ്യ മാറ്റമാണ് തകഴിയുടെ ചെറു കഥയുടെ ലക്ഷ്യം. കുട്ടനാട്ടിലെ വെള്ളപ്പൊക്കത്തിൽ അകപ്പെട്ട് ഒരു പുരയുടെ മേൽക്കൂരയിൽ അഭയം പ്രാപിച്ച ഒരു പട്ടിയുടെ കഥ തകഴി ചിത്രീകരിച്ചപ്പോൾ ആ ജലപ്രളയത്തിന്റെ ഭീകരത വായനക്കാരുടെ ഹൃദ യത്തിൽ യാഥാർത്ഥ്യത്തോടെ പ്രതിഫലിച്ചു. ജീവിതത്തെ കലാകാരന്റെ ഭവനയുടെ മൂശയിൽ പാകപ്പെടുത്തി അവതരിപ്പിക്കുന്നതിൽ തകഴി ക്കുള്ള സാമർത്ഥ്യം ഓരോ രചനയിലും നമുക്ക് അനുഭവപ്പെടും. മൃദു ലമായ വികാരങ്ങളേക്കാൾ പരുഷമായ ജീവിതത്തിന്റെ പ്രതിഫലനമാണ് തകഴിയുടെ കഥകളിൽ പ്രമുഖമായിട്ടുള്ളത്.

കഥകളോടൊപ്പം തകഴി നോവലുകളും രചിച്ചു. ആദ്യമായി പ്രസി ദ്ധീകരിച്ച കൃതി *ത്യാഗത്തിന്റെ പ്രതിഫലം* (1934) ആണ് ആദ്യ നോവ ൽ. 1935–ൽ *പതിത പങ്കജം* പ്രസിദ്ധീകരിച്ചു. സന്മാർഗ്ഗത്തിന്റെയും സദാ ചാരത്തിന്റെയും അംഗീകൃത വലയങ്ങളെ ലംഘിച്ചുകൊണ്ടുള്ള കഥാ ഘടനയും പാത്രസൃഷ്ടിയുമാണ് അവയിൽ കാണുന്നത്. *ത്യാഗത്തിന്റെ പ്രതിഫലം* പ്രസിദ്ധീകരിച്ചതോടെ അത് വിവാദത്തിന് കാരണമായി ത്തീർന്നു. ഈ നോവലിൽ ഒരു പെൺകുട്ടി തന്റെ സഹോദരന്റെ ഉന്ന

തവിദ്യാഭ്യാസത്തിനുവേണ്ടി സ്വന്തം ശരീരം വിൽക്കുന്നു. പതിത പങ്കജം പന്ത്രണ്ട് വയസ്സായ ഒരു പെൺകുട്ടിക്ക് വേശ്യാവൃത്തി സ്വീകരിക്കേണ്ടി വന്ന കഥയാണ്. 1936-ൽ *പരമാർത്ഥങ്ങൾ* പ്രസിദ്ധീകരിച്ചു. ഇതിൽ അവി ഹിതബന്ധങ്ങളിലുണ്ടായ രണ്ട് കുട്ടികളുടെ അമ്മയുടെ കഥ പറയുന്നു.

പിൽക്കാലത്ത് തകഴി സാമൂഹ്യപ്രശ്നങ്ങൾക്കു പ്രാധാന്യം നൽകി നോവൽ രചിക്കുകയുണ്ടായി. *തലയോട്* വയലാറിലെ കമ്മ്യൂണിസ്റ്റ് വിപ്ല വത്തെ വിഷയമാക്കി എഴുതിയ നോവലാണ്. *തോട്ടിയുടെ മകൻ, തെണ്ടി വർഗ്ഗം* എന്നിവയിൽ സാമൂഹ്യമായി ഏറ്റവും അടിത്തട്ടിൽ കഴിയുന്ന ഏഴകളുടെ ജീവിതത്തെ ചിത്രീകരിക്കുന്നു. *തോട്ടിയുടെ മകനിൽ* ആല പ്പുഴയിലെ തോട്ടികളുടെ ശോചനീയാവസ്ഥയെയാണ് ചിത്രീകരിച്ചിരി ക്കുന്നത്. ഇതിൽ മകനെ തോട്ടിയുടെ നിലയിൽനിന്ന് ഉയർത്തിക്കൊ ണ്ടുവരാൻ യത്നിച്ച അവന്റെ അച്ഛന്റെയും അമ്മയുടെയും അഭിലാഷം വ്യർത്ഥമായി അവർ മരിക്കുന്നതും മകൻ തോട്ടിത്തൊഴിലാളികളുടെ വിപ്ലവനേതാവാകുന്നതും തോട്ടിജീവിതത്തിന്റെ കഠിനമായ അനുഭവ ങ്ങളുടെ മാനസിക പ്രതികരണങ്ങൾ നിമിത്തം ഒടുവിൽ ആത്മാഹുതി ചെയ്യുന്നതുമാണ് കഥാവസ്തു. അറപ്പോടും വെറുപ്പോടും കൂടിയാണ് സമൂഹം അവരെ വീക്ഷിക്കുന്നത്. തോട്ടിയുടെ മകൻ തോട്ടിയായി ത്തന്നെ ജീവിച്ചുകൊള്ളണമെന്നത് ഒരലിഖിത നിയമമായി സമൂഹം കരു തുന്നു. സാമൂഹ്യ പുരോഗതിക്കും പരിഷ്കരണത്തിനുംവേണ്ടിയുള്ള വെമ്പൽ കഥാപാത്രങ്ങളിലൂടെ തകഴി പ്രകടിപ്പിക്കുന്നു.

1948-ൽ *രണ്ടിടങ്ങഴി* എന്ന നോവൽ പ്രസിദ്ധീകരിച്ചു. ഇത് കുട്ട നാടൻ കർഷകത്തൊഴിലാളികളായ മണ്ണിന്റെമക്കളുടെ ഇതിഹാസകാ വ്യമാണ്. അദ്ധ്വാനിക്കുന്നവന്റെ വേദനകളും വിഷമങ്ങളും സൂക്ഷ്മമായി ചിത്രീകരിക്കുവാനുള്ള തകഴിയുടെ കഴിവ് അസാമാന്യമാണ്. അടിമ ത്തത്തിൽ ആണ്ടുകിടക്കുന്ന കുട്ടനാടൻ പറയരും പുലയരും അവകാശ ങ്ങൾക്കുവേണ്ടി ഉയിർത്തെഴുന്നേൽക്കുന്ന ചിത്രമാണ് *രണ്ടിടങ്ങഴിയിൽ* കാണുന്നത്.

1956-ൽ പ്രസിദ്ധീകരിച്ച *ചെമ്മീൻ* എന്ന നോവലാണ് തകഴിയുടെ നോവലുകളിൽ ഏറ്റവും ശ്രദ്ധേയം. തൃക്കുന്നപ്പുഴ കടപ്പുറത്തെ മുക്കു വരുടെ ജീവിതത്തിന്റെ യഥാർത്ഥ ചിത്രീകരണമാണ് ഈ നോവലിൽ നാം കാണുന്നത്. മുക്കുവരുടെ ദൈനംദിന ജീവിതം, അവരുടെ പ്രേമ ഭാവന, ക്ലേശം, ദാരിദ്ര്യം, സദാചാരബോധം ഇവയെല്ലാം ഇതിൽ ചിത്രീക രിച്ചിട്ടുണ്ട്. മുക്കുവരുടെ ഇടയിൽ പൊതുവെ നിലവിലിരിക്കുന്ന അന്ധ വിശ്വാസവും ഇതിൽ നമുക്ക് കാണാം. അരയന്മാരുടെ സാമൂഹ്യജീവി തത്തിന്റെ ഉള്ളറകളിൽ കടന്നു ചെല്ലുവാൻ തകഴിക്കു സാധിച്ചിട്ടുണ്ട്. ഈ നോവലാണ് തകഴിക്ക് അന്താരാഷ്ട്ര പ്രശസ്തി നേടിക്കൊടുത്ത ത്. *ചെമ്മീൻ* 1957-ൽ ആദ്യമായി കേന്ദ്രസാഹിത്യ അക്കാദമിയുടെ അവാർഡിനർഹമായി. അതിന്റെ ചലച്ചിത്രാവിഷ്കാരത്തിനു ദേശീയ ബഹുമതിയും ലഭിച്ചു. ഈ നോവൽ ഇംഗ്ലീഷിലും പിന്നീട് പല വിദേശ

ഭാഷകളിലും വിവർത്തനം ചെയ്യപ്പെട്ടു.

തകഴിക്ക് കേരള സാഹിത്യ അക്കാദമി അവാർഡ് നേടിക്കൊടുത്ത നോവലാണ് *ഏണിപ്പടികൾ.* ഈ നോവലിൽ സെക്രട്ടേറിയറ്റിൽ ക്ലാർക്കായി ഔദ്യോഗികജീവിതം ആരംഭിച്ച കേശവപിള്ളയുടെ പടിപടിയായ വളർച്ചയുടെ കഥയാണ് അവതരിപ്പിക്കുന്നതെങ്കിലും ഹജൂർക്കച്ചേരിയിലെയും അതിന്റെ ചുറ്റുവട്ടത്തിലുള്ള ജീവിതത്തിലേക്കും വെളിച്ചം വീശുന്നു.

വിപ്ലവപ്രസ്ഥാനം രാജ്യവ്യാപകമാവുകയും, തൊഴിലാളി വർഗ്ഗം ശക്തിപ്രാപിക്കുകയും ചെയ്ത ഒരു കാലഘട്ടത്തിന്റെ ചിത്രീകരണമാണ് *പുന്നപ്ര വയലാറിനു ശേഷം* എന്ന നോവലിലുള്ളത്. വിപ്ലവ പ്രസ്ഥാനത്തിൽ വന്ന പാളിച്ചകളിലേക്ക് വിരൽ ചൂണ്ടുന്നൊരു നോവലാണ് *അനുഭവങ്ങൾ പാളിച്ചകൾ.* ഇതിലെ നായകൻ ഒരു കമ്മ്യൂണിസ്റ്റുകാരനാണ്. ആത്മാർത്ഥതയുള്ള അയാൾ തന്റെ മുതലാളിയെ കൊന്ന് തന്റെ ധാർമ്മികരോഷം തീർക്കുകയും ശിക്ഷ ഏറ്റുവാങ്ങുകയും ചെയ്യുന്നു.

അവന്റെ സ്മരണകൾ എന്ന നോവൽ ആലപ്പുഴ നഗരത്തിലെ യാചകരുടെ കഥയാണ്. ഊരും പേരും ഉറ്റവരാരെന്നും അറിയാതെ വളർന്ന അവർ തെരുവുതെണ്ടികളാണെങ്കിലും മാന്യന്മാരെന്നു നടിക്കുന്ന ആരെക്കാളും മാന്യരായിരുന്നു.

ചാരിത്ര്യത്തിൽ സംശയം തോന്നി ഭർത്താവ് ഉപേക്ഷിച്ച ഗൗരിയുടെ കഥയാണ് *ജീവിതം സുന്ദരമാണ് പക്ഷെ.* കുഷ്ഠരോഗിയായ ഒരു മനുഷ്യനെ സമൂഹവും സ്വന്തം കുടുംബവും എങ്ങനെ വീക്ഷിക്കുന്നു എന്നതാണ് *കോടിപ്പോയ മുഖങ്ങൾ* എന്ന നോവലിലെ പ്രമേയം. കുഷ്ഠരോഗിയായ ഒരു വ്യക്തിയോട് സമൂഹം അവജ്ഞയോടെ പെരുമാറുന്നു. രോഗത്തെക്കുറിച്ചു മനുഷ്യർ വച്ചുപുലർത്തുന്ന അന്ധവിശ്വാസങ്ങളിലേക്കും തകഴി ഈ നോവലിലൂടെ വിരൽ ചൂണ്ടുന്നു.

ജനാധിപത്യവ്യവസ്ഥയിൽ ജനകീയവേഷം കെട്ടുന്നവരുടെ പൊയ്മുഖങ്ങൾ തുറന്നു കാണിക്കുകയാണ് *കുറേ മനുഷ്യരുടെ കഥയിലൂടെ* തകഴി ചെയ്യുന്നത്. സുമതി എന്ന സ്ത്രീയുടെ ജീവിതത്തിലെ വിചിത്ര സംഭവങ്ങളാണ് *പെണ്ണ്* എന്ന നോവലിൽ ഉൾക്കൊള്ളിച്ചിരിക്കുന്നത്. ഭർത്താവിനാൽ പരിത്യക്തയായ അവൾ മറ്റൊരു പുരുഷനെ വശത്താക്കുകയും അയാളുടെ ഭാര്യക്ക് സ്വന്തം വീട്ടിൽ അഭയം കൊടുക്കുകയും ചെയ്യുന്ന വിചിത്ര സംഭവങ്ങൾ നിറഞ്ഞതാണ് ഈ നോവൽ.

1978-ലാണ് *കയർ* പ്രസിദ്ധീകരിച്ചത്. കയർ ഒരു ഗ്രാമത്തിന്റെ 250 -ഓളം വർഷക്കാലത്തെ ചരിത്രം ഉൾക്കൊള്ളുന്ന എട്ട് തലമുറകളുടെ കഥയാണ്. ഇതിൽ നായകനോ നായികയോ ഇല്ല. 380-ഓളം കഥാപാത്രങ്ങളുണ്ട്. വിവിധ കാലഘട്ടങ്ങളിൽ തിരുവിതാംകൂറിലെ സാമൂഹ്യജീവിതത്തിൽ വന്ന മാറ്റങ്ങൾ ഒപ്പിയെടുക്കാൻ തകഴിക്കു കയറിലൂടെ കഴിഞ്ഞു.

തെണ്ടിവർഗ്ഗം, പേരില്ലാക്കഥ, പരമാർത്ഥങ്ങൾ, ത്യാഗത്തിന്റെ പ്രതി

ഫലം, തലയോട്, പതിത പങ്കജം, വിൽപ്പനക്കാരി, പാപ്പിയമ്മയും മക്ക
ളും, ആകാശം, ഔസേപ്പിന്റെ മക്കൾ, നുരയും പതയും, അകത്തളം, കുറേ
മനുഷ്യരുടെ കഥ, ബലൂണുകൾ, നെല്ലും തേങ്ങയും, മാംസത്തിന്റെ വിളി,
പെണ്ണായി പിറന്നാൽ, വ്യാകുലമാതാവ് എന്നിങ്ങനെ ചെറുതും വലുതു
മായ മുപ്പതോളം നോവലുകളുടെ കർത്താവാണ് അദ്ദേഹം.

ഇവ കൂടാതെ തകഴിയുടെ ആത്മകഥകളാണ് എന്റെ ബാല്യകാ
ലകഥ, എന്റെ വക്കീൽ ജീവിതം, ഓർമ്മയുടെ തീരങ്ങളിൽ എന്നിവ.
സഞ്ചാര സാഹിത്യമാണ് അമേരിക്കൻ തിരശ്ശീല. തകഴിയുടെ നാടക
മാണ് തോറ്റില്ല.

സാഹിത്യത്തിന്റെ എല്ലാ മേഖലകളിലും അദ്ദേഹം തന്റെ വ്യക്തി
മുദ്ര പതിപ്പിച്ചിട്ടുണ്ട്. എന്നിരുന്നാലും കഥാസാഹിത്യത്തിനു നൽകിയി
ട്ടുള്ള അദ്ദേഹത്തിന്റെ സംഭാവനകൾ എടുത്തുപറയേണ്ടവയാണ്.

ലൈജ പി ജെ

താരാശങ്കർ ബന്ദോപാധ്യായ

താരാശങ്കർ ബന്ദോപാധ്യായ 1898 ജൂലായ് 23-ന് ബീർഭും ജില്ല
യിലെ ലാഭപുർ എന്ന ഗ്രാമത്തിൽ ഒരു സാധാരണ ജന്മി കുടുംബത്തിലെ
അംഗമായി ജനിച്ചു. തന്റെ എട്ടാമത്തെ വയസ്സിൽ ഇദ്ദേഹത്തിന് പിതാ
വിനെ നഷ്ടപ്പെട്ടു. അതുകൊണ്ടു തന്നെ ഇദ്ദേഹത്തെ വളർത്തി വലു
താക്കിയത് അമ്മ പ്രഭാവതിദേവിയും ചെറിയമ്മയും കൂടിയായിരുന്നു.
പ്രഭാവതിദേവി പാറ്റനയിലെ സംസ്കാരസമ്പന്നമായ ഒരു ബംഗാളി
കുടുംബത്തിലെ അംഗമായിരുന്നു. ഉദാത്ത ചിന്തകളാൽ അനുഗൃഹീത
യായിരുന്നു ഇവർ. വാസ്തവത്തിൽ താരാശങ്കറിന് ഭാരതീയ സംസ്കാ
രത്തോടും ആദർശങ്ങളോടുമുള്ള പ്രതിപത്തിയും, വിഭിന്ന കാഴ്ചപ്പാടു
കളോടുള്ള സഹിഷ്ണുതാഭാവവും ജിജ്ഞാസയും എല്ലാം തന്റെ മാതാ
വിൽനിന്ന് പകർന്നു കിട്ടിയതാണ്. അമ്മയിൽ നിന്നുതന്നെയാണ് ഇദ്ദേ
ഹത്തിന് രാജ്യസ്നേഹം, സാമൂഹ്യ സേവനം തുടങ്ങിയ മൂല്യങ്ങൾ ലഭി
ച്ചതും. അമ്മയുടെ ഓരോ കഥയിലും താരാട്ടിലും വിദ്യാസാഗർ, ബങ്കിം
ചന്ദ്രചാറ്റർജി, വിവേകാനന്ദൻ തുടങ്ങിയ മഹാന്മാരുമായി ബന്ധപ്പെട്ട
കഥകളും കൂടിച്ചേർന്നിരുന്നു. പിൽക്കാലത്ത്, താരാശങ്കറിന്റെ ജീവിത
ത്തിലെ ഓരോ കാൽവയ്പിലും ഈ ആദർശങ്ങളും മൂല്യങ്ങളും വള
രെയധികം സ്വാധീനം ചെലുത്തിയിട്ടുണ്ട്.

ഹൈസ്കൂൾ വരെയുള്ള പഠനം ഗ്രാമത്തിൽ തന്നെ പൂർത്തിയാ
ക്കിയതിനുശേഷം താരാശങ്കർ 1916-ൽ കൽക്കത്തയിൽ എത്തിച്ചേർന്നു.
ഒന്നാം ലോകമഹായുദ്ധത്തിന്റെ സമയം. തീവ്രമായ രാഷ്ട്രീയ ബോധം
അന്ന് നിലനിന്നിരുന്നു. താരാശങ്കറിനും ഇതിൽനിന്ന് ഒഴിഞ്ഞുമാറാനാ

യില്ല. വേറിട്ട ചിന്താഗതി കാരണം അദ്ദേഹത്തിന് തന്റെ ഗ്രാമത്തിൽ നിന്നുതന്നെ കടുത്ത എതിർപ്പുകൾ നേരിടേണ്ടിവന്നു. ലോകമഹായുദ്ധത്തിനുശേഷം ഉന്നതവിദ്യാഭ്യാസത്തിനുവേണ്ടി ശ്രമിച്ചുവെങ്കിലും വിജയിച്ചില്ല. വ്യാപാരമേഖലയിലും ശ്രദ്ധകേന്ദ്രീകരിച്ചുവെങ്കിലും ഒന്നും നേടാനായില്ല. അതിനാൽ അദ്ദേഹം മുഴുവൻ സമയവും ഭൂവുടമയായി കഴിയേണ്ടി വന്നു. ഇതിനിടെ കവിത എഴുതാനും തുടങ്ങി. കുറച്ചുകാലം നാടകത്തിലും ശ്രദ്ധ കേന്ദ്രീകരിച്ചു. പക്ഷേ, അദ്ദേഹത്തിന്റെ ആദ്യനാടകമായ *മറാഠാ ദർപ്പൺ* ഖാൻപുരിൽ വിജയകരമായി പ്രദർശിപ്പിച്ചുവെങ്കിലും കൽക്കട്ടയിലെ ഒരു നാട്യസംഘവും ഇത് അരങ്ങിൽ അവതരിപ്പിക്കാൻ തയ്യാറായില്ല. ഇതിൽ ദുഃഖിതനായ താരാശങ്കർ ഈ കലതന്നെ ഉപേക്ഷിക്കാൻ തീരുമാനിച്ചു. ഇതിനുശേഷമാണ് അദ്ദേഹം കഥാരചനയിലേക്ക് തിരിഞ്ഞത്. അദ്ദേഹത്തിന്റെ ആദ്യത്തെ നോവൽ *ദീനാർദ്ദാൻ* ആഴ്ചപ്പതിപ്പായ *ശിശിരിൽ* പ്രസിദ്ധീകരിച്ചു. ഈ നോവലിന് ഒരുപാട് വായനക്കാരുണ്ടായിരുന്നുവെങ്കിലും ഇദ്ദേഹത്തിന് അംഗീകാരവും പ്രോത്സാഹനവും നേടിക്കൊടുത്തത് *രസകലീൽ* എന്ന ചെറുകഥയാണ്. ഈ കഥ 1928-ൽ *കല്ലോൽ* മാസികയിലാണ് പ്രസിദ്ധീകരിച്ചത്. പക്ഷേ, താരാശങ്കറിന്റെ ഇനിയുള്ള രചനകൾ ഈ മാസികയിലേക്ക് അയച്ചുകൊടുക്കാമെന്നുള്ള ഒറ്റ വ്യവസ്ഥയിലാണ് ഈ കഥ *കല്ലോൽ* മാസികയിൽ പ്രസിദ്ധീകരിച്ചത്.

സാമൂഹ്യ സേവനത്തോടൊപ്പം തന്നെ രാഷ്ട്രീയ പ്രവർത്തനങ്ങളിലും ഇദ്ദേഹം ഏർപ്പെട്ടിരുന്നു. 1930-ലെ സമരവുമായി ബന്ധപ്പെട്ട് ഇദ്ദേഹത്തിന് ജയിലിൽ പോകേണ്ടിവന്നു. പക്ഷേ, അവിടെ കണ്ട രാഷ്ട്രീയ ചേരിപ്പോരുകളും മറ്റും ഇദ്ദേഹത്തെ രാഷ്ട്രീയ പ്രവർത്തനങ്ങളിലേർപ്പെടുന്നതിൽനിന്നും വിലക്കി. ജയിലിൽനിന്ന് പുറത്തുവന്ന ഉടൻതന്നെ ഇദ്ദേഹം പ്രഖ്യാപിച്ചു: "സമരപാതയിൽ നിന്ന് വിട. ഇനി ഞാൻ സാഹിത്യ രചനകളിലൂടെ രാജ്യത്തിനുവേണ്ടിയും സ്വാതന്ത്ര്യത്തിനു വേണ്ടിയും യുദ്ധം ചെയ്യും."

ജയിലിൽ പോകുന്നതിനുമുമ്പ് താരാശങ്കർ മറ്റൊരു നോവലും എഴുതി *സാവിത്രി.* പ്രസന്നചതോപാദ്ധ്യായയുടെ നേതൃത്വത്തിലുള്ള ഉപാസന എന്ന മാസികയിലാണ് പ്രസിദ്ധീകരിച്ചത്. ജയിൽമോചിതനായശേഷം താരാശങ്കർ ഈ നോവൽ *ചൈതാലി ചൂർണി* എന്ന പേരിൽ പുസ്തകരുപത്തിൽ പ്രസിദ്ധീകരിച്ചു. ഈ പുസ്തകം നേതാജി സുഭാഷ് ചന്ദ്രബോസിന് സമർപ്പിച്ചുകൊണ്ടാണ് അദ്ദേഹം പുറത്തിറക്കിയത്. ഇത് അദ്ദേഹത്തിന്റെ പ്രസിദ്ധീകരിച്ച ആദ്യത്തെ നോവലാണ്. ഇതിനുശേഷം അദ്ദേഹം *പാഷാണപുരി* എന്ന രണ്ടാമത്തെ നോവൽ ജയിലിൽ വച്ച് എഴുതി. *ചൈതാലി ചൂർണി*യിൽ ഗ്രാമീണ ജീവിതത്തെയും പ്രശ്നങ്ങളെയും കുറിച്ചാണ് പരാമർശിച്ചിരിക്കുന്നത് എങ്കിൽ *പാഷാണപുരി* യിൽ ജയിൽവാസവും മനുഷ്യസ്വഭാവത്തിന്റെ സങ്കീർണ്ണതയുമാണ് വിഷയം. 1932-ൽ ഇദ്ദേഹത്തെയും കുടുംബത്തെയും ദുഃഖത്തിലാഴ്ത്തിക്കൊണ്ട്

നാലുവയസ്സു മാത്രം പ്രായമുള്ള ഇദ്ദേഹത്തിന്റെ മകൾ അകാല
മൃത്യുവടഞ്ഞു. ഈ സംഭവം അദ്ദേഹത്തിന്റെ മനസ്സിനെ വല്ലാതെ ഉല
ച്ചു. ഈ സമയം താരാശങ്കർ പുത്രിയുടെ വിയോഗത്തിൽ മനം നൊന്തെ
ഴുതിയ ഹൃദയസ്പർശിയായ *ശ്മശാൻഘട്ട്* എന്ന കഥ രജനീകാന്ത്
ദാസിന്റെ നേതൃത്വത്തിലുള്ള മാസിക *ബംഗശ്രീയിൽ* പ്രസിദ്ധീകരിച്ചു.
ഇതുപോലൊരു കഥ അക്കാലത്ത് വളരെ വിരളമായിരുന്നു. അതിനാൽ
ഇത് വളരെക്കാലം നിരൂപകർക്കിടയിലും വായനക്കാർക്കിടയിലും ചർച്ച
ചെയ്യപ്പെട്ടു. ഈ കഥ താരാശങ്കറിന്റെ സാഹിത്യജീവിതത്തിൽ പുതി
യൊരു കാൽവയ്പിന്റെ തുടക്കമായിരുന്നു.

1939 മുതൽ 1944 വരെയുള്ള ആറു വർഷക്കാലത്തിനിടയിൽ താരാ
ശങ്കറിന്റെ അഞ്ച് നോവലുകൾ പ്രസിദ്ധീകരിക്കപ്പെട്ടു. *കാളിന്ദി, ഗണ
ദേവത, പഞ്ചഗ്രാം, മന്വന്തർ, കവി* എന്നിവ. തന്റെ സാഹിത്യ ജീവിത
ത്തിലുടനീളം താരാശങ്കർ നോവൽ, കഥ, നാടകം, യാത്രാവിവരണം,
ആത്മകഥ ഇതെല്ലാം ഉൾപ്പെടെ 108 പുസ്തകങ്ങൾ രചിച്ചു. ഇതിൽ 50
നോവലുകളും 41 ചെറുകഥാ സമാഹാരങ്ങളും ഉൾപ്പെടുന്നു. പത്മശ്രീ,
പത്മഭൂഷൺ, സാഹിത്യ അക്കാദമി അവാർഡ്, രവീന്ദ്ര സ്മാരക സമ്മാ
നം, കൊൽക്കത്ത, ജാദവ്പുർ സർവ്വകലാശാലകളുടെ ഡോക്ടറേറ്റു
കൾ തുടങ്ങിയ ബഹുമതികളും താരാശങ്കറിനു ലഭിച്ചിട്ടുണ്ട്. 1960–ൽ
രാജ്യസഭാംഗവുമായിരുന്നു.

താരാശങ്കർ ബന്ദോപാധ്യായ ബംഗാളി സാഹിത്യത്തെ മാത്രമല്ല,
മറ്റു ഭാരതീയ ഭാഷകളെയും സമ്പന്നമാക്കുന്നതിൽ സ്തുത്യർഹമായ
പങ്ക് വഹിച്ചിട്ടുണ്ട്. അദ്ദേഹത്തിന്റെ രചനാശൈലിയും ജീവിതത്തോടുള്ള
കാഴ്ചപ്പാടും പിൻതലമുറക്കാരെ മാത്രമല്ല സമകാലികരെയും സ്വാധീ
നിച്ചിട്ടുണ്ട്. *ധാത്രി ദേവതസ പഞ്ച ഗ്രാം, ഹാംബുലീ ബാംകേർ ഉപക
ഥ, ഗണദേവത, ആരോഗ്യ നികേതൻ* തുടങ്ങിയവയാണ് അദ്ദേഹത്തിന്റെ
ശ്രദ്ധേയമായ കൃതികൾ. പിൽക്കാലത്തിറങ്ങിയ അദ്ദേഹത്തിന്റെ ഒട്ടു
മിക്ക രചനകളുടെയും പശ്ചാത്തലം ഒരുക്കിയത് *ധാത്രി ദേവത* എന്ന
രചനയാണ്.   ഈ നോവലിലെ നായകൻ നോവലിസ്റ്റു തന്നെയാണ്.
ഈ കഥാപാത്രം രാഷ്ട്രീയ രംഗത്തെ തേജസ്സായിരുന്ന മഹാത്മാഗാ
ന്ധിയുടെ അഹിംസ ത്യാഗസന്നദ്ധത തുടങ്ങിയ മൂല്യങ്ങളെയും സാമൂ
ഹിക മാറ്റങ്ങളെയും സ്വാംശീകരിക്കുന്നു. മനുഷ്യജീവിതത്തിലെ ഏറ്റവും
വലിയ കടമ സാമൂഹ്യസേവനം ആണ് എന്ന് ഇത് നമ്മെ പഠിപ്പിക്കുന്നു.
താരാശങ്കറിന് ജ്ഞാനപീഠ പുരസ്കാരം ലഭിച്ചത് 1966–ൽ ആണ്.
ഗണദേവത എന്ന നോവലിനാണ് ഈ അംഗീകാരം കിട്ടിയത്. *ഗണദേ
വതയും* ഇതിന്റെ തുടർക്കഥയായ *പഞ്ചഗ്രാമും* ഒരു മുഴുനീള കഥാ–
ശൃംഖലയ്ക്ക് രൂപംനൽകുന്നു. *ഗണദേവത* ബംഗാളിലെ ഗ്രാമീണജീ
വിതത്തെ ആസ്പദമാക്കി രചിച്ച നോവലാണ്. പാശ്ചാത്യ വ്യവസായ
വിപ്ലവത്തിന്റെ ഫലമായി, കൃഷിയെ ആശ്രയിച്ചു ജീവിക്കുന്ന ഗ്രാമീണ
ജനതയുടെ ക്ഷയിച്ചുകൊണ്ടിരിക്കുന്ന സംസ്കാരത്തെയും പാരമ്പര്യ

ത്തെയും കുറിച്ചാണ് ഈ നോവലിൽ പ്രതിപാദിക്കുന്നത്. ഈ നോവൽ ഒരു നായകനെ കേന്ദ്രീകരിച്ചുകൊണ്ടല്ല, മറിച്ച് മുഴുവൻ ഗ്രാമത്തിന്റെയും കഥയാണ് പറയുന്നത്. കഥയുടെ കേന്ദ്രബിന്ദു ശിവകാലിപുർ ഗ്രാമമാ ണ്. ഈ നോവലിലെ മുഖ്യ കഥാഗാത്രം ഗ്രാമത്തിലെ വിഭിന്ന ജാതിയും വ്യാപാരവുമായി ബന്ധപ്പെട്ടിരിക്കുന്നു. നോവലിന്റെ ആദ്യഭാഗം തുട ങ്ങുന്നത് പുരാതന സമൂഹത്തിൽ ഉടലെടുക്കുന്ന ധാർമ്മികവും സാമൂ ഹികവുമായ മാറ്റങ്ങളോടുകൂടിയാണ്. യന്ത്രവൽക്കൃത സംസ്കാര ത്തിന്റെ ആക്രമണത്തിന് ആദ്യം ഇരയാവുന്നത് തൊഴിലാളികളാണ്. വ്യവസായത്തിന്റെ ഉൽപ്പന്നങ്ങളായ വിലകുറഞ്ഞ വസ്തുക്കൾ മൂലം കൊല്ലൻ, ആശാരി, ക്ഷുരകൻ എന്നിവർക്ക് കാലങ്ങളായി കിട്ടിക്കൊ ണ്ടിരുന്ന സാമൂഹ്യ സംരക്ഷണം നഷ്ടപ്പെട്ടു. ഇതുമൂലം ഗ്രാമത്തിലെ കൊല്ലനായ അനിരുദ്ധനും ആശാരിയായ ഗിരീഷും ഗ്രാമത്തിൽനിന്ന് അകലെ പട്ടണത്തിൽ കട തുറക്കുവാൻ നിർബന്ധിതരായി. സ്വാഭാവി കമായും ഇതിന്റെ ഫലം അനുഭവിക്കേണ്ടിവന്നത് ഗ്രാമത്തിലെ കർഷ കർക്കു തന്നെയാണ്. ഇതിനൊരു പരിഹാരം കണ്ടെത്തുന്നതിനായി പഞ്ചായത്തു വിളിച്ചുകൂട്ടുകയും മദ്ധ്യസ്ഥനായി അടുത്ത ഗ്രാമത്തിലെ ദ്വാരകാ ചൗധരിയെയും ക്ഷണിച്ചു വരുത്തി. അദ്ദേഹത്തിന്റെ അഭിപ്രാ യത്തിൽ ഗ്രാമീണർക്ക് ബുദ്ധിമുട്ട് ഉണ്ടാകാതിരിക്കാനാണ് കൊല്ലന്റെയും ആശാരിമാരുടെയും പൂർവ്വികരെ ഇവിടെ താമസിപ്പിച്ചത്. അതിനാൽ പട്ട ണത്തിലാണെങ്കിലും ഗ്രാമത്തിലെ കാര്യങ്ങൾക്ക് മുൻതൂക്കം നൽകാൻ ഇവർ ബാദ്ധ്യസ്ഥരാണെന്ന് തീർപ്പു കൽപിച്ചു. പക്ഷേ, അനിരുദ്ധനും ഗിരീഷും ഗ്രാമത്തിൽ തുടർന്ന് ജോലി ചെയ്യാൻ വിസമ്മതിച്ചു. കാരണം ഗ്രാമത്തിൽ ജോലി നോക്കുകയാണെങ്കിൽ ഒരു നേരത്തെ ആഹാരത്തി നുള്ള വകപോലും കിട്ടുകയില്ല. കുറച്ചു നാളുകൾക്കുള്ളിൽ ക്ഷുരക നായ താരായയും ചെരുപ്പുകുത്തിയായ മാതുവും അവരുടെ പൈതൃക മായി കിട്ടിയ ജോലി ഉപേക്ഷിച്ച് വേറെ തൊഴിൽ ചെയ്യാൻ തുടങ്ങി. ഇങ്ങനെ ഗ്രാമീണ സമൂഹത്തിൽ മാറ്റങ്ങൾക്കും വിള്ളലുകൾക്കും തുടക്കം കുറിച്ചു.

ഗ്രാമീണ സമൂഹത്തിലെ പല തട്ടിലുള്ള ആൾക്കാരുടെ പരസ്പര സഹായസഹകരണങ്ങളെ ആശ്രയിച്ചാണ് പാവപ്പെട്ട തൊഴിലാളി വർഗ്ഗം ഉപജീവനമാർഗ്ഗം കണ്ടെത്തിയിരുന്നത്. എല്ലാ ആൾക്കാരും അവരവരുടെ കടമ ഭംഗിയായി നിർവ്വഹിക്കുകയാണെങ്കിൽ ഈ വ്യവസ്ഥിതി കാലാ കാലങ്ങളോളം നിലനിൽക്കും. പക്ഷേ, ഈ വ്യവസ്ഥിതിയെ അട്ടിമറി ക്കാൻ ശ്രമിച്ചാൽ ഗ്രാമീണ സമൂഹത്തിന്റെ ന്യായവ്യവസ്ഥതന്നെ തകിടം മറിയും. ഇതു തന്നെയാണ് *ഗണദേവതയിലും* പരാമർശിച്ചിരി ക്കുന്നത്. പാരമ്പര്യമായി നിലനിന്നിരുന്ന മൂല്യങ്ങളുടെ അപചയമാണ് ഇവിടെ സംഭവിച്ചത്. ഇപ്രകാരം നോവലിന്റെ ആദ്യഭാഗം അനിശ്ചിതാ വസ്ഥയിലാണ് അവസാനിക്കുന്നത്.

ഗണദേവത ഗ്രാമത്തിന്റെ കഥയാണ്. കൃഷിയുമായി ബന്ധപ്പെട്ട

ഭാരതീയ ഗ്രാമീണ സമൂഹത്തിൽ വന്ന മാറ്റങ്ങളും അതിന്റെ ഫലമായി ഗ്രാമീണരുടെ ജീവിതത്തിൽ ഉടലെടുത്ത പതനവും മറ്റുമാണ് ഇതിൽ പരാമർശിച്ചിരിക്കുന്നത്. ഗ്രാമത്തിലെ കർഷകരും തൊഴിലാളികളും ഭൂവുടമകളുടെ ചൂഷണത്തിനും പീഡനങ്ങൾക്കുമെതിരെ പൊരുതിയെ ങ്കിലും പക്വതയില്ലായ്മയും മാനുഷിക ദൗർബല്യവും ഈ വിപ്ലവത്തെ വല്ലാതെ തളർത്തി. ഇതിന്റെ മറ്റൊരു കാരണം നിസ്വാർത്ഥരായ നേതാ ക്കന്മാരുടെ അഭാവമാണ്. കഥാകൃത്ത് ഈ ഒരു കുറവ് പരിഹരിക്കുന്നത് ദേബുഘോഷ് എന്ന കഥാപാത്രത്തിലൂടെയാണ്. ഇദ്ദേഹം വിപരീതാവ സ്ഥയിലും ഗ്രാമീണ പുരോഗതിക്കുവേണ്ടി ഒരുപാട് കാര്യങ്ങൾ ചെയ്തു. ജനങ്ങളെ ഒറ്റക്കെട്ടായി നിർത്തി അവരിൽ ആത്മവിശ്വാസവും മനോവീ ര്യവും വളർത്തിയെടുത്തു. മനുഷ്യത്വത്തെ മുറുകെ പിടിക്കുന്ന ഏതൊരു കഥാശില്പിയുടെയും സ്വപ്ന സാക്ഷാത്കാരമാണ് ഈ കഥാപാത്രം.

താരാശങ്കർ കർഷകരുടെ ജീവിതപ്രശ്നങ്ങളെ വളരെ അടുത്തു നിന്ന് മനസ്സിലാക്കുകയും അവരുടെ ജീവിതത്തിലെ വേദനാജനകവും അപ്രിയവുമായ യാഥാർത്ഥ്യങ്ങളെ വളരെ ആഴത്തിൽ അനുഭവിക്കു കയും ചെയ്യുന്നു. വ്യാവസായിക പുരോഗതിയുടെ പേരിൽ പാവപ്പെട്ട ഗ്രാമീണരും, കർഷകരും അനുഭവിക്കുന്ന ബുദ്ധിമുട്ടുകൾ ഇദ്ദേഹം നേരിട്ട് കണ്ടിട്ടുണ്ട്.

പഞ്ചഗ്രാം എന്ന നോവലിൽ സാമൂഹിക വികസനത്തിൽ സ്ത്രീ– പുരുഷന്മാരുടെ തുല്യപങ്കാളിത്തത്തെക്കുറിച്ചു പ്രതിപാദിച്ചിരിക്കുന്നു. പുരാതനമായ കാഴ്ചപ്പാടുകളും, അതിൽനിന്നുള്ള വേർപെടലിന്റെ ചിത്രവും വരച്ചുകാട്ടുന്നു. ആദ്യഭാഗത്തിൽ ഉടലെടുത്ത അസന്തോഷ ത്തിന്റെ സ്വരം തുടർന്ന് ജനമുന്നേറ്റത്തിന്റെ ആവേശത്തിൽ കലാശിക്കുന്നു. പക്ഷേ, സമരം അതിന്റെ പാരമ്യതയിലെത്തിയെങ്കിലും വിപ്ലവത്തിന്റെ തലത്തിലേക്ക് ഉയരാൻ അതിനു കഴിഞ്ഞില്ല. ഈ മുന്നേറ്റത്തിന്റെ പിന്നോടിയായിട്ടാണ് നികുതിവർദ്ധനവിനെതിരെ കർഷകസമരം പൊട്ടി പ്പുറപ്പെട്ടത്. എന്നാൽ വൻശക്തികളുടെ മുന്നിൽ ഈ മുന്നേറ്റങ്ങൾ ദുർബ ലപ്പെടുകയും ജനങ്ങൾ തമ്മിലുള്ള ഐക്യം നഷ്ടപ്പെടുകയും ചെയ്ത പ്പോൾ ജനമുന്നേറ്റം പൂർണ്ണമായും പരാജയപ്പെട്ടു. എന്നാലും ഒരു നവോ ന്മേഷം പകരാൻ ഈ മുന്നേറ്റത്തിന് കഴിഞ്ഞിട്ടുണ്ട്.

ഗ്രാമീണ അന്തരീക്ഷത്തിൽനിന്ന് ഒരിക്കലും മാറ്റിനിർത്താൻ കഴി യാത്ത മേഖലയാണ് സാംസ്കാരിക രംഗം. *പഞ്ചഗ്രാം* നോവലിൽ സാം സ്കാരിക തത്ത്വങ്ങളെ ആഴത്തിൽ ഉൾക്കൊള്ളുന്നുണ്ട്. ഓരോ വില വിലും പ്രത്യേക ഉത്സവങ്ങൾ, നാടൻ കഥകൾ, നാടൻ പാട്ടുകൾ ഇവ യെല്ലാം ഗ്രാമീണ തനിമ വിളിച്ചോതുന്നവയാണ്. ദുഃഖത്തിലും പിന്നീട് സമരസമയത്തും സ്ത്രീകളുടെ ഈ ലോകമാണ് ഗ്രാമത്തിലെ ഗാർഹി കാന്തരീക്ഷത്തെ കൂട്ടിയിണക്കിയിരുന്നത്. ഇപ്രകാരം രാഷ്ട്രീയവും സാമൂഹിക ബോധവും നാടോടി സംസ്കാരത്തിന്റെ സമന്വയവും ഈ നോവലിലുള്ളതുപോലെ മുൻകാല ബംഗാളി കഥാസാഹിത്യത്തി

ലൊന്നും തന്നെ കാണാൻ സാധിക്കുകയില്ല.

ഈ നോവലിന്റെ രചനാശൈലിയും ശില്പവിദ്യയും മികവുറ്റതാണ്. നേരത്തെ സൂചിപ്പിച്ചതുപോലെ ഇതൊരു വ്യക്തിയുടെ കഥയല്ല. മറിച്ച് ഗ്രാമീണ സമൂഹത്തിന്റെ കഥയാണ്. അതിനാൽ ഗ്രാമമാണ് ഇതിലെ മുഖ്യകഥാപാത്രം എന്നു പറയാം. ഗ്രാമവും അവിടെ താമസിക്കുന്ന മനുഷ്യരുടെ ജീവിതരീതി, കർഷകരുടെ കഥ, ബന്ധങ്ങളുടെ പിരിമുറുക്കം, ചൂഷണത്തിന്റെയും പീഡനത്തിന്റെയും കഥ, ഇതെല്ലാം തന്നെ കഥാപാത്രങ്ങളിലൂടെ സ്പഷ്ടമായി അവതരിപ്പിച്ചിരിക്കുന്നു. പക്ഷേ, ഒരിടത്തും കഥാകാരന്റെ അനാവശ്യമായ ഇടപെടലുകൾ കാണാൻ സാധിക്കുകയില്ല. കഷ്ടപ്പാടു നിറഞ്ഞ കൃഷിജീവിതത്തെ നേരിട്ട് അനുഭവിക്കേണ്ടിവന്നതുകൊണ്ട് എല്ലാ പ്രശ്നങ്ങളെയും വളരെ ആഴത്തിൽ സമീപിക്കാനും ചിത്രീകരിക്കാനും ഈ നോവലിലൂടെ അദ്ദേഹത്തിന് കഴിഞ്ഞിട്ടുണ്ട്.

വാസ്തവത്തിൽ, താരാശങ്കറിന്റെ എല്ലാ നോവലുകളും പ്രശ്നാധിഷ്ഠിത നോവലുകൾ അല്ല. നിരൂപകരുടെ അഭിപ്രായത്തിൽ പിൽക്കാലത്ത് രചിക്കപ്പെട്ട അദ്ദേഹത്തിന്റെ ഒട്ടുമിക്ക രചനകളും സ്വപ്നസദൃശമായ ആദർശങ്ങളെ മുറുകെ പിടിക്കുന്നവയാണ്. എന്നാലും അദ്ദേഹം കാലത്തിന്റെ ആവശ്യകതയനുസരിച്ച് ഭാരതീയ ജീവിത ദർശനം, സാമുഹിക പശ്ചാത്തലം എന്നിവയെല്ലാം ബന്ധപ്പെടുത്തി തന്റെ രചനകളിലൂടെ ഭാരതീയ കഥാസാഹിത്യത്തിന് തന്നെ നവോന്മേഷം പകർന്നിരുന്നു എന്നതിൽ യാതൊരു സംശയവുമില്ല.

ചുരുക്കത്തിൽ, വ്യത്യസ്തമായ ജീവിതാനുഭവങ്ങൾ ഉൾപ്പെടുത്തി താരാശങ്കർ രചിച്ച മഹത്തായ കൃതികൾ ബംഗാളി സാഹിത്യത്തിന്റെ മാത്രമല്ല, മറിച്ച് ഭാരതീയ സാഹിത്യത്തിനുതന്നെ സംഭാവന ചെയ്തിട്ടുള്ളത് മുതൽക്കൂട്ടാണ്. 1971 ആഗസ്റ്റ് 14-ാം തീയതി ഈ മഹാസാഹിത്യകാരൻ അന്തരിച്ചു.

പ്രധാന നോവലുകൾ

ചൈതാലി ചൂർണി, പാഷാണപുരി, നീലകണ്ഠ്, രാ ഈ കമൽ, ആഗുൻ, ധാത്രിദേവത, കാളിന്ദി, ഗണദേവത, മച്ചന്തർ, പഞ്ചഗ്രാം, കവി, സന്ദീപൻ പാഠശാല, ധഢ് ഓ ധരാത്താ, അഭിയാൻ, താമസ് തപസ്യ, പദചിഹ്, ഉത്തരായണ, ഹാംസുലിബാങ്കെർ ഉപകഥ, ചാമ്പാ ഡാംഗർ ബല, ആരോഗ്യ നികേതൻ, പഞ്ചപുതലി, വിചാരക്, രാധ, സപ്തപതി, വിപാഷ, ഡാക് ഹർക്കാരാ, മഹാശേതു, യോഗഭ്രഷ്ട, നിശി പത്മ്, യതിഭംഗ്, കാന്നാ, മഞ്ചരി ഓപ്പറ,, കാല് ബൈസാക്കി, ചിന്മയി, വസന്തരാഗ്, ഗന്നാ ബേഗം, അരണ്യവഹി, മഹാനഗരി, ഗുരുദക്ഷിണ, ശുകസാരി കഥ.

ശ്രീജ എ എസ്

തുഞ്ചത്ത് രാമാനുജൻ എഴുത്തച്ഛൻ

'**ആ**ധുനിക മലയാള ഭാഷയുടെയും സാഹിത്യത്തിന്റെയും പിതാവ്' എന്നറിയപ്പെടുന്ന തുഞ്ചത്ത് രാമാനുജൻ എഴുത്തച്ഛനോട് മലയാള ഭാഷയും മലയാളികളും കടപ്പെട്ടിരിക്കുന്നു. മലയാള കവികളിൽ പ്രഥമഗണനീയനായും ഭാഷാപിതാവായും രാമായണകർത്താവായും എല്ലാം അദ്ദേഹം ഭാഷാസാഹിത്യ ചരിത്രത്തിൽ മാത്രമല്ല, സാംസ്കാരിക ചരിത്രത്തിലാകമാനം തന്റെ സാന്നിദ്ധ്യം അടയാളപ്പെടുത്തിയിരിക്കുന്നു. കാളിദാസ സമാനനായ ആചാര്യത്വം കൊണ്ടും വാത്മീകിസമാനനായ കർത്തൃത്വംകൊണ്ടും എഴുത്തച്ഛൻ മലയാളകവികളിൽ മഹാമേരു കണക്കെ തലയുയർത്തിപ്പിടിച്ചു നിൽക്കുന്നു. അദ്ദേഹത്തിന്റെ *അദ്ധ്യാത്മരാമായണം കിളിപ്പാട്ട്, മഹാഭാരതം കിളിപ്പാട്ട്, ഹരിനാമകീർത്തനം* മുതലായ കൃതികൾക്കുള്ള പ്രചാരവും പ്രിയവും മറ്റൊരു കവികളുടെയും ഒരു രചനകൾക്കുമില്ലെന്നുള്ളത് എഴുത്തച്ഛന്റെ മഹിമയെ വെളിപ്പെടുത്തുന്നു. *അദ്ധ്യാത്മരാമായണം കിളിപ്പാട്ട്* മാത്രം മതി ആചന്ദ്രതാരകം എഴുത്തച്ഛന്റെ കീർത്തി നിലനിൽക്കാൻ. രാമായണത്തിലെ വന്ദന ശ്ലോകത്തിൽ എഴുത്തച്ഛന്റെ പ്രാർത്ഥന നോക്കുക:

വാരിധി തന്നിൽ തിരമാലകളെന്നപോലെ
ഭാരതീപദാവലി തോന്നേണം കാലേകാലേ...!

എഴുത്തച്ഛനെ തിരിച്ചറിയാൻ മറ്റൊരു ഉദാഹരണം ആവശ്യമില്ല. അദ്ദേഹത്തിന് ഭാഷ വാരിധിയായിരുന്നു. സംസ്കൃതത്തിന്റെയും മറ്റു

ഭാഷകളുടെയും സ്വാധീനത്തിൽനിന്നും മലയാള ഭാഷയെ മോചിപ്പിച്ച് അതിന് തനതായ രൂപവും ഭാവവും നൽകിയതാണ് എഴുത്തച്ഛന്റെ ജന്മ സാഫല്യം. ഭാഷയുടെ ശുദ്ധസ്വരൂപത്തിന്റെ ശൈശവകാലത്തുതന്നെ അദ്ദേഹം അതിനെ കടലോളം വളർത്തി. മറ്റാർക്കും പിന്നീടിന്നുവരെ കഴിയാത്തവിധം വാക്കുകളെകൊണ്ട് ഭാഷയെ നിറച്ചു. സാധാ രണക്കാരന്റെ മലയാളം സാഹിത്യത്തിന്റെ മലയാളമാക്കി.

എഴുത്തച്ഛൻ ജീവിച്ചിരുന്നത് കൊല്ലവർഷം 750-നും 825-നും ഇട യ്ക്കാണെന്നു കരുതപ്പെടുന്നു. മലപ്പുറം ജില്ലയിലെ പൊന്നാനിയിൽ ഇന്ന് 'തുഞ്ചൻ പറമ്പ്' എന്ന് പ്രസിദ്ധമായ സ്ഥലത്താണ് എഴുത്തച്ഛൻ ജനിച്ചത്. എഴുത്തച്ഛന്റെ മാതാപിതാക്കളെക്കുറിച്ച് കൃത്യമായ വിവര ങ്ങളൊന്നും ലഭ്യമല്ല. എഴുത്തച്ഛന്റെ പിതാവ് ശ്രീ നീലകണ്ഠഗുരു ആണെന്നും അതല്ല ഒരു സാധാരണക്കാരനായ നായർസമുദായക്കാര നാണെന്നും മറ്റും പല അഭിപ്രായങ്ങളും കേൾക്കുന്നുണ്ട്. മാതാവ് ഒരു ചക്കാലനായർ യുവതിയാണെന്നു പറയപ്പെടുന്നു. എന്തൊക്കെയായാലും ജാതിക്കോ മതത്തിനോ അതീതമായ ഒരു ജന്മമായിരുന്നു എഴുത്തച്ഛ ന്റേത്. സർവ്വശാസ്ത്രപാരംഗതനും സർവ്വസംഗപരിത്യാഗിയും പരമഭ ക്തനും സഞ്ചാരിയും സാത്വികമൂർത്തിയും ഗംഭീരാശയനുമായിരുന്നു.

"കഥയ മമ കഥയ മമ കഥകളതി സാദരം!" എന്ന് തന്റെ പൈങ്കി ളിപ്പെണ്ണിനോട് ആവശ്യപ്പെടുന്ന എഴുത്തച്ഛൻ മലയാള ഭാഷയ്ക്ക് മനം നിറയെ കഥകൾ ചൊല്ലിക്കൊടുക്കുകയാണ് ചെയ്തത്. രാമായണത്തി ലൂടെ മാത്രം എഴുത്തച്ഛൻ തുറന്നിട്ട കഥാജാലകങ്ങൾ എത്രയെല്ലാം സഹൃദയ മനസ്സുകളെ നൂറ്റാണ്ടുകളായി കോരിത്തരിപ്പിച്ചുകൊണ്ടിരിക്കു ന്നു. മലയാളികളുടെ ഇടയ്ക്ക് കുടിൽ മുതൽ കൊട്ടാരം വരെ പ്രവേശ നമുള്ള ഏകഗ്രന്ഥം *അദ്ധ്യാത്മരാമായണം കിളിപ്പാട്ടാണ്.* രാമകഥകൾ ഭാരതത്തിലുടനീളം പ്രചരിച്ചിട്ടുണ്ടല്ലോ. സർവ്വപ്രധാനമെന്നു കരുതപ്പെ ടുന്നത് *വാത്മീകി രാമായണവും അദ്ധ്യാത്മ രാമായണവും* തന്നെ. എ ഴുത്തച്ഛൻ തന്റെ കിളിപ്പെണ്ണിനെക്കൊണ്ട് പാടിച്ചത് *അദ്ധ്യാത്മ രാമാ യണമാണ്.* കേവലം ഭാഷാന്തരീകരണം മാത്രമല്ല *അദ്ധ്യാത്മരാമായണം* കിളിപ്പാട്ട്. അത്യന്തം പ്രതിഭാ സമ്പന്നമായ ഒരു മൗലികകൃതിപോലെ തന്നെ അത് അതിമനോഹരമായി വിരാജിക്കുന്നു.

ആദികാവ്യമായ *വാത്മീകി രാമായണത്തിൽ* നിന്നും ശൈലിയിലും കഥാസന്ദേശത്തിലും വളരെ വ്യത്യസ്തമാണ് *അദ്ധ്യാത്മരാമായണം.* *വാത്മീകി രാമായണത്തിലെ* നായകനായ രാമൻ കേവല മാനുഷനും രാമകഥ സാക്ഷാൽ മനുഷ്യസമൂഹത്തിന്റെ കഥയുമാണ്. *അദ്ധ്യാത്മ രാമായണത്തിലെ* രാമൻ സാക്ഷാൽ പരബ്രഹ്മം തന്നെ. ഭഗവാൻ മഹാ വിഷ്ണുവിന്റെ അവതാരവും ആശ്രിതരക്ഷകനും ഭക്തവത്സലനുമായ ദേവൻ. *അദ്ധ്യാത്മ രാമായണം* ആദ്യം രചിച്ചത് തെലുങ്ക് ഭാഷക്കാരനായ ഒരു കവിയാണെന്നു കരുതപ്പെടുന്നു. എന്തായാലും ഭാരതത്തിൽ മാത്ര മല്ല, ലോകജനതയുടെ തന്നെ ചരിത്രത്തിൽ ഭക്തിപ്രസ്ഥാനം പ്രചരിച്ച

കാലഘട്ടത്തിൽ രാമായണത്തിന്റെ അദ്ധ്യാത്മരൂപം അത്ഭുതാവഹമായ പ്രചാരം നേടി. ഹൈന്ദവ വിശ്വാസം പ്രചരിച്ചിടത്തെല്ലാം രാമന്റെ ദൈവാ വതാരവും അവതാരകഥകളും പാടിപ്പുകഴ്ത്തപ്പെട്ടു. അത്തരത്തിൽ രാമ കഥയെ മലയാളത്തിൽ പ്രചരിപ്പിച്ചതാണ് എഴുത്തച്ഛന്റെ കർമ്മപുണ്യം. ലോകസഞ്ചാരിയായിരുന്ന എഴുത്തച്ഛൻ ദേശാടനത്തിനിടയ്ക്ക് കേട്ട റിഞ്ഞ അഥവാ പഠിച്ച രാമകഥയെ തന്റെ പ്രതിഭാവിലാസം ഉപയോ ഗിച്ച് പുനർരചിച്ചതാവാം. എഴുത്തച്ഛന്റെ ഭക്തിയും വിനയവും ധർമ്മ ബോധവും സമൂഹപരിഷ്കരണ വ്യഗ്രതയും എല്ലാം *അദ്ധ്യാത്മരാമാ യണം* കിളിപ്പാട്ടിൽ തെളിഞ്ഞുകാണാം.

എഴുത്തച്ഛനെപ്പറ്റി അറിയാത്ത മലയാളികളില്ല. ജാതിമത ഭേദ മെന്യേ എഴുത്തച്ഛന്റെ കാവ്യങ്ങൾ ജനങ്ങൾ ഇഷ്ടപ്പെടുന്നു. ഇതിനു പ്രധാന കാരണം എഴുത്തച്ഛൻ തന്റെ കാവ്യങ്ങളിൽ കോരിനിറച്ച ധർമ്മ ബോധവും ആദർശങ്ങളും തന്നെയാണ്.

എഴുത്തച്ഛന്റെ കാവ്യങ്ങൾ വായിക്കപ്പെടേണ്ടവ മാത്രമല്ല, വിശദ മായി പഠിക്കേണ്ടവയാണ്. ജീവിതത്തിന്റെ ഉന്നതമായ ആദർശങ്ങളാ ണവയിൽ മുഴുവനും. ആദർശപുരുഷനായ ശ്രീരാമനും രാമരാജ്യവും നൂറ്റാണ്ടുകൾക്കു ശേഷവും അനുവാചകരെ കോരിത്തരിപ്പിച്ചുകൊണ്ടേ യിരിക്കുന്നു. "ഹന്ത ഭാഗ്യം ജനാനാം!"

എഴുത്തച്ഛന്റെ ഭാഷ സദാ പ്രവാഹമാണ്. വാരിധിയിലെ തിരമാല കൾപോലെ അനവരതം ആർത്തുലയ്ക്കുന്ന ഭാഷ. ഇത്രയും പദസമ്പ ത്തുള്ള ഒരു കവിയും പിന്നീടിന്നുവരെ മലയാളത്തിലുണ്ടായിട്ടില്ല. എഴു ത്തച്ഛൻ പറഞ്ഞതേ മറ്റുള്ളവർ പറഞ്ഞിട്ടുള്ളൂ. എഴുത്തച്ഛൻ പറയാത്ത് മറ്റാരും പറഞ്ഞിട്ടുമില്ല.

രാമായണത്തിലെന്നതുപോലെതന്നെ ഹരിനാമ കീർത്തനവും ഇരുപത്തിനാലു വൃത്തവും ദേവീ മാഹാത്മ്യവുമെല്ലാം അദ്ദേഹത്തിന്റെ പ്രതിഭയുടെ മാറ്റ് തെളിയിക്കുന്നതാണ്.

ജീവിതത്തിന്റെ തത്ത്വദീക്ഷകളെല്ലാംകൂടി കാച്ചിക്കുറുക്കിയതാണ് *ഹരിനാമകീർത്തനം.* മലയാളത്തിലെ 56 അക്ഷരങ്ങളെക്കൊണ്ട് തുട ങ്ങുന്ന നാമജപകീർത്തനമായി രചിച്ചിട്ടുള്ള ഹരിനാമകീർത്തനം അത്ഭു തകരമായ ഒരു രചന തന്നെയാണ്. കേവലം ഈശ്വര സ്മരണം ചെയ്യലോ നാമസങ്കീർത്തനമോ മാത്രമല്ല, ആദർശോന്മുഖ ജീവിതത്തിന് അനിവാര്യമായ അനവധി മണിമുത്തുകൾ കോർത്തിണക്കിയിട്ടുള്ള ഒരു ഗാനമാലയാണ് *ഹരിനാമകീർത്തനം.* തത്ത്വചിന്തകളും ഭക്തിയും കഥ കളും എല്ലാം തരാതരംപോലെ ചേർത്തൊരുക്കിയ *ഹരിനാമകീർത്തനം* ആകൃതിയിൽ ചെറുതെങ്കിലും പ്രകൃതിയിൽ അത്യുൽക്കൃഷ്ടമാണ്.

എഴുത്തച്ഛന്റെ മനോഹരമായ മറ്റൊരു കൃതിയാണ് *ശ്രീമദ് ഭാഗ വതം കിളിപ്പാട്ട്.* ഇത് എഴുത്തച്ഛന്റേതല്ല എന്ന് ചില പണ്ഡിതന്മാർക്ക് അഭിപ്രായമുണ്ടെങ്കിലും ഭൂരിപക്ഷം പേരും *ദശമസ്കന്ദംവരെ* എന്താ യാലും എഴുത്തച്ഛന്റെ തന്നെയാണെന്ന് സമ്മതിക്കുന്നുണ്ട്. എഴുത്ത

ച്ഛന്റെ ശൈലിയും ഗാംഭീര്യവും *ഭാഗവതത്തിലെ* പല ഭാഗങ്ങളിലും കാണാൻ കഴിയും. മൂലകൃതിയിലെ അർത്ഥജടിലമായ പല ഭാഗങ്ങ ളെയും സാധാരണ ജനങ്ങൾക്ക് സുഗ്രാഹ്യമായ വിധത്തിൽ അദ്ദേഹം പുനരവതരിപ്പിച്ചിരിക്കുന്നു. *ഭാഗവതം കിളിപ്പാട്ടിലുടനീളം* നമുക്ക് എഴു ത്തച്ഛന്റെ ഭാഷാപ്രവാഹം തിരിച്ചറിയാൻ കഴിയും.

എഴുത്തച്ഛന്റെ അത്യുത്കൃഷ്ടമായ മറ്റൊരു സംഭാവനയാണ് കിളി പ്പാട്ട് രൂപത്തിലെ *മഹാഭാരതം തർജ്ജുമ. മഹാഭാരതമാകുന്ന* മഹാസാ ഗരം കടഞ്ഞെടുത്ത നവനീതമെന്നോ പീയുഷപീയുഷമെന്നോ കൈര ളിക്ക് അഭിമാനിക്കാവുന്ന തരത്തിൽ ഈ കൃതി വാഗ്ദേവിയുടെ അനർഘ കണ്ഠാഭരണമായി വിലസുന്നു.

ഈ മഹദ് രചനകളെ കൂടാതെ ഉത്തര രാമായണം, ഇരുപത്തി നാലു വൃത്തം, മുതലായ ചില രചനകൾ എഴുത്തച്ഛന്റേതാണെന്നും അല്ലെന്നും പല വാദവിവാദങ്ങളും ഇന്നും നിലനിൽക്കുന്നുണ്ട്.

എഴുത്തച്ഛന്റെ ഹൃദയം സംഗീതമയമായിരുന്നു. അദ്ദേഹത്തിന്റെ കൃതികളെല്ലാം തന്നെ അദ്ദേഹത്തിന്റെ സംഗീതബോധത്തിന് ഉത്തമ ഉദാഹരണങ്ങളാണ്. ആശയഗതിക്കനുസരിച്ച് ഒഴുകിക്കൊണ്ടിരിക്കുന്ന പദസമ്പത്തും ഭക്തി നിറഞ്ഞുതുളുമ്പുന്ന ആലാപന സൗന്ദര്യവും അവ യിൽ ഒരേപോലെ സമ്മേളിച്ചിട്ടുണ്ട്. ഒരേ സമയം കർണ്ണാനന്ദകരവും ആശയഗംഭീരവുമാണ് അദ്ദേഹത്തിന്റെ കിളിപ്പാട്ടുകൾ. അലങ്കാരങ്ങൾ കുത്തിനിറച്ച് ഭാഷയെ വികൃതമാക്കാതെയും സന്ദർഭാനുസൃതമായ വൃത്തങ്ങളിൽ കോർത്തിണക്കിയും എഴുത്തച്ഛൻ തന്റെ രചനകൾ നിർവ ഹിച്ചിരിക്കുന്നു. സാധാരണക്കാർ പത്തുവാക്കുകൊണ്ട് പറയുന്നതിനെ അദ്ദേഹം അഞ്ചുവാക്കുകൊണ്ട് നമ്മെ ഗ്രഹിപ്പിക്കും. ഓജസ്സും മാധു ര്യവും പ്രസാദവും പോലുള്ള കാവ്യഗുണങ്ങൾ എഴുത്തച്ഛന്റെ ഭാഷ യിൽ സമ്മേളിച്ചിരിക്കുന്നു. സദാ ചിന്തിക്കുകയും രസിപ്പിക്കുകയും ഒരേ പോലെ ചെയ്തുകൊണ്ട് കഥപറയുകയാണ് എഴുത്തച്ഛൻ ചെയ്തത്. കഥകൾ പറഞ്ഞു പറഞ്ഞ് കാലാതീതമായ മഹത്വം നേടാൻ എഴുത്ത ച്ഛനു കഴിഞ്ഞു. ഭക്തിയിൽ ലയിപ്പിച്ച സാമൂഹിക ആദർശങ്ങളെയാണ് *രാമായണത്തിലും ഭാഗവതത്തിലും ഹരിനാമകീർത്തനത്തിലുമെല്ലാം* എഴുത്തച്ഛൻ അവതരിപ്പിച്ചിട്ടുള്ളത്.

ഡോ. സജി ആർ കുറുപ്പ്

തുളസിദാസ്

ഹിന്ദി സാഹിത്യത്തിലെ രാമഭക്തി ശാഖയിലെ ഏറ്റവും പ്രസി
ദ്ധനായ കവിയാണ് തുളസി ദാസ്. അദ്ദേഹം വെറുമൊരു കവി മാത്രമല്ല;
ഭക്തനും സാമൂഹ്യ പരിഷ്കർത്താവും ലോകനായകനുമായിരുന്നു.
സ്വന്തം കൃതികളിലൂടെ തുളസി ഭഗവാൻരാമനെ പ്രകീർത്തിച്ചു. അദ്ദേ
ഹത്തിന്റെ ജീവിതത്തെക്കുറിച്ച് നിലവിലുള്ള ഐതിഹ്യങ്ങളിൽനിന്നും
അദ്ദേഹത്തിന്റെ കൃതികളിലെ ചില സൂചനകളിൽനിന്നും നമുക്ക് മന
സ്സിലാക്കാമെന്നല്ലാതെ വ്യക്തമായ യാതൊരു തെളിവും ഇല്ല.

പതിനാറാം ശതകത്തിന്റെ മദ്ധ്യകാലത്ത് മുഗൾ ചക്രവർത്തിയായ
അക്ബറാണ് ഇന്ത്യ ഭരിച്ചിരുന്നത്. അന്ന് ബാംദാ ജില്ലയിൽ രാജാപുർ
എന്ന ഒരു ഗ്രാമമുണ്ടായിരുന്നു. അവിടെ ആത്മാ റാം എന്ന ബ്രാഹ്മ
ണന്റെയും ഹുൽസിയുടെയും മകനായി ക്രിസ്തുവർഷം 1537-ൽ തുളസി
ദാസ് ജനിച്ചു. തുളസിയുടെ ബാല്യം കഷ്ടത നിറഞ്ഞതായിരുന്നു. വീടു
കൾ തോറും നടന്ന് ഭിക്ഷാടനം നടത്തിയാണ് അദ്ദേഹം ഉപജീവനം
നടത്തിയിരുന്നത്. റാം റാം എന്ന് ഉരുവിട്ടുകൊണ്ടാണ് ഭിക്ഷ യാചിച്ചി
രുന്നതെന്നും അതിനാൽ റാം ബോല എന്ന പേരു കിട്ടിയെന്നും പറയ
പ്പെടുന്നു. അദ്ദേഹത്തിന്റെ നിർഭാഗ്യകരമായ ജീവിതത്തെക്കുറിച്ച് *കവി
താവലി* എന്ന കൃതിയിൽ പ്രതിപാദിക്കുന്നുണ്ട്.

വീടുകൾ തോറും നടന്ന് ഭിക്ഷ യാചിക്കുന്ന കുട്ടിയായ തുളസിയെ
നരഹരിദാസ് എന്ന പണ്ഡിത ശ്രേഷ്ഠൻ കണ്ടുവെന്നും അവന്റെ പ്രതി
ഭയെ മനസ്സിലാക്കി അദ്ദേഹം വീട്ടിലേക്ക് കൂട്ടിക്കൊണ്ടുപോവുകയും
പഞ്ചസംസ്കാരങ്ങൾ ചെയ്യിച്ച് അദ്ദേഹത്തിന് രാമമന്ത്രം ഉപദേശിക്കു

കയും സംസ്കൃത സാഹിത്യം പഠിപ്പിക്കുകയയും ശിഷ്യത്വം നൽകുകയും ചെയ്തുവെന്നും പറയപ്പെടുന്നു. അതിബുദ്ധിമാനായ തുളസി ഗുരുവിന്റെ ഉപദേശങ്ങൾ മുഴുവൻ ഹൃദിസ്ഥമാക്കുകയും പിന്നെ ശേഷസനാഥന്റെ കൂടെ താമസിച്ച് പതിനഞ്ചു വർഷത്തോളം വേദങ്ങളും പുരാണങ്ങളും പഠിക്കുകയും ചെയ്തു.

വർഷങ്ങൾ കഴിഞ്ഞപ്പോൾ ഗുരുവിന്റെ അനുവാദത്തോടെ അദ്ദേഹം സ്വന്തം വീട്ടിലേക്ക് മടങ്ങി. എന്നാൽ അവിടെ കണ്ട കാഴ്ച ഞെട്ടിപ്പി ക്കുന്നതായിരുന്നു. അമ്മ വളരെ മുമ്പുതന്നെ മരിച്ചുപോയിരുന്നു. അച്ഛനും ആയിടയ്ക്ക് മരണമടഞ്ഞു. വീടു നശിച്ച അവസ്ഥയിലായിരു ന്നു. അദ്ദേഹം പിതാവിന്റെ അന്ത്യകർമ്മങ്ങൾ ചെയ്യുകയും വീടു പുതുക്കി പണിയുകയും ചെയ്തു. അതിനുശേഷം അവിടെ പാർത്തു കൊണ്ട് ആളുകളെ ദിവസേന രാമകഥ വായിച്ചു കേൾപ്പിക്കുകയും കിട്ടു ന്നതുകൊണ്ട് നിത്യവൃത്തി കഴിച്ചു കൂട്ടുകയും ചെയ്തു.

തുളസിയുടെ വിവാഹജീവിതത്തെ സംബന്ധിച്ച് ശരിയായ വിവര മൊന്നുമില്ല. എങ്കിലും രത്നാവലി എന്ന സ്ത്രീയെയാണ് തുളസി വിവാഹം കഴിച്ചതെന്നും അവരെ തുളസിക്ക് വളരെയധികം ഇഷ്ടമാ യിരുന്നു എന്നും അതിനാൽ അവരുടെ വീട്ടിൽപോലും പോകാൻ സമ്മ തിച്ചിരുന്നില്ല എന്നും ഒരു ദിവസം തുളസി വീട്ടിലില്ലാത്ത നേരത്ത് രത്നാ വലി സ്വഗൃഹത്തിലേക്ക് പോയെന്നും പാതിരാത്രിയായിട്ടും ഭാര്യ തിരി ച്ചുവരാതിരുന്നതിനാൽ തുളസി വലിയ പുഴ നീന്തിക്കടന്ന് ഭാര്യാഗൃഹ ത്തിലെത്തി ഭാര്യയെ വിളിച്ചുണർത്തിയെന്നും രത്നാവലി കഠിനമായി ശകാരിക്കുകയും കളിയാക്കുകയും ചെയ്തതിനാൽ അദ്ദേഹം അവിടെ നിന്നും ഉടൻതന്നെ പോരുകയും മനസ്സ് രാമഭക്തിയിൽ ലയിപ്പിക്കുകയും ചെയ്തുവത്രേ! അന്നുമുതൽ ഈശ്വരഭജനംകൊണ്ട് പുണ്യതീർത്ഥങ്ങ ളിൽ സഞ്ചരിക്കാൻ തുടങ്ങി എന്നും പറയപ്പെടുന്നു.

ബാല്യത്തിലേ അനാഥനായ തുളസിയുടെ ജീവിതം കഷ്ടതകൾ നിറഞ്ഞതായിരുന്നു. ഭിക്ഷ യാചിച്ചാണ് നിത്യവൃത്തി നേടിയത്. ദാരിദ്ര്യം നിമിത്തം പലപ്പോഴും അപമാനിതനാകേണ്ടിവന്നു. സാമ്പത്തികമായി ഉയർന്നവർക്കു മാത്രമേ സമൂഹത്തിൽ സ്ഥാനമുണ്ടായിരുന്നുള്ളൂ. ഉദര നിമിത്തം ജനങ്ങൾ എന്തും ചെയ്യുമായിരുന്നു. പലരും സ്വന്തം മക്കളെ പ്പോലും വിറ്റിരുന്നു. സമുദായത്തിന്റെ മുന്നിൽ ഒരാദർശവും ഉണ്ടായിരു ന്നില്ല. ഹിന്ദുമതത്തിൽ തന്നെ ശൈവരും വൈഷ്ണവരും തമ്മിൽ പര സ്പരം കലഹിച്ചിരുന്നു. ഇവരെ ഒന്നിപ്പിക്കുന്നതിനായി ഒരേ ഭഗവാന്റെ ഭിന്നരൂപങ്ങൾ മാത്രമാണ് എല്ലാ ദേവന്മാരുമെന്ന് തുളസി പ്രഖ്യാപിച്ചു. രാമനെ ഭഗവാനായി അംഗീകരിപ്പിച്ചു. രാമനെക്കൊണ്ട് അദ്ദേഹം ശിവ പൂജ ചെയ്യിച്ചു. ശിവനെ രാമഭക്തനായി ചിത്രീകരിക്കുകയും ചെയ്തു. അങ്ങനെ ശൈവ–വൈഷ്ണവ കലഹം ഏറെക്കുറെ ഇല്ലാതാക്കാൻ തുള സിക്കു കഴിഞ്ഞു. അതിനായി അദ്ദേഹം *രാമചരിത മാനസം, കവിതാവ ലി, ഗീതാവലി, കൃഷ്ണഗീതാവലി, വിനയ പത്രിക, രാം ലലാ നഹച്ചു,*

വൈരാഗ്യ സന്ദീപനി, ബർവൈ രാമായൺ, പാർവതി മംഗൾ, ജാനകി മംഗൾ, രാമാജ്ഞാ പ്രശ്നം മുതലായ കൃതികൾ എഴുതി. പണ്ഡിത ന്മാരും ജ്ഞാനികളും സമൂഹത്തോട് യാതൊരു പ്രതിബദ്ധതയും കാണി ച്ചിരുന്നില്ല. സജ്ജനങ്ങൾ സർവ്വത്ര ദുഃഖിതരായിരുന്നു. തുളസിയുടെ കാലഘട്ടം നീതിപരമായും, മതപരമായും, സാംസ്കാരികമായും, സാമ്പ ത്തികമായും നാശോന്മുഖമായിരുന്നു. നാശോന്മുഖമായി മാറിക്കൊണ്ടി രിക്കുന്ന ഭാരതീയ സംസ്കാരത്തെയും മതത്തെയും തത്ത്വശാസ്ത്ര ത്തെയും കോർത്തിണക്കി പുതിയൊരു ധാരയിലെത്തിക്കാൻ തുളസി കഠിനമായി പരിശ്രമിക്കുകയും അതിൽ വിജയിക്കുകയും ചെയ്തു.

കവിത ആദ്ദേഹത്തിന് രാമഭക്തിയിലേക്കുള്ള മാർഗ്ഗം മാത്രമായി രുന്നു. ഭാരതീയ ജനതയുടെ പ്രതിനിധിയായ കവിയെന്ന് ആരെയെങ്കിലും പറയാമെങ്കിൽ അത് തുളസിയെ മാത്രമാണെന്നാണ് പ്രശസ്ത ഹിന്ദി നിരൂപകനായ പണ്ഡിറ്റ് രാമചന്ദ്ര ശുക്ലയുടെ അഭിപ്രായം. തുളസിയെ കലികാലത്തിലെ വാത്മീകിയായിട്ടാണ് നാഭാദാസ് വിശേഷിപ്പിക്കുന്ന ത്. തുളസി ദാസ് അസാധാരണ ശക്തിശാലിയും ലോകനായകനും മഹാ ത്മാവും സമന്വയവാദിയും ആയിരുന്നു. അദ്ദേഹത്തിന്റെ സാഹിത്യം 'സ്വന്തം സുഖത്തിനു'വേണ്ടിയാണെന്ന് അദ്ദേഹം പറയുന്നുണ്ടെങ്കിലും അത് ലോകഹിതത്തിനു വേണ്ടിയുള്ളതാണ്. ലോകം മുഴുവൻ ഒന്നായി കാണാൻ അദ്ദേഹത്തിന് ഭക്തിയിലൂടെ സാധിച്ചു.

രാമചരിതമാനസം തുളസീദാസിന്റെ ഏറ്റവും ഉത്കൃഷ്ടമായ കൃതി യാണ്. 1547-ലെ രാമനവമി ദിവസമാണ് അദ്ദേഹം രാമചരിതമാനസം എഴുതാനാരംഭിച്ചത്. രാമചരിതമാനസം എഴുതുന്നതിനുവേണ്ടി അദ്ദേഹം തെരഞ്ഞെടുത്തത് അയോധ്യയാണ്. രണ്ടു കൊല്ലവും ഏഴുമാസവും ഇരുപത്തിയാറു ദിവസവുംകൊണ്ടാണ് ഈ കൃതി പൂർത്തീകരിച്ചത്. ആദ്യകാലത്ത് അദ്ദേഹം കവിതകളെഴുതിയിരുന്നത് സംസ്കൃതത്തിലാ യിരുന്നു. എന്നാൽ സാധാരണക്കാർക്ക് സംസ്കൃതം അറിയാമായിരു ന്നില്ല. അതിനാൽ പാവങ്ങളുടെ നന്മയെക്കരുതി അദ്ദേഹം ജനങ്ങളുടെ ഭാഷയിൽ (അവധിയിൽ) തന്നെ കാവ്യം രചിച്ചു.

രാമചരിതമാനസത്തിലെ രാമൻ ആദർശ പുത്രനും ആദർശവാ നായ രാജാവും ആദർശവാനായ ഭർത്താവും ആയാണ് വിരാജിക്കുന്ന ത്. വർണ്ണാശ്രമ വ്യവസ്ഥയെ പുനരുജ്ജീവിപ്പിച്ച് പ്രോത്സാഹിപ്പിക്കാൻ അദ്ദേഹം ശ്രമിച്ചു. രാമചരിതമാനസത്തിലെ കഥാപാത്രങ്ങൾ എല്ലാംത ന്നെ ആദർശം ഉൾക്കൊള്ളുന്നവരും അതിനുവേണ്ടി ജീവത്യാഗം ചെയ്യാൻവരെ തയ്യാറുള്ളവരുമാണ്. ഈ കഥാപാത്രങ്ങളിലൂടെ ജനങ്ങ ളിൽ നൈതികമൂല്യം വളർത്തുന്നതിനും അവരിൽ മനോബലം ഉണ്ടാ ക്കുന്നതിനും സംഘർഷത്തിന്റെ പാതയിൽ തളരാതെ മുന്നോട്ട് പോകു ന്നതിനും പ്രാപ്തിയുണ്ടാക്കാൻ തുളസി കഴിയുന്നതെല്ലാം സാഹിത്യ ത്തിലൂടെ ചെയ്തു. അദ്ദേഹത്തിന്റെ ലോകം രാമമയമാണ്. അതുകൊ ണ്ടുതന്നെ വിശാലമായ ഒരു മതസങ്കൽപ്പം അദ്ദേഹത്തിനുണ്ടായിരുന്നു.

ഈ വിശാലമായ സങ്കൽപ്പം കാരണം ഓരോ മതവിഭാഗത്തെയും സമ ന്വയിപ്പിക്കാനും അവരുടെ വികാരങ്ങൾ ഉൾക്കൊള്ളാനും അദ്ദേഹത്തിനു കഴിഞ്ഞു. അങ്ങനെ എല്ലാ അർത്ഥത്തിലും സമന്വയവാദിയായ അദ്ദേഹം ഭാഷയിലും സമന്വയഭാവം കാണിച്ചു. *രാമചരിതമാനസത്തിന്റെ* കഥ ലോകപ്രചാരമുള്ള രാമകഥകളും പുരാണങ്ങളിലെ കഥകളും *വാത്മീകി രാമായണവും പ്രസന്ന രാഘവവും ഹനുമന്നാടകവും* ആധാരമാക്കി പുതിയ സന്ദർഭത്തിൽ എഴുതിയതാണ്. ഇത് ഒരു മഹാകാവ്യത്തിന്റെ എല്ലാ ലക്ഷണങ്ങളുമൊത്ത കൃതിയാണ്. ഇതുപോലെതന്നെ അദ്ദേഹ ത്തിന്റെ മറ്റു കൃതികളെടുത്താലും സമന്വയ സങ്കല്പം കാണാൻ സാധി ക്കും. *വിനയപത്രിക* എന്ന കൃതി വ്രജഭാഷയിലെഴുതിയതാണ്. അതു പോലെ രാമന്റെ കാവ്യം മാത്രമല്ല തുളസി എഴുതിയത് കൃഷ്ണന്റെ ഗീതവും എഴുതിയിട്ടുണ്ട്. *കൃഷ്ണഗീതാവലി* ഉദാഹരണം.

തുളസിദാസിന്റെ കാവ്യങ്ങളിൽ ലോക സംഗ്രഹം, സഹജമായ കവിത്വം, അചഞ്ചലമായ ഭക്തി ഇവയുടെ ത്രിവേണി സംഗമമാണെന്നു പറയാം. സൂർദാസിന്റെ സമകാലികനായിരുന്നു തുളസി ദാസ്. രാമച രിതം പാടുന്നതിൽ തുളസി സർവശ്രേഷ്ഠനാണെങ്കിൽ കൃഷ്ണചരിതം പാടുന്നതിൽ സൂർദാസ് സർവ്വശ്രേഷ്ഠനാണ്. തുളസിയുടെ രാമൻ ശീല ഗുണങ്ങളുള്ള നല്ലവനായ പുരുഷശ്രേഷ്ഠനാണെങ്കിൽ സൂറിന്റെ കൃഷ്ണൻ വാത്സല്യ രസധാരിയാണ്. സൂറിന്റെ ഭക്തി മധുരഭാവമാണെ ങ്കിൽ തുളസിയുടെ ഭക്തി ദാസ്യഭാവമാണ്.

ചിത്രകൂടം, അയോദ്ധ്യ, കാശി എന്നീ പ്രദേശങ്ങൾ തുളസിക്ക് ഏറ്റവും പ്രിയങ്കരങ്ങളായിരുന്നു. എന്നാലും അവസാനകാലം കഴിച്ചുകൂ ട്ടിയത് കാശിയിലായിരുന്നു. അവിടെവെച്ച് അദ്ദേഹത്തിന് എന്തോ രോഗം പിടിപെട്ടു. ക്രിസ്തു വർഷം 1623–ൽ തുളസീദാസ് മരിച്ചതായി കരു തപ്പെടുന്നു.

ഡോ. സി രാധാമണി

പന്നാലാൽ പട്ടേൽ

ഗുജറാത്തി സാഹിത്യലോകത്തിലെ അത്ഭുതമായ പന്നാലാൽ പട്ടേൽ ജനിച്ചത് 1912-ൽ ഗുജറാത്തിലെ മാംഡലി എന്ന ഗ്രാമത്തിലാണ്. പേരിനുമാത്രമുള്ള ഔപചാരിക വിദ്യാഭ്യാസവും അത്യന്തം പരിമിതമായ വായന മാത്രമായിട്ടും ഗുജറാത്തി സാഹിത്യത്തിലെ അതികായന്മാരിലൊരാളായി അദ്ദേഹത്തിന് മാറാൻ കഴിഞ്ഞത് ഗ്രാമജീവിതത്തെ പ്പറ്റിയുള്ള വിശദമായ അറിവും താൻ അവതരപ്പിക്കുന്ന കഥാപാത്രങ്ങളും സ്ഥലങ്ങളുമായുള്ള ഗാഢമായ പരിചയവും മൂലമാണ്. മാനസിക പ്രേരണകളെക്കുറിച്ച് നല്ല സഹജാവബോധവും മനുഷ്യപ്രകൃതിയെക്കുറിച്ച് വാസനാവികസിതമായ വിജ്ഞാനവുമുള്ള അദ്ദേഹം പ്രാദേശിക സംസാരഭാഷയെ കലാസുന്ദരമായ മാധ്യമമാക്കി മാറ്റി ഗുജറാത്തിന്റെ രാജസ്ഥാൻ അതിർത്തിയിലെ ഗുജറാത്തി ഗ്രാമങ്ങളുടെ ഒരു സമഗ്രലോകം തന്നെ സൃഷ്ടിച്ചു.

പന്നാലാലിന്റെ ഒന്നാമത്തെ നോവൽ *വളാമണാൻ* (*മടക്കം*, 1940) അക്കൊല്ലത്തെ ഏറ്റവും നല്ല നോവലായി മേഘാനി പ്രഖ്യാപിക്കുകയുണ്ടായി. അടുത്തകൊല്ലം തന്നെ *മളേലാ ജീവ* (*ഇരട്ടയാത്മാക്കൾ*, 1941) പ്രസിദ്ധീകരിച്ചപ്പോൾ ഗുജറാത്ത് ഈ കരുത്തനായ എഴുത്തുകാരനെ നെഞ്ചിലേറ്റുകതന്നെ ചെയ്തു.

മളേലാ ജീവ ഒരു പ്രേമകഥയാണ്. നോവൽ മുഖ്യമായും ഹൃദയ ഭാവങ്ങളെ പരാമർശിക്കണമെന്നാണ് പന്നാലാലിന്റെ ധാരണയെന്നു തോന്നുന്നു. അദ്ദേഹത്തിന്റെ എല്ലാ നോവലുകളും പ്രേമകഥകളാണ്. എന്നാൽ *മളേലാ ജീവ* അക്കൂട്ടത്തിലല്ല. കലാസൗകുമാര്യംകൊണ്ട് അത്

ഒരു ക്ലാസിക്കിന്റെ ഉദാത്തതയിലേക്ക് വരുന്നു. താണജാതിയിൽപ്പെട്ട ഒരു വിവാഹിത ഉയർന്ന ജാതിയിൽപ്പെട്ട ഒരു പുരുഷനെ പ്രേമിച്ചതിന്റെ ഫലമായി അവളുടെ ഹൃദയത്തിൽ നടക്കുന്ന സംഘട്ടനത്തിന്റെ കഥയാണിത്. ഗുജറാത്ത് ഗ്രാമജീവിതത്തിന്റെ എല്ലാ ഇഴകളും തികഞ്ഞ ചൈതന്യത്തോടും മാധുര്യത്തോടും കൂടി ഇതിൽ കോർത്തിണക്കിയിരിക്കുന്നു. ഒടുക്കം നായകൻ സൗന്ദര്യവും മാനസികസമനിലയും നഷ്ടപ്പെട്ട ഈ സ്ത്രീയെ വീട്ടിലേക്കു കൂട്ടിക്കൊണ്ടുപോകുന്ന നിർവഹണഘട്ടത്തിൽ ഒരു ലയവിന്യാസത്തിന്റെ താളസ്വരസംവിധാനം നമുക്കനുഭവപ്പെടും.

പന്നാലാൽ പട്ടേൽ

കൂംകു എന്ന നോവലിൽ ഭാവനയ്ക്കോ ആദർശത്തിനോ പ്രാധാന്യം നൽകിയിട്ടില്ല. ജീവിതത്തിന്റെ വാസ്തവിക ചിത്രീകരണത്തിനാണ് അദ്ദേഹം ഊന്നൽ കൊടുത്തത്. *അർമാൻ* എന്ന കഥയിൽ ജീവിതത്തിന്റെ യഥാതഥ ചിത്രീകരണത്തിനൊപ്പം കാൽപ്പനികതയ്ക്കും പ്രാധാന്യം നൽകിയിട്ടുണ്ട്. നായികയായ പാനുവിന്റെ ജീവിതസ്വപ്നങ്ങൾ ആ ചെറിയ കുടുംബത്തിൽ ഒതുങ്ങിപ്പോകുന്നു. പാനുവിന്റെ സൂക്ഷ്മ സംവേദനകളും ഭാവനകളും ഈ കഥയിൽ ദർശിക്കാം. ഇതിനർത്ഥം പന്നാലാൽ വാസ്തവിക ചിത്രീകരണത്തിൽ മാത്രം ഒതുങ്ങിപ്പോകുന്നില്ല എന്നാണ്. ജീവിതത്തിന്റെ സൂക്ഷ്മവശങ്ങൾ ചിത്രീകരിക്കാനുള്ള കഴിവും അദ്ദേഹത്തിനുണ്ട്.

*ഭാഥി കി ഫാർവാലി*യിലെ നായിക ഒരു വിലക്ഷണ യുവതിയാണ്. *അർമാനി*ലെ പാനുവിന് സുഖഭോഗങ്ങളോട് താല്പര്യമില്ല. എന്നാൽ ഭാഥിയുടെ ഭാര്യക്ക് സുഖഭോഗങ്ങളോട് അമിത താല്പര്യമാണ്. നഗര ജീവിതത്തോടുള്ള ആകർഷണം നിമിത്തം അവൾ സ്വന്തം ഭർത്താവിനെ ഇഷ്ടപ്പെടുന്നില്ല. ഭാഥിയാകട്ടെ അവളെ സന്തോഷിപ്പിക്കാൻ വേണ്ടി കഠിനാധ്വാനം ചെയ്യുന്നു. നഗരജീവിതത്തിലെ സുഖങ്ങൾ മോഹിച്ച് ഒരു കമ്പോണ്ടറോടൊപ്പം അവൾ നഗരത്തിലേക്ക് പോകുന്നു. ഭാഥിയുടെ പ്രയത്നമെല്ലാം വെറുതെയായി. ഇനി ആർക്കുവേണ്ടി കഷ്ടപ്പെടണം എന്നു വിചാരിച്ച് എല്ലാം പണയംവച്ച് ഭാഥി പട്ടണത്തിലേക്ക് തിരിക്കുന്നു. ഈ സമയം കമ്പൗണ്ടറാൽ വഞ്ചിതയായ ഭാര്യ തിരികെ ഗ്രാമത്തിലെത്തുന്നു. സ്വന്തം വീടിന്റെ അടഞ്ഞ വാതിൽ കണ്ട് അവൾ ആത്മഹത്യക്കൊരുങ്ങുന്നു. അതിനുമുമ്പ് അവസാനത്തെ ശ്രമമെന്ന നിലയിൽ ഭർത്താവിന്റെ വീട്ടിലേക്ക് തിരിക്കുന്നു. പുനരാഗമത്തിന്റെ ഈ

വേളയിൽ തന്നെ ചോദ്യം ചെയ്യുന്ന ഗ്രാമപഞ്ചായത്തിനെ അവൾ നിർഭയം നേരിടുന്നു. അവളുടെ മാനസികശക്തി സമൂഹത്തിന്റെ സദാ ചാര സംശയങ്ങൾക്കു മുന്നിൽ തളർന്നു പോകുന്നില്ല. അവളുടെ കയ്യിൽ അനുഭവിച്ചറിഞ്ഞ സത്യമുണ്ട്. അവൾ സ്വന്തം പരിശ്രമത്താൽ ജീവി ക്കാൻ ആഗ്രഹിക്കുന്നു. ആരുടെയും ദയ അവൾക്കാവശ്യമില്ല. ഈ കഥ യിൽ അത്ഭുതകരമായ നാടകീയക്ഷമതയുണ്ട്. ഈ കഥകളെല്ലാം ഗ്രാമീണ പരിത:സ്ഥിതിയിൽനിന്നും ഉടലെടുത്തവയാണ്.

വാത്രക്ക് കെ കിനാരെ എന്ന കഥയിൽ വേർപിരിഞ്ഞു പോയവ രുടെ വേദന വ്യക്തമാക്കുന്നു. നായിക നവലിന്റെ ജീവിതത്തിൽ രണ്ടു പുരുഷന്മാർ വന്നു. രണ്ടു പുരുഷന്മാരോടുള്ള നായികയുടെ സ്നേഹത്തെ ഇതിൽ സർഗ്ഗാത്മകതയോടുകൂടി ചിത്രീകരിച്ചിരിക്കുന്നു. *ബേട്ടി കി വിദാ* പന്നാലാലിന്റെ ആദ്യ ലഘുനോവലാണ്. ഗുജറാത്തി ഭാഷയിലെ ആദ്യത്തെ കലാത്മകമായ നോവലുമാണ്. *പിഛലെ ദർവാജെ* മാതൃഹൃദയത്തിലെ മഹത്വത്തിന്റെ കഥയാണ്. രാജ്യസേവനത്തിനായി ഒരു പുത്രനെ നൽകിയ കുംവർബായിയുടെ മാനസിക സ്ഥിതിയുടെ നിരൂപണത്തിലൂടെ അദ്ദേഹം ഈ അമ്മയെ ജനതയുടെ പ്രതീകമാക്കി മാറ്റുകയും അതിനെ മഹത്വവൽക്കരിക്കുകയും ചെയ്യുന്നു.

കോയി ചാരാ നഹിം ഒരു ദീർഘ നോവലാണ്. രുമാലിന്റെയും ദരിയാറിന്റെയും പ്രണയ കഥയിലൂടെ കർഷകരും രാജാധികാരവും തമ്മി ലുള്ള സംഘർഷം ചിത്രീകരിക്കുന്നു. നായികയും നായകനും അവരുടെ പിതാക്കന്മാരും നമ്മുടെ ഓർമ്മയിൽ എന്നും നിലനിൽക്കും. നായക നായ രുമാൽ നിർഭയത്വത്തിന്റെയും പൗരുഷത്തിന്റെയും പ്രതീകമാണ്. ഈ നോവലിൽ പന്നാലാൽ നാടോടിഗാനങ്ങളും ഉൾപ്പെടുത്തിയിട്ടുണ്ട്.

ഒരു റൊമാന്റിക്കായ പന്നാലാൽ ഹൃദയഭാവങ്ങളുടെ ആവിഷ്കാര ത്തിൽ മികച്ചു നിൽക്കുന്നു. അദ്ദേഹത്തിന്റെ മറ്റൊരു മുന്തിയ കൃതി യായ *മാനവീതി ദവായി (മനുഷ്യന്റെ സ്വത്ത്,* 1949) ഹൃദയഭാവങ്ങളെ യാണ് കേന്ദ്രീകരിക്കുന്നതെങ്കിലും ജീവിതത്തിന്റെ വിപുലതരമായ ഒരു വർണ്ണരാജി കാഴ്ചവയ്ക്കുന്നു. ഈ നോവലിൽ മൂന്നു തലമുറയുടെ കഥയാണ് പറയുന്നത്. ഗുജറാത്തിന്റെ തനതു സംസ്കാരം ഇതിൽ ദർശി ക്കാവുന്നതാണ്. ഗുജറാത്ത് ഗ്രാമജീവിതത്തിന്റെ എല്ലാ ഇഴകളും ഇതിൽ കോർത്തിണക്കിയിരിക്കുന്നു. ഇതൊരു പ്രേമകഥയാണെങ്കിലും അതു മാത്രമല്ല, സമസ്ത ജീവിത സംഘർഷങ്ങളും ഇതുൾക്കൊള്ളുന്നു. 19-ാം നൂറ്റാണ്ടിന്റെ ഒടുവിൽ ഗുജറാത്തിലുണ്ടായ ഭയാനകമായ ക്ഷാമവും അക്കാലത്തെ ദുരിതജീവിതവും ഈ നോവലിൽ തികഞ്ഞ കയ്യടക്ക ത്തോടെ ചിത്രീകരിച്ചിരിക്കുന്നു.

പ്രകൃതിയോടു പടവെട്ടുന്ന മനുഷ്യരുടെ ജീവിതത്തെ പന്നാലാൽ തികഞ്ഞ അച്ചടക്കത്തോടെ ചിത്രീകരിച്ചിരിക്കുന്നു. *മാൻവീനി ഭവായി* യിലെ നായകൻ പ്രകൃതിയോടു മല്ലിടുന്ന മനുഷ്യന്റെ ഇച്ഛാശക്തിയുടെ പ്രതീകമാണ്. ഗുജറാത്തിലെ ഒരു ചെറിയ ഗ്രാമത്തിലെ നിരക്ഷരനായ

കാലു പ്രതികൂലാവസ്ഥകളോടു പൊരുതി മനുഷ്യ അഭിമാനത്തിന്റെ രക്ഷകനാകുന്നു. കാലു ഗുജറാത്തി സാഹിത്യത്തിലെ മാത്രമല്ല ഭാര തീയ സാഹിത്യത്തിലെ തന്നെ അവിസ്മരണീയ കഥാപാത്രമാണ്. അവന്റെ എല്ലാ കഷ്ടപ്പാടുകളിലും സംഘർഷങ്ങളിലും വേദനകളിലും അവനോടു തോൾചേർന്നു നില്ക്കുന്നവളാണ് അവന്റെ കാമുകിയായ രാജു. രാജുവിനെ കാലു ജീവിതാവസാനംവരെ പ്രേമിക്കുന്നു. പക്ഷേ സമീപവാസികളായ ചിലരുടെ ഗൂഢാലോചനയുടെ ഫലമായി അവർക്ക് വിവാഹിതരാകാൻ സാധിച്ചില്ല. മഴയുടെ ആരംഭത്തോടെ നോവൽ അവ സാനിക്കുന്നു. ഗ്രാമീണ പശ്ചാത്തലത്തിൽ ജീവിതത്തിന്റെ ശക്തമായ ചിത്രീകരണം–അതാണ് പന്നാലാലിന്റെ വിജയ രഹസ്യം.

പന്നാലാലിന് സ്വന്തമായി ഒരു ശൈലിയുണ്ടായിരുന്നു. ആ വിശിഷ്ട ശൈലിയുടെ സ്രോതസ്സായിരുന്നു ഗ്രാമീണ സംസാരഭാഷ. നാടോടി ഗാന ങ്ങളും അദ്ദേഹം തന്റെ കൃതികളിൽ ഉൾപ്പെടുത്തിയിരുന്നു.

പന്നാലാൽ ധാരാളം ചെറുകഥകളും എഴുതിയിട്ടുണ്ട്. അവയിൽ ചിലതിന് ഗണ്യമായ സാഹിത്യഗുണമുണ്ട്. എങ്കിലും കാവ്യാത്മക ഭാഷയും കലാസുന്ദരമായ രചനാശിൽപ്പവും ഒത്തിണങ്ങുന്ന നോവലു കളാണ് അദ്ദേഹത്തിനു പ്രശസ്തി നേടിക്കൊടുത്തത്. ഒടുവിലായി അദ്ദേഹം *രാമായണത്തിലെയും* *മഹാഭാരതത്തിലെയും* കഥകളെ ഉപ ജീവിച്ച് നോവലുകൾ രചിക്കുകയുണ്ടായി. 1985-ൽ അദ്ദേഹത്തിന് ജ്ഞാന പീഠ പുരസ്കാരം ലഭിച്ചു. ഗുജറാത്തി സാഹിത്യത്തിലെ ഈ മഹാപ്ര തിഭ 1989 ഏപ്രിൽ 6-ന് അന്തരിച്ചു.

ഷാൽ ബി മോഹനൻ

പ്രേമചന്ദ്

ഇന്ത്യയിലെ ഗോർക്കി എന്നു വിശേഷിപ്പിക്കപ്പെടുന്ന പ്രേമചന്ദ് വിശ്വസാഹിത്യകാരന്മാരിൽ ഒരാളായി ആദരിക്കപ്പെട്ടുവരുന്നു. നമ്മുടെ ദേശീയ സ്വാതന്ത്ര്യസമരത്തിലെ 'ഗാന്ധിയൻ യുഗ'ത്തെ ഇത്ര സത്യസ സ്ഥതയോടെ ചിത്രീകരിച്ച മറ്റൊരു സാഹിത്യകാരനും ഇല്ല എന്നുതന്നെ പറയാം. അഖിലേന്ത്യാ പുരോഗമന സാഹിത്യ സംഘടനയുടെ സ്ഥാപ കനേതാക്കന്മാരിൽ പ്രമുഖനായിരുന്ന അദ്ദേഹം യുഗശില്പിയായ മനു ഷ്യകഥാനുഗായി കൂടി ആയിരുന്നു.

തന്റെ ജീവിതത്തെക്കുറിച്ച് പ്രേമചന്ദ് പറയുന്നതിങ്ങനെയാണ്: "എന്റെ ജീവിതം സമതലമായ ഒരു മൈതാനഭൂമിയാണ്. പക്ഷേ, കുന്നുകളോ പർവ്വതങ്ങളോ നഷ്ടാവശിഷ്ടങ്ങളോ അതിൽ കാണുക യില്ല." പ്രേമചന്ദ് എന്നത് തൂലികാ നാമ മാണ്. ധനപത് റായി എന്നാണ് ശരിയായ പേര്. അദ്ദേഹം 1880 ജൂലൈ 30-ാം തീയതി ബനാറസ്സിൽ നിന്ന് അഞ്ചുമൈൽ അകലെ 'ലംഹി' എന്ന ഗ്രാമത്തിൽ ജനി ച്ചു. പോസ്റ്റോഫീസിലെ ക്ലാർക്ക് ആയി രുന്ന അജായബ് ലാലായിരുന്നു പിതാവ്. ഉദ്യോഗത്തിനുപുറമെ തറവാട്ടുസ്വത്തായി കുറച്ചു ഭൂമിയുമുണ്ടായിരുന്നു അദ്ദേഹത്തി

പ്രേമചന്ദ്

ന്. അതിൽനിന്ന് തുച്ഛമായ വരുമാനമേ ലഭിച്ചിരുന്നുള്ളൂ. ക്ലാർക്കിനെ മുൻഷി എന്നാണ് അക്കാലത്ത് വിളിച്ചിരുന്നത്. പിതാവിന്റെ ഉദ്യോഗ പ്പേര് പിൽക്കാലത്ത് അനന്തരാവകാശികൾക്കും നല്കപ്പെട്ടു. അങ്ങനെ യാണ് പ്രേമചന്ദിന്റെ പേരിനോടൊപ്പം 'മുൻഷി' എന്നുകൂടി ചേർത്തു പറയാൻ ഇടവന്നത്.

പോസ്റ്റോഫീസിന്റെ അന്തരീക്ഷത്തിലാണ് അദ്ദേഹത്തിന്റെ ബാല്യം വികസിച്ചത്. കുട്ടിക്കാലത്ത് കൊടിയ ദാരിദ്ര്യവും കഷ്ടപ്പാടുകളും അദ്ദേ ഹത്തിന് സഹിക്കേണ്ടി വന്നിട്ടുണ്ട്. സാധാരണ അഭിലാഷങ്ങൾപോലും സാക്ഷാത്കരിക്കുന്നതിന് അനുകൂലമായിരുന്നില്ല കുടുംബസ്ഥിതി. ജീവി തത്തിൽ കണ്ടെത്താൻ കഴിയാത്തത് മനുഷ്യൻ ഭാവനയിൽ കണ്ടെത്തു ന്നു. അങ്ങനെ ആ ബാലൻ ക്രമേണ കല്പനാശീലനായി രൂപാന്തരപ്പെ ട്ടു. പ്രേമചന്ദിനെ പിൽക്കാലത്ത് ഒരു കഥാകാരനായി വളർത്തിയെടുക്കാൻ ഈ പ്രവണത വളരെയേറെ സഹായിച്ചിട്ടുണ്ട്. ഇതിനെക്കുറിച്ച് അദ്ദേഹം ആഖ്യാനകല എന്ന ലേഖനത്തിൽ ഇങ്ങനെ എഴുതിയിട്ടുണ്ട്:

> ഏതൊരു കുട്ടിക്കും അമ്മയിൽനിന്നോ ജ്യേഷ്ഠത്തിയിൽ നിന്നോ കേട്ട കഥ എന്നും ഓർമയിൽ കാണും. പട്ടിയു ടെയും പൂച്ചയുടെയും കഥകൾപോലും അവൻ എത്ര കൗതുകത്തോടെയാണ് ചെവിക്കൊള്ളുന്നത്! ബാല്യസ്മ രണകളിൽ ഏറ്റവും മധുരം, ഒരുപക്ഷേ ഈ സ്മരണക ളാണ്. കളികളും കളിപ്പാട്ടങ്ങളും പലഹാരങ്ങളും വിസ്മ രിക്കപ്പെട്ടേക്കാം; എന്നാൽ ഈ കഥകൾ വിസ്മരിക്കപ്പെടു കയില്ല. അതേ കഥകൾ പിൽക്കാലത്ത് അവന്റെ മുഖത്തു നിന്നും അവന്റെ മക്കൾ അതേ ഉത്സാഹത്തോടെയും കൗതുകത്തോടെയും കേൾക്കുകയും ചെയ്യുന്നു.

അച്ഛനമ്മമാരുടെ ലാളനം കിട്ടുന്നതിനും പ്രേമചന്ദിനെ ഭാഗ്യം അനുഗ്ര ഹിച്ചിരുന്നില്ല. അമ്മ നിത്യരോഗിണിയായിരുന്നു. അച്ഛന് ജോലിത്തിരക്കും പ്രാരബ്ധവും ഒഴിഞ്ഞിട്ട് ഒന്നിനും സമയം കിട്ടിയിരുന്നില്ല. പ്രേമചന്ദിന് ഏഴുവയസ്സുള്ളപ്പോൾ ആ ഭാഗ്യവിപര്യയം സംഭവിച്ചു – അമ്മയുടെ മര ണം. ഒരിക്കലും മായാത്ത ക്ഷതമാണ് ആ ആഘാതം അദ്ദേഹത്തിന്റെ ഹൃദയത്തിന് ഏല്പിച്ചത്. ആ കണ്ണുനീർച്ചാലിന്റെ പാടുകൾ അദ്ദേഹ ത്തിന്റെ പല കഥകളിലും നോവലുകളിലും കാണാൻ കഴിയും. പ്രേമച ന്ദിന്റെ പിതാവ് കാലവിളംബമെന്യേ പുനർവിവാഹം ചെയ്തു. ചിറ്റമ്മ ഗർവ്വിഷ്ഠയും അതിക്രൂരയുമായിരുന്നു. ദാരിദ്ര്യം, ചിറ്റമ്മ പോര്, അച്ഛന്റെ അവഗണന ഇങ്ങനെ ദുരിതപൂർണ്ണമായ സാഹചര്യത്തിലാണ് പ്രേമചന്ദ് ബാല്യകാലം നയിച്ചത്. എങ്കിലും വീട്ടിലെ അന്തരീക്ഷംകൊണ്ട് മനസ്സ് വിഷാദമഗ്നമാകാൻ അദ്ദേഹം അനുവദിച്ചില്ല. അമ്മയിൽനിന്ന് നേടാൻ കഴിയാതിരുന്ന ആഹ്ലാദാനുഭൂതി പ്രകൃതിമാതാവിൽനിന്നും നേടാൻ ആ ഭാവനാശാലി ശ്രമിച്ചു. ഉഷഃസന്ധ്യയും പ്രഭാതവായുവും വൃക്ഷലതാദി

കളും മറ്റും ആ ബാലന് കുടുംബാംഗങ്ങളും കൂട്ടുകാരുമായിത്തീർന്നു.

ഉണക്കച്ചപ്പാത്തി കഴിച്ച്, മുണ്ട് മുറുക്കിയുടുത്ത്, പട്ടിണിയും പരി വട്ടവുമായി ഒരുതരത്തിൽ ധനപത്റായ് മെട്രിക്കുലേഷൻ ജയിച്ചു. എം എയും വക്കീൽ പരീക്ഷയും ജയിച്ച് ഒരു അഭിഭാഷകൻ ആകാനായി രുന്നു അദ്ദേഹത്തിന്റെ ആഗ്രഹം. പ്രതികുലമായ പരിതഃസ്ഥിതിയിലും ഈ അഭിനിവേശം അദ്ദേഹം ഉപേക്ഷിച്ചില്ല. പ്രേമചന്ദിന് കണക്ക് എന്നും ഒരു 'ബാലികേറാമല' ആയിരുന്നു. മെട്രിക്കുലേഷനു ശേഷം ബനാറസ് യുണിവേഴ്സിറ്റിയിൽ ചേർന്നു പഠിക്കാൻ ഇത് തടസ്സമായി. യോഗ്യത പരീക്ഷിച്ചറിയാൻ നടത്തിയ കണക്ക് പരീക്ഷയിൽ അദ്ദേഹം പരാജയ പ്പെട്ടു. പിൽക്കാലത്ത് കണക്ക് ഐശ്ചികവിഷയമായി നിശ്ചയിക്കപ്പെട്ട പ്പോഴാണ് അദ്ദേഹത്തിന് മറ്റൊരു വിഷയം എടുത്ത് പരീക്ഷ ജയിക്കാൻ കഴിഞ്ഞത്. കണക്കിന് ജയിക്കാൻ ഒത്തില്ലെങ്കിലും ജീവിച്ചല്ലേ മതിയാ വൂ. ഒരു നയാപൈസ കയ്യിലില്ലാതെ വന്നപ്പോൾ പ്രേമചന്ദ് തന്റെ രണ്ടു രൂപ വിലയുള്ള ഗണിതപുസ്തകം ഒരു രൂപയ്ക്ക് വില്ക്കാൻ തീരുമാ നിച്ചു. കടയിൽ വച്ചു പരിചയപ്പെട്ട ആൾ – അതൊരു ചെറിയ സ്കൂളിലെ ഹെഡ്മാസ്റ്റർ – അദ്ദേഹത്തിന് ഒരു അദ്ധ്യാപകനായി നിയമനം കൊടുത്തു.

സുന്ദരമായ പ്രകൃതിദൃശ്യങ്ങൾ കണ്ട് രസിക്കുക എന്നത് പ്രേമച ന്ദിന് ഏറ്റവും പ്രിയപ്പെട്ട വിനോദമായിരുന്നു. പ്രകൃതിയുടെ വളക്കുറുള്ള മണ്ണിലാണ് പ്രേമചന്ദിന്റെ സാഹിത്യജീവിതം ചെന്നുവീണത്. അതിനാൽ ആ ചെടി ഒരിക്കലും മുരടിച്ചുപോയില്ല. താനേ മുളപൊട്ടി, ഇല വിരിഞ്ഞ്, പുഷ്പിച്ച്, കായ്ച്ചു. അദ്ദേഹത്തിന്റെ ആദ്യകാല കുടുംബജീവിതം നുലാ മാലകൾ നിറഞ്ഞതായിരുന്നു. വീട്ടിൽ ചിറ്റമ്മയും അവരുടെ സഹോദര ന്മാരും ഒപ്പം അദ്ദേഹത്തിന്റെ പത്നിയും ഉണ്ടായിരുന്നു. പ്രാരബ്ധങ്ങൾ മുഴുവൻ പ്രേമചന്ദിന്റെ ചുമലുകളിലായിരുന്നു.

തന്റെ പ്രതീക്ഷകളെ കാറ്റിൽ പറത്തിക്കൊണ്ട്, ജീവിതത്തിന്റെ സമരാങ്കണത്തിലേക്ക് അരയും തലയും മുറുക്കി ഇറങ്ങിയ പ്രേമചന്ദിന് ക്രമേണ മനസ്സിലായി, തനിക്ക് പടവെട്ടാനുള്ള പ്രതിലോമശക്തികൾ ഒന്നല്ല, ഒരു നൂറായിരമുണ്ട് എന്ന്. പിൽക്കാലത്ത് അദ്ദേഹം രചിച്ച *ഗോദാ നത്തിൽ* പോരാട്ടത്തിന്റെ ചിത്രം തെളിഞ്ഞുകാണാം. അതിലെ ഹോരി യുടെ മോഹഭംഗങ്ങൾ പ്രേമചന്ദിന്റെതന്നെ മോഹഭംഗങ്ങളായിരുന്നു.

ഒരു പ്രൈമറി സ്കൂൾ അദ്ധ്യാപകനായി ചേർന്ന അദ്ദേഹത്തിന്റെ മനസ്സിൽ വിദ്യാഭ്യാസം പൂർത്തിയാക്കാൻ കഴിയാത്തതിലുള്ള കുണ്ഠിതം മുള്ളുപോലെ തറച്ചിരുന്നു. എങ്ങനെയെങ്കിലും ആ ജോലിയിൽനിന്ന് മോചനം നേടണമെന്ന് അദ്ദേഹം ആഗ്രഹിച്ചിരുന്നു. എന്നാൽ സഹൃദയ നായ പ്രഥമാദ്ധ്യാപകൻ അദ്ദേഹത്തെ സാന്ത്വനിപ്പിച്ച് മുന്നോട്ടു നയി ച്ചു. ഉണ്ണാനും ഉടുക്കാനും വക കിട്ടാതിരുന്ന അക്കാലത്തുപോലും പ്രേമചന്ദ് ചിറ്റമ്മയേയും അവരുടെ സഹോദരങ്ങളേയും സംരക്ഷിച്ചു പോന്നിരുന്നു. ത്യാഗജന്യമായ ആനന്ദമായിരുന്നു അന്നത്തെ ജീവിത

ത്തിലെ ഏകസുഖം.

ഇതിനിടെ അദ്ദേഹം അലഹബാദ് ട്രെയിനിംഗ് കോളേജിൽ ചേർ
ന്നു. പ്രൈമറി സ്കൂളിലെ മുരടിച്ച അദ്ധ്യാപക ജീവിതത്തിൽനിന്നും
മോചനം നേടാൻ ഇത് സഹായിച്ചു. അവിടുത്തെ പ്രിൻസിപ്പൽ മിസ്റ്റർ
കൈപൽസ്റ്റർ സർവ്വാദരണീയനും, വിദ്യാർത്ഥികളുടെ ഹിതൈഷിയു
മായിരുന്നു. ട്രെയിനിംഗ് കഴിഞ്ഞയുടൻതന്നെ അദ്ദേഹം തന്റെ പ്രിയശി
ഷ്യനായ പ്രേംചന്ദിനെ മോഡൽ സ്കൂൾ ഹെഡ്മാസ്റ്ററായി നിയമിച്ചു.

1909-ൽ സബ് ഡെപ്യൂട്ടി ഇൻസ്പെക്ടറായി പ്രൊമോഷൻ കിട്ടി,
ഒപ്പം മഹോബയിലേക്ക് സ്ഥലംമാറ്റവും. അവിടെവെച്ച് അദ്ദേഹം വിട്ടുമാ
റാത്ത അതിസാരത്തിന് വിധേയനായി തീർന്നു. ജീവിതാവസാനം വരെ
അത് അദ്ദേഹത്തെ ഉപദ്രവിച്ചു. 1916 ആഗസ്റ്റ് 18-ന് നോർമ്മസ്കൂളിലെ
ഒരു അദ്ധ്യാപകനായി പ്രേംചന്ദ് ഗോരഖ്പുരിൽ എത്തി. അവിടെ
അദ്ദേഹം ഒന്നാം സഹാദ്ധ്യാപകനായിരുന്നു. കളക്ടറുടെ വീടിനടുത്താ
യിരുന്നു ഒന്നാം സഹാദ്ധ്യാപകനായിരുന്ന പ്രേംചന്ദിന്റെയും വീട്. ദിവ
സവും വൈകുന്നേരങ്ങളിൽ സവാരിക്കിറങ്ങുന്ന കളക്ടറെ അഭിവാദ്യം
ചെയ്യാതെ വീട്ടുമുറ്റത്ത് വായനയിൽ മുഴുകിയിരിക്കുന്ന പ്രേംചന്ദിനെ
കളക്ടർ ശാസിച്ചു. ഈ സംഭവം സർക്കാർ ജോലി ഉപേക്ഷിക്കുന്നതിന്
പ്രേംചന്ദിന് പ്രേരണയായി. മാത്രമല്ല, ഗാന്ധിജി ഗോരഖ്പുരിൽ എത്തി
വമ്പിച്ച ജനാവലിയെ അഭിസംബോധനയും ചെയ്തു. പ്രസംഗം കേട്ട
പ്രേംചന്ദിന് ജോലി രാജിവയ്ക്കാൻ രണ്ടാമതൊന്ന് ആലോചിക്കേണ്ടി
വന്നില്ല. സർക്കാരുദ്യോഗം രാജിവച്ച പ്രേംചന്ദ് തുടർന്നുള്ള വർഷങ്ങ
ളിൽ പത്രപ്രവർത്തനവും സാഹിത്യരചനയുമായി കഴിഞ്ഞുകൂടി. ഒരു
സാഹിത്യകാരനെന്ന നിലയ്ക്ക് മാത്രമല്ല, ദേശാഭിമാന പ്രചോദിതനായി
അനീതിക്കെതിരെ പോരാടിയ സ്വാതന്ത്ര്യകാംക്ഷിയെന്ന നിലയ്ക്കും മനു
ഷ്യസ്നേഹിയായ ഒരു വ്യക്തി എന്ന നിലയ്ക്കും ഭാരതീയ സാഹിത്യ
ത്തിൽ പ്രേംചന്ദിന് അദ്വിതീയസ്ഥാനം ആണുള്ളത്. 1936 ഒക്ടോബർ
8-ാംതീയതി ക്രാന്തദർശിയായ ഈ മഹാസാഹിത്യകാരൻ ഇഹലോക
വാസം വെടിഞ്ഞു.

കൃതികൾ

ഇരുപതാം നൂറ്റാണ്ടിന്റെ അരുണോദയത്തിലാണ് പ്രേംചന്ദ് എഴു
ത്താരംഭിച്ചത്. ജീവിതത്തിന്റെ അന്ത്യഘട്ടംവരെ അത് തുടരുകയും
ചെയ്തു. നീണ്ട മുപ്പത്തിയാറു വർഷങ്ങൾക്കുള്ളിൽ ഒരു ഡസൻ നോവ
ലുകളും മുന്നുറോളം ചെറുകഥകളും മൂന്ന് നാടകങ്ങളും രചിച്ചു. ജീവി
തത്തിന്റെ സമഗ്രവും സങ്കീർണ്ണവുമായ ചിത്രണമാണ് അദ്ദേഹത്തിന്റെ
രചനകൾ. രാഷ്ട്രീയമായ അടിമത്തം, സാമ്പത്തികമായ അസമത്വം,
സാമൂഹ്യമായ അനാചാരങ്ങൾ, മതപരമായ അന്ധവിശ്വാസങ്ങൾ,
ജീർണ്ണിച്ച മാമൂലുകൾ ഇങ്ങനെ അദ്ദേഹം വെളിച്ചം പായിക്കാത്ത ഇരു
ട്ടറകൾ ഇല്ലതന്നെ. ജീവിതഭാരംകൊണ്ട് ക്ലേശിക്കുന്ന സാധാരണക്കാ

രനെ സംബന്ധിച്ചിടത്തോളം മതവിശ്വാസം അത്താണിയാണെന്ന് അദ്ദേഹം വിശ്വസിച്ചു. എന്നാൽ മതത്തിന്റെ മറപിടിച്ച് ബ്രാഹ്മണന്മാരും പുരോഹിതന്മാരും നടത്തുന്ന ചൂഷണത്തെ 'തൊലിയുരിച്ച്' കാട്ടാൻ അദ്ദേഹം മടിച്ചില്ല. വക്കീൽ, ജഡ്ജി, പ്രൊഫസർ തുടങ്ങിയവരുടെ ചൂഷ ണസമ്പ്രദായവും അദ്ദേഹം തുറന്നുകാട്ടി. പഠിപ്പു കൂടുന്തോറും അവ രുടെ ചൂഷണ വൈദഗ്ധ്യവും കൂടും. കള്ളവും ചതിവും കൃത്രിമവും കൊണ്ട് മലീമസമായ അന്തരീക്ഷമാണ് വിദ്യാഭ്യാസസ്ഥാപനങ്ങളിലും കോടതികളിൽപോലും ദൃശ്യമായത്! ഉപദേശങ്ങളല്ല, സാമൂഹ്യവും രാഷ്ട്രീയവുമായ വിപ്ലവമാണ് അതിന്റെ മറുമരുന്നെന്നും അദ്ദേഹം ചിന്തി ച്ചിരുന്നു.

പ്രേമചന്ദിന്റെ ആദ്യത്തെ ചെറുകഥയായ *ദുനിയാ കാ സബ്സേ അനമോൾ രതൻ* (ലോകത്തിലെ ഏറ്റവും വിലപിടിച്ച രത്നം) 1907-ലാണ് പ്രസിദ്ധീകരിച്ചത്. ഈ കഥയിൽ അദ്ദേഹം ലോകത്തിലെ ഏറ്റവും വില പിടിച്ച വസ്തു ഏതാണ് എന്ന് തെളിയിക്കുകയായിരുന്നു. വധിക്കപ്പെട്ട മകനെ ചൊല്ലി അച്ഛൻ പൊഴിക്കുന്ന കണ്ണുനീരോ ഭർത്താവിന്റെ ചിത യിൽ സ്വയം ചാടിമരിക്കുന്ന പതിവ്രതയായ ഭാര്യയുടെ ചിതാഭസ്മമോ അല്ല, രാജ്യത്തിന്റെ സ്വാതന്ത്ര്യത്തിനുവേണ്ടി ദേശാഭിമാനി ചിന്തുന്ന അവ സാനത്തുള്ളി രക്തമാണ് ഏറ്റവും വിലപിടിപ്പുള്ള വസ്തു. അദ്ദേഹത്തിന്റെ ആദ്യ കഥാസമാഹാരം *സോജേവതിൻ* കൊടുങ്കാറ്റഴിച്ചുവിട്ട പുസ്തക മായിരുന്നു. രാജ്യദ്രോഹകുറ്റമല്ലാതെ മറ്റൊന്നുമല്ല എന്നാരോപിച്ച് പുസ്തകം ബ്രിട്ടീഷ് സർക്കാർ കണ്ടുകെട്ടി. ഇക്കാലംവരെ നവാബ് റായ് എന്ന പേരിൽ രചന നടത്തിപ്പോന്ന അദ്ദേഹം ഈ സംഭവത്തിനുശേഷം പ്രേമചന്ദ് എന്ന തൂലികാനാമം സ്വീകരിച്ചു.

സ്വാതന്ത്ര്യപ്രേമം അവതരിപ്പിച്ച *വരദാൻ* (1905), വിധവകളുടെ പ്രശ്നങ്ങൾ ചിത്രീകരിച്ച *പ്രതിജ്ഞ*, സ്ത്രീവർഗ്ഗത്തിന്റെ പ്രശ്നങ്ങളെ അധികരിച്ചെഴുതിയ *സേവാസദൻ*, സ്വാതന്ത്ര്യ സമരത്തിൽ തൊഴിലാ ളികൾ, കൃഷിക്കാർ തുടങ്ങി സാധാരണക്കാരുടെ പങ്കിനെ പ്രകീർത്തി ച്ചുകൊണ്ട് എഴുതിയ *പ്രേമാശ്രം*, സ്ത്രീധനം, വൃദ്ധവിവാഹം എന്നീ പ്രശ്നങ്ങളെക്കുറിച്ച് എഴുതിയ *നിർമ്മല*, യഥാർത്ഥ ദാമ്പത്യപ്രേമം ആത്മ നിബദ്ധമെന്നോതുന്ന *കായാകല്പം*, ജന്മിത്വത്തിന്റെ അസ്തമനവും മുത ലാളിത്തത്തിന്റെ ഉദയവും ചേർന്ന യുഗസംക്രമ സന്ധ്യയിലെ സവിശേ ഷതകൾ വരച്ചുകാട്ടുന്ന *രംഗഭൂമി*, ഇടത്തരക്കാരുടെ മിഥ്യാഭിമാന ത്തിന്റെയും ആഡംബര ഭ്രാന്തിന്റെയും ദുരന്തകഥ പറയുന്ന *ഗബൻ*, കർഷക പ്രശ്നവും ദലിതോദ്ധാരണവും പ്രമേയമാക്കിയ വിപ്ലവാവേശം തുളുമ്പുന്ന കൃതി *കർമ്മഭൂമി*, ഭാരതീയ കർഷക ജീവിതത്തിന്റെ ഗദ്യമ ഹാകാവ്യമായ *ഗോദാൻ*, സാഹിത്യകാരന്റെ ധർമ്മസങ്കടം ചർച്ച ചെയ്യാൻ ശ്രമിച്ച *മംഗൾ സൂത്ര*, എന്നിവ അദ്ദേഹത്തിന്റെ പ്രശസ്ത നോവലുക ളാണ്. പ്രേമചന്ദ് തന്റെ നോവലുകളിലൂടെ നൂതനമായൊരു സാമൂഹ്യ ബോധവും, ഒരു ലക്ഷ്യബോധവും ഹിന്ദി നോവൽ സാഹിത്യത്തിന്

നല്കി. അദ്ദേഹത്തിന്റെ രചനകളിലൂടെ ഹിന്ദി നോവൽ ജീവിതത്തോട് വളരെയേറെ അടുത്തു. തന്റെ സ്വപ്നങ്ങൾക്കനുസരിച്ച് ജീവിതത്തിന് രൂപം നൽകുവാൻ ആഗ്രഹിച്ച ഒരു ആദർശവാദിയായിരുന്നു പ്രേംചന്ദ്. സാധാരണക്കാരുടെ ജീവിതത്തെക്കുറിച്ച് അവർക്ക് മനസ്സിലാകുന്ന ഭാഷ യിൽ എഴുതിയ ഒരു യഥാർത്ഥ ജനകീയ സാഹിത്യകാരനായിരുന്നു പ്രേംചന്ദ്. ധാരാളം ചെറുകഥകളും അദ്ദേഹം രചിച്ചിട്ടുണ്ട്. അദ്ദേഹ ത്തിന്റെ നോവലുകളിൽ കാണുന്ന ഭാരതത്തിന്റെ ചിത്രം തന്നെയാണ് ആ ചെറുകഥകളിലും ഉള്ളത്. *കർബല, സംഗ്രാം* എന്നിവ അദ്ദേഹ ത്തിന്റെ പ്രഖ്യാത നാടകങ്ങളാണ്. ജീവിതത്തോടു കാണിക്കുന്ന സത്യ സന്ധതയും നഗരങ്ങളിലും ഗ്രാമപ്രദേശങ്ങളിലും കൃഷിയിടങ്ങളിലും പുൽമേടുകളിലും ഇടവഴികളിലും രാജവീഥികളിലും കുടിയിടങ്ങളിലും മറ്റുമായി ജീവിച്ചുപോരുന്ന ഭാരതത്തെ ചിത്രീകരിക്കുന്നതിൽ പ്രകടി പ്പിക്കുന്ന യാഥാർത്ഥ്യബോധവുമാണ് പ്രേംചന്ദിന്റെ കരുത്ത്. മരണത്തിന് തൊട്ടുമുമ്പ് അദ്ദേഹം രചിച്ച *മഹാജനിസഭ്യത* (പലിശ സംസ്കാരം) എന്ന ഉപന്യാസം വളരെയധികം ശ്രദ്ധേയമാണ്. ഈ ലേഖനത്തിൽ അദ്ദേഹം ആധുനിക സമൂഹത്തിലെ എല്ലാ തിന്മകൾക്കും കാരണമായി ചൂണ്ടിക്കാണിക്കുന്നത് 'ലാഭക്കൊതി'യെയാണ്.

ഡോ. ആർ ശശിധരൻ

ഭാസൻ

സംസ്കൃതനാടകത്തിന്റെ പിതാവാണ് ഭാസൻ (ഏ ഡി മൂന്നാം ശതകം). ബാണൻ തന്റെ *ഹർഷചരിതത്തിൽ* ഭാസന്റെ നാടകങ്ങളെ ക്കുറിച്ച് പ്രതിപാദിച്ചിരിക്കുന്നു. വാക്പതിരാജൻ ഭാസനെ പ്രശംസിക്കു ന്നു. രാണുശേഖരൻ ആവട്ടെ അഗ്നിക്കുകൂടി ദഹിപ്പിക്കാൻ വയ്യാത്ത ഭാസന്റെ *സ്വപ്നവാസവദത്തത്തിന്റെ* അസാധാരണ മേന്മകളെ കുറിച്ചു പ്രസ്താവിക്കുന്നു.

1910വരെയും ഭാസൻ എന്നത് മഹത്തായ ഒരു പേർ മാത്രമായിരു ന്നു. ആ വർഷമാണ് ടി ഗണപതിശാസ്ത്രി തെക്കൻ തിരുവിതാംകൂറിൽ നിന്ന് പതിമൂന്നു നാടകങ്ങൾ ഉൾപ്പെടുന്ന കയ്യെഴുത്തു പ്രതികളുടെ ശേഖരം കണ്ടെത്തി പ്രൗഢമായ ഒരു അവതാരികയോടെ പ്രസിദ്ധപ്പെ ടുത്തിയത്. ഈ അവതാരികയിൽ നാടകങ്ങളെയെല്ലാം ഭാസന്റെതായി വകയിരുത്തിയിരുന്നു. *തിരുവനന്തപുരം നാടകങ്ങൾ* എന്നറിയപ്പെടുന്ന ഈ നാടകങ്ങൾ വലിയൊരു വിവാദത്തിനുള്ള വിഷയമത്രേ. സങ്കേതവും ശില്പവും ആധാരമാക്കി പരിശോധിക്കുമ്പോൾ ഈ പതിമൂന്നു നാടക ങ്ങൾ മുഴുവനും സമാനസ്വഭാവമായ ഗ്രന്ഥകർത്തൃത്വം പ്രകടമായും സൂചിപ്പിക്കുകയും ചെയ്യുന്നു. *സ്വപ്നവാസവദത്തം* അസന്ദിഗ്ധമായും ഭാസന്റെ കൃതിയത്രേ. ഈ ഗണത്തിൽ അത് ഉൾപ്പെടുന്നു. ഈ ഗണ ത്തിൽ ഉൾപ്പെടുന്നവയൊക്കെ ഭാസന്റെ കൃതിയാണ് എന്നാണ് ഗണപ തിശാസ്ത്രിയുടെ നിഗമനം. പക്ഷെ അത്ര ലഘുവല്ല ഈ പ്രശ്നം. ഭാസന്റെ *സ്വപ്നവാസവദത്തത്തിലേതായി* അലങ്കാര ഗ്രന്ഥങ്ങളും നാട കശാസ്ത്ര ഗ്രന്ഥങ്ങളും നല്കുന്ന ഉദ്ധരണങ്ങൾ ഒന്നും തിരുവനന്ത

പുരം *സ്വപ്നവാസവദത്തത്തിൽ* കാണുന്നില്ല എന്ന സംഗതി ഇതിനെ കൂടുതൽ സങ്കീർണ്ണമാക്കുന്നു. അങ്ങനെ ഏതാനും സ്ഥിതിവിശേഷ ങ്ങളും പദ്യങ്ങളും ഈ പതിപ്പിൽ അപ്രത്യക്ഷമാണ്. ഇതിനെന്താണ് അർത്ഥം? തിരുവനന്തപുരം നാടകം ഭാസന്റെ മൗലികകൃതിയുടെ ഒരു സംക്ഷിപ്തരൂപം മാത്രമാവാൻ സാധ്യതയുണ്ട് എന്നതുതന്നെ.

ഭാസന്റെ ജീവിതകാലത്തെയോ സ്ഥലത്തേയോകുറിച്ച് അറിയാൻ തെളിവൊന്നും ഇല്ല. *നാട്യശാസ്ത്രവിധികളിൽനിന്നു വ്യതിചലിക്കുന്ന ഇദ്ദേഹത്തിന്റെ കൃതികൾ രചിക്കപ്പെട്ടത് ഇന്ന് പ്രചാരത്തിലുള്ള നാട്യ ശാസ്ത്രം* രൂപംകൊള്ളുന്നതിനുമുൻപാണ് എന്നു ചിലർ കരുതുന്നു. ഭാസനാടകങ്ങളുടെ വൈശിഷ്ട്യത്തെപ്പറ്റി കാളിദാസനും പല അലങ്കാര ശാസ്ത്രകാരന്മാരും പരാമർശിച്ചിട്ടുണ്ടെങ്കിലും വളരെ കാലത്തിനുമുൻപ് അവ അപ്രത്യക്ഷങ്ങളായി. എന്നാൽ കേരളത്തിൽ അവയുടെ പകർപ്പു കൾ സൂക്ഷിക്കപ്പെട്ടു. ചാക്യാന്മാർ അവ രംഗത്ത് അവതരിപ്പിക്കുകയും ചെയ്തുവന്നു.

ഭാസന്റെ *വാസവദത്തം, പ്രതിജ്ഞായൗഗന്ധരായണം, ചാരുദത്തം, മാധ്യമവ്യയോഗം, പ്രതിമ, അഭിഷേകം, കർണഭാരം, ഊരുഭംഗം, ദൂത വാക്യം, ദൂതഘടോൽകചം, ബാലചരിതം, അവിമാരകം, പഞ്ചരാത്രം* എന്നീ പതിമൂന്നു നാടകങ്ങളാണ് ഗണപതിശാസ്ത്രി *ഭാസനാടകചക്രം* എന്ന പേരിൽ പുറത്തിറക്കിയത്. രൂപകവിഭാഗത്തിൽപ്പെടുന്ന കൃതികൾ ആണിവ. നാടകാരംഭം, ഭരതവാക്യം എന്നിവയിൽ ഉള്ള സാധർമ്യം അവ യെല്ലാം ഒരാളുടെ കൃതികൾ ആണെന്ന് സൂചിപ്പിക്കുന്നുവെങ്കിലും അവ യെല്ലാം ഭാസന്റേതാണെന്ന അഭിപ്രായത്തെ ചില പണ്ഡിതന്മാർ ചോദ്യം ചെയ്തിട്ടുണ്ട്.

മധ്യമവ്യായോഗം, ദൂതവാക്യം, ദൂതഘടോൽകചം, കർണ്ണഭാരം, ഊരുഭംഗം എന്നീ നാടകങ്ങൾ ഭാരതകഥാഭാഗങ്ങളെ ആസ്പദമാക്കി രചിച്ചവയാണ്. *പ്രതിമ, അഭിഷേകം* എന്നീ കൃതികൾ *രാമായണ* കഥാ ഭാഗങ്ങളത്രേ. *ചാരുദത്തം, അവിമാരകം* എന്നീ നാടകങ്ങളിലെ ഇതിവൃ ത്തങ്ങൾ സാമൂഹ്യ പശ്ചാത്തലമുള്ള പ്രണയകഥകളിൽ അധിഷ്ഠിത മായിരിക്കുന്നു. ഭാരതീയമായ ദുരന്താവബോധം ചിത്രീകരിക്കുന്ന *കർണ്ണ ഭാരം, ഊരുഭംഗം* എന്നീ നാടകങ്ങൾ സംസ്കൃത നാടകലോകത്ത് ഒറ്റ പ്പെട്ടുകിടക്കുന്ന കൃതികളത്രേ. മലയാളം തുടങ്ങിയ ഭാരതീയ ഭാഷക ളിൽ മാത്രമല്ല, ഇംഗ്ലീഷ്, ജർമ്മൻ, പോളിസ്, ജാപ്പനീസ് തുടങ്ങിയ വിദേശ ഭാഷകളിലും ഭാസനാടക തർജ്ജുമകൾ ഉണ്ടായിട്ടുണ്ട്. സമീ പകാലത്ത് അവയിൽ പലതും ഇന്ത്യക്ക് അകത്തും പുറത്തും പുതുമ യോടെ അവതരിപ്പിച്ചു തുടങ്ങിയിട്ടുണ്ട്. *സ്വപ്നവാസവദത്തമാണ്* ഭാസ നാടകങ്ങളിൽ വച്ച് ഏറ്റവും പ്രസിദ്ധം.

കാളിദാസൻ, ബാണൻ തുടങ്ങിയവരൊക്കെ അദ്ദേഹത്തിൽ ചൊരിഞ്ഞ കനത്ത പ്രശംസകളെ സാധൂകരിക്കാൻ പര്യാപ്തവുമാണ്. ഭാഷയെയും ശൈലിയെയും സംബന്ധിച്ചിടത്തോളം ഭാസന് അശ്വഘോ

ഷനോട് എന്നതിനെക്കാൾ കാളിദാസനോടാണ് അടുപ്പം എന്നുതോന്നു
ന്നു. അതിനാൽ ഭാസന്റെ നാടകം എ ഡി മൂന്നാംശതകത്തോടടുത്ത
എവിടെയെങ്കിലും വേണം സ്ഥാപിക്കാൻ.

പ്രതിമാ നാടകം

ഇതിഹാസത്തെ മുഴുവൻ നാടകമാക്കാനാണ് *രാമായണ നാടക*
ങ്ങളിൽ ഭാസൻ ഉദ്യമിക്കുന്നത്. *രാമായണ* കഥ മുഴുവൻ അവതരിപ്പി
ക്കുന്ന ഏഴ് അങ്കങ്ങളിലുള്ള ഒരു നാടകമാണ് പ്രതിമ. നാടകകൃത്തിന്റെ
മുഖ്യ താല്പര്യം ഏതായാലും ഭരതനിലും കൈകേകിയിലും ആകുന്നു.
ഇതിഹാസത്തിലെ 'വരത്തിന്റെ കഥ' ഇവിടെ 'ശുല്കത്തിന്റെ
കഥ'യാക്കി മാറ്റിയിരിക്കുന്നു. കൈകേയിയുടെ നേരെ കനത്ത അനു
ഭാവം കാണിക്കയും ചെയ്തിരിക്കുന്നു. എടുത്തുപറയാൻ മാത്രം മികച്ച
രീതിയിൽ കല്പിച്ചെടുത്ത ഒരു രംഗത്തിൽ ദശരഥന്റെ മരണം നേരിട്ട്
അവതരിപ്പിക്കുന്നു. രാമൻ സീതയെ ഒറ്റയ്ക്ക് വിട്ടുപോവുന്നതിനുള്ള
(അതാണല്ലോ അവളുടെ അവതരണം അനായാസമാക്കിത്തീർത്തത്)
കാരണം ഇതിഹാസത്തിലുള്ളതിൽനിന്ന് വ്യത്യസ്തമാണ് ഇവിടെ;
രാമൻ പുറത്ത് പോവുന്നത് ശ്രാദ്ധത്തിന് ആവശ്യമായ സാധനങ്ങൾ
കൊണ്ടുവരാനത്രേ. അല്ലാതെ ഒരു സ്വർണ്ണമൃഗത്തിനു പിന്നാലെയല്ല.
ധീരമാണ് പരിഷ്കരണങ്ങൾ. സീത തമാശയ്ക്കായി മരവുരി ഉടുക്കു
മ്പോഴത്തെപ്പോലെ, നാടകീയമായ ഉപഹാസത്തിന്റെ വിനിയോഗം വിദ
ഗ്ദ്ധമായിരിക്കുന്നു. ദശരഥന്റെ ചരമവൃത്താന്തം പ്രതിമ പ്രതിഷ്ഠിച്ചു
തളത്തിൽ വച്ച് അദ്ദേഹത്തിന്റെ പ്രതിമ വഴിക്കാണ് ഭരതനെ അറിയി
ക്കുന്നത്. ഈ ഘടനയെ ആസ്പദമാക്കിയാണ് നാടകത്തിന് ഈ പേരു
വന്നത്.

അഭിഷേക നാടകം

സുഗ്രീവകഥയുമായി – സഹോദരനായ ബാലിയുടെ മരണശേഷം
സുഗ്രീവന്റെ അഭിഷേകവുമായി – ആരംഭിക്കുന്നു ഈ നാടകം. അയോ
ദ്ധ്യയിൽ മടങ്ങിയെത്തിയതിനെ തുടർന്ന് രാമന്റെ അഭിഷേകത്തോടെ
അവസാനിക്കുകയും ചെയ്യുന്നു. രാമകഥയിൽ പ്രതിമാനാടകം ഉൾക്കൊ
ള്ളാത്ത അംശങ്ങളാണ് ഈ നാടകത്തിലെ പ്രമേയം. നാടകീയമായ
ഐക്യത്തിന്റെയും സാഫല്യത്തിന്റെയും അപര്യാപ്തത അഭിഷേകനാ
ടകത്തിൽ കാണാം. എങ്കിലും നാടകകൃത്ത് ബാലിയോടും രാവണ
നോടും പ്രകടിപ്പിക്കുന്ന സഹാനുഭൂതി സവിശേഷമായിരിക്കുന്നു. രാമൻ
വിഷ്ണുവിന്റെ അവതാരം തന്നെ. പക്ഷെ അദ്ദേഹത്തിന്റെ ചെയ്തി
കൾക്കു സാധുകരണം നൽകാനുള്ള ഒരു ഉദ്യമവും ഇവിടെയില്ല. ഇതി
വൃത്തം വെടിപ്പായി വികസിപ്പിച്ചെടുക്കുക എന്നതിനെക്കാൾ ഏതാനും
ഘടകങ്ങൾ ഏച്ചുകൂട്ടി എടുക്കുകയായിരുന്നു ഈ നാടകത്തിൽ.

പഞ്ചരാത്രം

മഹാഭാരത നാടകങ്ങളിൽ മൂന്നങ്കമുള്ള പഞ്ചരാത്രം വിരാടപർവ്വ ത്തിലെ സംഭവങ്ങളെ ഇതിൽ നാടകവൽക്കരിക്കുന്നു. ആചാര്യനായ ദ്രോണർ തന്നിൽനിന്നു ഗുരുദക്ഷിണ സ്വീകരിക്കുവാൻ വിസമ്മതിക്കുന്നു എന്നിരിക്കെ, ദുര്യോധനൻ അദ്ദേഹത്തിന്റെ ആഗ്രഹം പരിഗണിച്ചു കൊണ്ട് രാജ്യത്തിൽ പകുതി പാണ്ഡവർക്കു കൊടുക്കാൻ സമ്മതം മൂളുന്നു. എന്നാൽ ഒരു വ്യവസ്ഥയുണ്ട്. അഞ്ചു രാത്രികൾക്കകം പാണ്ഡവരുടെ വിവരം ലഭിക്കണം. തങ്ങളുടെ വനവാസത്തിന്റെ പതി മൂന്നാം വർഷത്തിലായിരുന്ന പാണ്ഡവർ. അന്നു മത്സ്യരാജാവായ വിരാ ടനുമൊത്ത് പാർത്തുവരികയാണ്. കീചകന്റെ മരണവൃത്താന്തം അതി നിടെ അറിയാറാവുന്നു. ഈ മത്സ്യ സേനാപതിയെ വധിച്ചത് ഭീമനായി രിക്കണം എന്ന് ഭീഷ്മർ ദുര്യോധനനെ ഉപദേശിക്കുന്നു. തുടർന്ന് ഭീഷ്മർ പറഞ്ഞ പ്രകാരം യുദ്ധം നടക്കുന്നു. മത്സ്യരാജകുമാരനായ ഉത്തരൻ ഇതിൽവച്ച്, ബൃഹന്തള എന്ന പേരിൽ ഒരു നർത്തകിയായി വേഷം മാറിയ അർജ്ജുനന്റെ തുണയോടെ കൗരവരെ തോൽപ്പിക്കുന്നു. അഭി മന്യുവിനെ ഭീമൻ തടവുകാരനായി പിടിക്കുന്നു. യഥാർത്ഥ സ്ഥിതിഗ തികൾ നിർദ്ദിഷ്ട സമയത്തിനുള്ളിൽ തന്നെ വെളിപ്പെടുന്നു. പാതിരാജ്യം പാണ്ഡവർക്ക് നല്കപ്പെടുകയും ചെയ്യുന്നു.

ബകാസുരന്റെയും അയാളുടെ ഭീഷണിക്കു വിധേയമായ ബ്രാഹ്മണ കുടുംബത്തിന്റെയും കഥയാണ് മധ്യമവ്യായോഗം ഉപയോ ഗപ്പെടുത്തുന്നത്. ഭീമൻ, പത്നിയായ ഹിഡുംബി, അവരുടെ പുത്രനായ ഘടോൽകചൻ ഇവരെ കേന്ദ്രീകരിച്ചുകൊണ്ട് വികസിക്കുന്ന മുഖ്യ ക്രിയാംശം, മധ്യമനെ, ബ്രാഹ്മണന്റെ രണ്ടാമത്തെ പുത്രനെ കിട്ടണം. ഇതാണ് ബകന്റെ ആവശ്യം. കുന്തിയുടെ രണ്ടാം പുത്രനായ ഭീമൻ ബകനെ വധിക്കുന്നു. ഇവിടെ ഭീമനും ഘടോൽകചനും തമ്മിലുള്ള രംഗ ത്തിലാണ് കാതലായ ചൈതന്യം നിലകൊള്ളുന്നത്. ഇത് ഒരു ഏകാങ്ക നാടകമാണ്. കരുണവും ഹാസ്യവും ഇതിൽ വിദഗ്ദ്ധമായി മിശ്രണം ചെയ്തിരിക്കുന്നു.

ദൂതവാക്യം

വേറൊരു ഏകാങ്കനാടകമായ ഇത് കൗരവരുടെ സമീപത്തേക്കു കൃഷ്ണൻ നടത്തുന്ന സന്ദർശനത്തിന്റെ ഒരു നാടകവൽക്കരണം മാത്ര മാണ്. പാണ്ഡവരുടെ ഈ ദൂതൻ യുദ്ധം ഒഴിവാക്കാനുള്ള എല്ലാ യത്ന ങ്ങളും ചെയ്യുന്നു. ദുര്യോധനനാവട്ടെ ദ്രൗപദിയെ അപമാനിക്കുന്നതിന്റെ ഒരു ചിത്രവും നോക്കി രസിച്ചുകൊണ്ട് ഇരിപ്പായിരുന്നു. ഉദ്ദേശ്യം വ്യക്തം. കൃഷ്ണനെ ശുണ്ഠി പിടിപ്പിക്കുക എന്നതുതന്നെ. തികച്ചും മാനുഷിക മാണ് കൃഷ്ണൻ എന്ന കഥാപാത്രം. പക്ഷേ ദുര്യോധനൻ ബന്ധിക്കാൻ മുതിരുന്നതോടെ അദ്ദേഹം തന്റെ വിശ്വരൂപം പ്രദർശിപ്പിക്കുന്നു. ശാല

മുഴുവൻ കൃഷ്ണന്മാരെക്കൊണ്ട് നിറയാൻ പാകത്തിൽ സ്വയം പെരു
കുകയും ചെയ്യുന്നു. കുപിതനായി അദ്ദേഹം ആജ്ഞാപിക്കവേ, കരു
ത്തനായ ഒരു രാക്ഷസൻ പ്രത്യക്ഷപ്പെട്ട് അദ്ദേഹത്തെ ആയുധങ്ങൾ
ഏൽപ്പിക്കുന്നു. അദ്ദേഹത്തിന്റെ വാഹനമായ ഗരുഡനും എത്തുന്നു.
ദുര്യോധനൻ ആകെ പകച്ചുപോകുന്നു. മറിച്ച് ദൂതഘടോൽകചമാവട്ടെ
പൂർണ്ണമായും കവിയുടെ ഭാവനാ വിലാസമത്രേ. എന്തെന്നാൽ ഇതിഹാ
സത്തിൽ ഒരിടത്തും ഘടോൽകചൻ ഒരു ദൂതൻ എന്ന നിലയ്ക്ക് പ്രത്യ
ക്ഷപ്പെടുന്നില്ല. കൃഷ്ണനെ മഹത്വവത്കരിക്കുകയാണ് ഈ നാടക
ത്തിന്റെ മുഖ്യലക്ഷ്യം. ഇതിലെ സംഭാഷണം സജീവം തന്നെ. എങ്കിലും
അഭിമന്യുവിന്റെ മരണ രംഗമൊഴികെ അത്ര ആകർഷകമായി ഒന്നും
ഇതിലില്ല. ഒരു ബ്രാഹ്മണനായി വേഷം മാറിവന്ന് ഇന്ദ്രൻ കർണ്ണനോട്
തന്റെ വിസ്മയകരമായ കവചകുണ്ഡലങ്ങൾ വിട്ടുകൊടുക്കാൻ വിജ
യകരമായി യാചിക്കുകയും, അങ്ങനെ അർജ്ജുനനുമായുള്ള അന്തിമ
സമരത്തിനു മുമ്പായി ദിവ്യമായ സ്വന്തം സംരക്ഷണം കർണ്ണനു നഷ്ട
പ്പെടുത്തുകയും ചെയ്യുന്ന കഥയുണ്ടല്ലോ. അതിന്റെ നാടകരൂപമാണ്
കർണ്ണഭാരം. തന്റെ സുരക്ഷിതത്വം ഉദാസീനമായി ഉപേക്ഷിക്കയാവാം
കർണ്ണൻ. എന്നാൽ തന്റെ ഉദാരതയെ അദ്ദേഹം ഉപേക്ഷിക്കുന്നില്ല. അങ്ങ
നെയുള്ള കർണ്ണന്റെ മനഃശാസ്ത്രം ചിത്രീകരിക്കുക എന്ന അംശത്തിൽ
ഉദാത്തമാണ് ഈ ഏകാങ്കം. അന്തരീക്ഷമാകെ കർണ്ണന്റെ ദുരന്തത്തെ
ധ്വനിപ്പിക്കുകയും ചെയ്യുന്നു.

ഊരുഭംഗം

മുമ്പ് അജ്ഞാതമായ മഹനീയ വിതാനത്തിലേക്ക് ദുര്യോധനനെ
ഉയർത്തുന്നു. വിശിഷ്ടമായ ഒരേകാങ്കമത്രേ ഇത്. എന്നാലോ അവരുടെ
പ്രവൃത്തികൾ പൂർണ്ണമായും വിവരിക്കപ്പെടുന്നു. മരം കൊണ്ടുള്ള ഒരാ
നയെ ഉപാധിയാക്കിക്കൊണ്ടുള്ള ഒരു സൂത്രത്തിലൂടെ മഹാസേനപ്രു
ദ്യോതൻ ഉദയനനെ തടവുകാരനായി പിടിക്കുന്നു. മകളായ വാസവദ
ത്തയെ അദ്ദേഹം വിവാഹം കഴിക്കണം– ഇതായിരുന്നു ഉദ്ദേശ്യം. ഈ
ഉദ്ദേശ്യം വച്ചുകൊണ്ട് മഹാസേനൻ തടവുകാരനെ മകളുടെ സംഗീത
അദ്ധ്യാപകനായി നിയമിക്കുന്നു. പ്രതീക്ഷിച്ചതുതന്നെ സംഭവിക്കുന്നു.
അവർ പ്രണയബദ്ധരാകുന്നു. ഉദയനനെ രക്ഷപ്പെടുത്തു എന്ന് യൗഗ
ന്ധരായണൻ ശപഥം ചെയ്യുന്നു. അത് നിറവേറ്റുകയും ചെയ്യുന്നു. എന്താ
യാലും ഉദയനൻ അവസാനം വാസവദത്തയെ പരിണയിക്കുന്നു. വളരെ
വിദഗ്ദ്ധമായാണ് യൗഗന്ധരായണനെ അവതരിപ്പിച്ചിട്ടുള്ളത്. ആ കഥാ
പാത്രത്തിലായിരുന്നു ഭാസനു കാതലായ താല്പര്യം.

സ്വപ്നവാസവദത്തം

ഭാസന്റെ നാടകങ്ങളിൽ ഏറ്റവും മികച്ചത് *സ്വപ്നവാസവദത്തമാ*
ണ്. ഉദയനനു സ്വന്തം രാജ്യം നഷ്ടപ്പെട്ടിരിക്കുന്നു. അതു തിരിച്ചെടുക്ക

ണമെങ്കിൽ ശക്തനായ ഒരു സഹായി വേണം. ലക്ഷണം പറയുന്നവർ പ്രവചിച്ചിട്ടുണ്ട് മഗധരാജകുമാരിയായ പദ്മാവതി ഉദയനെ പരിണയിക്കും എന്ന്. ഈ വസ്തുതയിൽ നിന്ന് മുതലെടുത്തുകൊണ്ട് യൗഗന്ധരായ ണൻ ഒരു സൂത്രം പ്രയോഗിക്കുന്നു. വാസവദത്തയെ കൊട്ടാരത്തിൽ നിന്നു മാറ്റിപ്പാർപ്പിച്ചുകൊണ്ട് അവർ ഒരഗ്നിബാധയിൽ മരണമടഞ്ഞു പോയി എന്ന് അദ്ദേഹം വാർത്ത പരത്തുന്നു. ഒരു തോഴിയായി അവരെ അതിനിടെ പദ്മാവതിയെ കൊണ്ടുചെന്ന് ഏൽപ്പിക്കുകയും ചെയ്യുന്നു. അവർ തന്റെ സഹോദരിയാണെന്നും താൻ ഒരു തീർത്ഥയാത്ര കഴിഞ്ഞു തിരിച്ചുവരുവോളം പദ്മാവതിയുടെ കൂടെ പാർക്കട്ടെ എന്നും പറഞ്ഞു. പദ്മാവതി പിന്നെ ഉദയനെ പരിണയിക്കുന്നു. അദ്ദേഹത്തിനു രാജ്യം തിരിച്ചുകിട്ടുകയും ചെയ്യുന്നു. വാസവദത്തയെ അപ്പോഴേക്കും കണ്ടെ ത്തുകയായി. എല്ലാം അങ്ങനെ ശുഭമായി കലാശിക്കുന്നു. വളരെ നിപു ണമായി സംഘടിപ്പിച്ചെടുത്തതാണ് ഈ ഇതിവൃത്തം. ഓരോ സംഭവവും സാമാന്യേന ബഹുഫലാദായകമത്രേ. ഇതിന് ഒരു ഉദാഹരണം എന്ന നിലയിൽ എടുക്കാം. ഒന്നാമങ്കത്തിൽ ഗദായുദ്ധത്തിൽ യുദ്ധനീതികളെ നിഷേധിച്ചുകൊണ്ട്, ഭീമൻ ദുര്യോധനന്റെ തുട തച്ചുതകർക്കുകയും അങ്ങനെ തന്റെ പ്രതിജ്ഞ നിറവേറ്റുകയും ചെയ്യുന്നു. ഭാസൻ ഇവിടെ നാടകശാസ്ത്രത്തിലെ നിയമങ്ങളെ ലംഘിച്ച് ഭജ്ജിക്കപ്പെട്ട ഊരുക്ക ളോടെ നിലത്തുവീണു കിടക്കുന്ന ദുര്യോധനനെ നേരിട്ട് രംഗത്തവതരി പ്പിക്കുന്നു. ദുര്യോധനനും അദ്ദേഹത്തിന്റെ അന്ധരായ മാതാപിതാക്കളും അതുപോലെ ദുര്യോധനനും അദ്ദേഹത്തിന്റെ പുത്രനായ ദുർണ്ണനും തമ്മിലുള്ള രംഗങ്ങൾ ഹൃദയോന്മാഥിയായ ദുഃഖംകൊണ്ട് നാടകത്തി ലെയും കവിതയിലെയും അത്യുൽകൃഷ്ട സൃഷ്ടികളായി മാറിയിരിക്കു ന്നു. അവസാനം ചരമമടഞ്ഞു ദുര്യോധനൻ ശരിക്കും ഉദ്ധതനായി വഴ ങ്ങിക്കൊടുക്കാത്ത ഒരു രാജാവിന്റെ നിലയിൽ സ്വർഗ്ഗത്തിൽ പ്രവേശി ക്കുന്നു. സ്മരണീയമായ ഒന്നാണ് ഈ നാടകം. കാരണം ഇതൊന്നു മാത്രമാണ് ഈ കൂട്ടത്തിൽ തിരുനാടകത്തെ സമീപിക്കുന്ന ഒരു കൃതി. ഭാസന്റെ സിദ്ധികൾ ഇതിൽ അതിന്റെ പരകോടിയിൽ ദൃശ്യമാകുന്നു. കല്പനാശക്തി, ഘടനയിലെ ധീരത, ഉത്കൃഷ്ടമായ ആദർശങ്ങൾ, ഉജ്ജ്വലമായ കവിത എല്ലാം.

കൃഷ്ണകഥയെ ആവിഷ്കരിക്കുന്ന *ബാലചരിതത്തെ* ഈ കൂട്ട ത്തിൽ ഉൾപ്പെടുത്താം. എന്തെന്നാൽ ഹരിവംശത്തിലെ മുഖ്യസംഭവങ്ങ ളെയത്രേ ഇത് അനുവർത്തിക്കുന്നത്. അരിഷ്ടൻ എന്ന കാളയുമായുള്ള യുദ്ധം, കാളിയ സർപ്പത്തിന്റെ വിനാശനം, മല്ലന്മാരായ ചാണുരമുഷ്ടിക ന്മാരുടെ മരണം, അവസാനം കൃഷ്ണന്റെ മുഖ്യശത്രുവായ കംസന്റെ വധവും. ഇപ്രകാരം ബാലനായ കൃഷ്ണന്റെ ജീവിതത്തിലെ വിവിധ സംഭവങ്ങളാണ് ഇതിലെ വ്യത്യസ്താങ്കങ്ങളിൽ അവതരിപ്പിക്കുന്നത്. ഈ നാടകത്തിൽ കൃഷ്ണൻ തന്റെ ദിവ്യരൂപത്തിലും പ്രത്യക്ഷപ്പെടു ന്നു. അദ്ദേഹത്തിന്റെ ആയുധങ്ങളെക്കുറിച്ചുമുണ്ട് പ്രസ്താവം.

രണ്ട് ഉദയനാടകങ്ങൾ ഉണ്ടല്ലോ. അവയത്ര ഒരുപക്ഷേ കൂടുതൽ രസകരം. കാലക്രമം വച്ചു പറയുമ്പോൾ ഉദയനകഥകളിൽ *പ്രതിജ്ഞാ യൗഗന്ധരായണം സ്വപ്നവാസവദത്തത്തിനു* മുമ്പു നടന്നിരിക്കണം. ഉദ യനനും വാസവദത്തയും തമ്മിലുള്ള പ്രണയമാണല്ലോ ആദ്യത്തേതിലെ പ്രമേയം. പക്ഷേ, കാല്പനിക പ്രണയത്തേക്കാളേറെ രാഷ്ട്രീയ ഗൂഢാ ലോചനകൾ ആണ് ഈ നാടകം കൈകാര്യം ചെയ്യുന്നത്. നായകനും നായികയും ഒരിക്കലും അരങ്ങത്തു വരുന്നതേയില്ല. ബ്രഹ്മചാരി വൃത്താന്തം തന്റെ പദ്ധതിയുടെ പുരോഗതിയെക്കുറിച്ച് യൗഗന്ധരായ ണന് ഉറപ്പുകിട്ടുന്നു. ആ ബ്രഹ്മചാരിയുടെ വിവരണത്തിൽനിന്ന് രാജാ വിന്റെ അവസ്ഥയും അദ്ദേഹത്തിന് തന്നോടുള്ള അഗാധമായ ആരാധ നയും സംബന്ധിച്ച് വേണ്ട അറിയിപ്പ് വാസവദത്തയ്ക്കും കിട്ടുന്നു. ഈ വിവരണം രാജകുമാരിയായ പദ്മാവതിയെ രാജാവിനു നേരെ ആകർഷി ക്കുന്നു. അതുപോലെ വാസവദത്തയെ പദ്മാവതിയുടെ പക്കൽ ഏൽപ്പി ക്കുക എന്നതും വിദഗ്ധമായ ഒരു തന്ത്രം തന്നെ. വാസവദത്തയുടെ സുരക്ഷിതത്വം ഇതുകൊണ്ട് ഉറപ്പുവരുത്തുന്നു. ഒപ്പംതന്നെ രണ്ടു രാജ്ഞിമാർക്കും അന്യോന്യം അടുത്തറിയാൻ ഇത് ഒരു അവസരം ഒരു ക്കുകയും ചെയ്യുന്നു. മൂത്ത രാജ്ഞിയായ വാസവദത്ത കടുത്ത മനഃ ക്ലേശം സഹിക്കേണ്ടി വരുന്നുണ്ട്. ഒടുക്കം തന്റെ ദൃഢവ്രതമായ സ്നേഹ ത്തിനും ഉദാത്തമായ ത്യാഗത്തിനും പൂർണ്ണമായ പ്രതിഫലം അവർക്കു ലഭിക്കുകയും ചെയ്യുന്നു. ഇരു ദൃഷ്ടികേന്ദ്രങ്ങളുള്ള അങ്കമായ നാലാ മങ്കം വളരെ വൈഭവത്തോടെ ഒരുക്കി എടുത്ത ഒന്നാണ്. ഉദയനന് വാസ വദത്തയുടെ ദർശനം ലഭിക്കുന്ന ഒരു സ്വപ്നരംഗമുണ്ടല്ലോ. വെറും ഭാവ നയും സൗന്ദര്യവും വച്ചുനോക്കുമ്പോൾ സംസ്കൃത സാഹിത്യത്തിന്റെ മേഖലയിലെങ്ങും അതിനു സമാന്തരമായ മറ്റൊന്നില്ല. അഗാധമാംവണ്ണം വൈകാരികമായ കവിത, വിദഗ്ദ്ധമായ സംഭാഷണം, ആകർഷകമായ സ്ഥിതിവിശേഷങ്ങൾ, നാടകീയാപഹാസത്തിന്റെ നിരൂപണ പ്രയോഗം എല്ലാം ചേർന്ന് ഈ നാടകത്തെ സ്മരണീയമാക്കുന്നു.

സാമൂഹ്യ നാടകങ്ങളുടെ കൂട്ടത്തിൽ *അവിമാരകത്തിലെ* വിഷയം ഒരു സൗവീരരാണുപുത്രനായ അവിമാരകന്റെ പ്രണയ സാഹസമാണ്. ഒരു മുനിയുടെ ശാപം നിമിത്തം അവിമാരകൻ താഴ്ന്ന ജാതിയിൽപ്പെട്ട ഒരു ചണ്ഡാളൻ ആയിത്തീരുന്നു. അമ്മാവന്റെ മകളായ കുരംഗി എന്ന രാജകുമാരിയെ ഇയാൾ ഭയങ്കരനായ ഒരു മദയാനയിൽനിന്നും രക്ഷി ക്കുന്നു. ഇരുവരും അതോടെ പ്രേമബദ്ധരാകുന്നു. കൊട്ടാരത്തിൽ രഹ സ്യമായി മേളിക്കാൻ ഒരു ധാത്രി അവരെ സഹായിക്കുന്നു. ഇത് അറി ഞ്ഞുവശായതോടെ കൊട്ടാരം കാവൽക്കാർ അവിമാരകനെ വേട്ടയാടു കയായി. ഓടിപ്പോയ അവിമാരകൻ ആത്മഹത്യ ചെയ്യാനുള്ള ആലോച നയിൽ ആയിരുന്നു. അപ്പോഴേക്കും ഒരു വിദ്യാധരൻ പ്രത്യക്ഷപ്പെട്ട് അയാൾക്ക് ഒരു മന്ത്രമോതിരം സമ്മാനിക്കുന്നു. ഇതിന്റെ സഹായ ത്തോടെ അയാൾക്കിപ്പോൾ കാമുകിയെ സന്ധിക്കാം. താൻ ചെന്നു

കാണുമ്പോൾ അവൾ ജീവിതം ഒടുക്കാൻ ഭാവിക്കയായിരുന്നു. അയാൾ അവളെ രക്ഷിക്കുന്നു. ശാപവും ഇതോടെ അവസാനിക്കുന്നു. പിന്നെ നാരദന്റെ സഹായത്തോടെ സംഗതികൾ മംഗളമായി പര്യവസാനിക്കുന്നു. *ബൃഹത്കഥയിൽ* നിന്ന് സ്വീകരിച്ചതാണ് ഈ പ്രമേയം. അലങ്കൃതമായ കവിത, നർമ്മം, ദുഃഖം എന്നീ അംശങ്ങളിൽ ഈ നാടകം മികച്ചു നിൽക്കുന്നു. ആകെപ്പാടെ അതിഭാവുകത്വത്തിന്റെയും നാടകാഭാസത്തിന്റെയും ഒരന്തരീക്ഷം ഇതിൽ തങ്ങിനിൽക്കുന്നു.

സാമൂഹ്യനാടകമായ *ദരിദ്രചാരുദത്തം* അപൂർണ്ണമാണ്. എങ്കിലും ഇതത്രേ കൂടുതൽ പ്രധാനം. ഇതിന്റെ നാലങ്കങ്ങളേ ലഭിച്ചിട്ടുള്ളൂ. എന്നാൽ ഒരു സംഗതി ഊഹിക്കാൻ ഈ അവശിഷ്ടം തന്നെ വേണ്ടത്ര തെളിവു തരുന്നുണ്ട്. ശൂദ്രകന്റെ സുപ്രസിദ്ധമായ *മൃച്ഛകടികം* ഈ നാടകത്തിന്റെ വികസനം മാത്രമാണ്. രണ്ടു നാടകത്തിലെയും നാലങ്കങ്ങൾ പരസ്പരം ശരിക്കും യോജിക്കുന്നു. ഭാസന്റെ കൃതി അപൂർണ്ണം തന്നെ. എങ്കിലും ഇതിവൃത്തഘടനയിലും പാത്രകല്പനയിലും അദ്ദേഹത്തിനുള്ള സഹജമായ ധീരതയും നിപുണമായ സംഭാഷണ രചനയ്ക്കുള്ള സിദ്ധിയുമെല്ലാം ഇതിൽ പ്രകാശിക്കുന്നു. ഇതര നാടകങ്ങളിൽ കാണുന്ന ശൈലിയിലെ ആ ആർജ്ജവവും ഇവിടെ പ്രകടമാണ്. ഈ നാടകം *മൃച്ഛകടികത്തിന്റെ* ഒരു സംഗ്രഹമാണ് എന്ന് ഒരു പക്ഷമുണ്ട്.

സജിത പി എസ്

മഹാശ്വേതാദേവി

സമൂഹത്തിലെ മർദ്ദിതരുടെയും ചൂഷിതരുടെയും പോരാട്ടങ്ങളെ സത്യസന്ധമായി രേഖപ്പെടുത്തുന്ന പ്രതിജ്ഞാബദ്ധയായ ഒരു ബംഗാളി എഴുത്തുകാരി എന്നതിലുപരി ഇന്ത്യൻ എഴുത്തുകാരിയാണ് മഹാശ്വേതാ ദേവി. അവർ കിഴക്കൻ ബംഗാളിലെ ഡാക്കയിൽ സിന്ദാബഹാർ ലെയി നിലെ ഒരു മദ്ധ്യവർഗ്ഗ കുടുംബത്തിൽ 1926 ജനുവരി 14-ന് ജനിച്ചു. സാംസ്കാരികമായി വളരെ ഉയർന്ന കുടുംബമായിരുന്നു മഹാശ്വേതയു ടേത്. ചെറുപ്പത്തിലെ തന്നെ പുസ്തകം അവരുടെ മനസ്സിലെ ഗുരുവായി മാറി. വായിക്കാൻ പുസ്തകം ലഭിച്ചാൽ കുട്ടിയായ മഹാശ്വേതയ്ക്ക് മറ്റൊരു ലോകം ഉണ്ടായിരുന്നില്ല. പ്രാരംഭവിദ്യാഭ്യാസം ഡാക്കയിലെ സ്കൂളിലും, ശാന്തിനികേതനിലുമായി പൂർത്തിയാക്കി. ശാന്തിനികേത നിൽ ചെറിയ ക്ലാസിൽ പഠിക്കുമ്പോൾ തന്നെ എഴുതിയ മൂന്നു കഥകൾ *ദേശ്* എന്ന മാസികയിൽ പ്രസിദ്ധീകരിച്ചുവന്നു. ഓരോ കഥയ്ക്കും പത്തു രൂപ പ്രതിഫലം കിട്ടി. അപ്പോൾ മഹാശ്വേതാദേവി പഠിച്ചും എഴുതിയും മാത്രം ജീവിക്കാമെന്ന് മനസ്സിലാക്കി. 1944-ൽ അശുതോഷ് കോളേജിൽ നിന്ന് ഇന്റർമീഡിയറ്റും, 1946-ൽ ശാന്തിനികേതനിൽനിന്ന് ഇംഗ്ലീഷിൽ ബി എ ഓണേഴ്സും പാസ്സായി. 1963-ൽ കൽക്കത്ത സർവ്വകലാശാല യിൽനിന്ന് പ്രൈവറ്റായി ഇംഗ്ലീഷ് സാഹിത്യത്തിൽ എം എയും എടുത്തു.

1947 ഫെബ്രുവരി 20-ന് പ്രസിദ്ധ എഴുത്തുകാരനും രംഗകർമ്മി യുമായ ബിജൻ ചാറ്റർജിയുമായുള്ള വിവാഹം നടന്നു. ആ വിവാഹം മഹാശ്വേതയുടെ ജീവിതത്തിലെ ഒരു വഴിത്തിരിവായിരുന്നു. ധാരാളം പുസ്തകങ്ങൾ വായിക്കുവാനും വിദേശികളായിട്ടുള്ള സാഹിത്യകാര

മഹാശ്വേതാദേവി

ന്മാരെ മനസ്സിലാക്കാനും, വായിക്കുവാനും അവർക്ക് അവസരം കിട്ടി. ഈ വിവാഹ ത്തിൽ അവർക്കു പിറന്ന ആൺകുട്ടിയാണ് തവാ രുൺ ഭട്ടാചാര്യ. ഇദ്ദേ ഹവും ബംഗാളിലെ ഒരു പ്രസിദ്ധനായ കവിയും കഥാകാരനുമാണ്. പക്ഷേ 1962–ൽ ബിജനു മായുള്ള വിവാഹബന്ധം ഉപേക്ഷിച്ചു. ബംഗാളി എഴുത്തുകാരൻ അസിം ഗുപ്തയുമായി രണ്ടാം വിവാഹം നടന്നെങ്കിലും അതും അധികനാൾ ദീർഘിച്ചില്ല. 1966 മുതൽ 1982 വരെ കൽക്കത്തയിലെ കോളേജിൽ അദ്ധ്യാപികയായിരുന്നു.

എഴുത്തിനേക്കാൾ ജനങ്ങളാണ് പ്രിയമെന്ന് ഉദ്ഘോഷിച്ച മഹാ ശ്വേതാദേവിയുടെ ബഹുമുഖ വ്യക്തിത്വം സമകാലികരായ മറ്റാരിലും കാണാത്ത ഒന്നാണ്. എഴുത്തുകാരി, പത്രപ്രവർത്തക എന്നീ നിലകളിൽ ഇന്ത്യ മുഴുവനും പ്രസിദ്ധി നേടിക്കഴിഞ്ഞിരിക്കുന്നു. അവരുടെ ഈ മൂന്നു കർമ്മ രംഗങ്ങളും പരസ്പരം ബന്ധിച്ചു നിൽക്കുന്നവയാണ്. അതിനാൽ മഹാശ്വേതാദേവിയെ പൂർണ്ണമായി ഉൾക്കൊള്ളണമെങ്കിൽ ഈ മൂന്നു രൂപത്തിലും ഉള്ള അവരുടെ വ്യക്തിത്വത്തിന്റെ ചുരുള് അഴിയണം.

ഒരു സർഗ്ഗാത്മകസാഹിത്യകാരി എന്ന നിലയ്ക്കുള്ള മഹാശ്വേ തയുടെ സംഭാവന ഗുണത്തിലും എണ്ണത്തിലും ഒരു പ്രതിഭാസമത്രേ. അവരുടെ ആദ്യകൃതി 1857–ലെ ഒന്നാം സ്വാതന്ത്ര്യസമരത്തിൽ ബ്രിട്ടീ ഷുകാർക്കെതിരെ പടപൊരുതിയ ഝാൻസിറാണിയുടെ ജീവചരിത്രമാ ണ്. 1956–ലാണ് അത് പ്രസിദ്ധീകരിച്ചത്. ആ കൃതി രചിക്കാൻ തൊഴിൽ രഹിതനും നിർദ്ധനനുമായ ഭർത്താവിനെയും മകനെയും തനിച്ചാക്കി ഗുണകാംക്ഷികളിൽ നിന്നുമായി നാനൂറ് രൂപ സംഭരിച്ച് ബുന്ദേൽഖണ്ഡി ലേക്ക് പോയി. അന്നേതന്നെ വളരെ ആഴത്തിൽ കാര്യങ്ങൾ അടുത്തു നിന്നു മനസ്സിലാക്കിയും അനുഭവിച്ചും സത്യസന്ധമായും എഴുതുവാൻ അവർ ശീലിച്ചു തുടങ്ങി. ഇന്ന് ഇന്ത്യയിലെ ചരിത്രനോവലുകൾ വില യിരുത്തുമ്പോൾ ആ കൃതിയെ മറക്കുവാൻ സാധിക്കില്ല. അന്നുതൊട്ടി ന്നോളം മഹാശ്വേത നൂറ്റിഇരുപത്തഞ്ചിൽപ്പരം കൃതികൾ പ്രസിദ്ധീക രിച്ചു കഴിഞ്ഞു. ഇതിൽ നോവൽ, ചെറുകഥാ സമാഹാരം, നാടകം, ബാല സാഹിത്യം, ലേഖനങ്ങൾ, ഉപന്യാസങ്ങൾ, റിപ്പോർട്ടുകൾ മുതലായവ ഉൾപ്പെടുന്നു. ഭാരതീയ ഭാഷകളായ ആസമീസ്, ഹിന്ദി, തെലുങ്ക്, മല യാളം, മറാത്തി, ഉറുദു, പഞ്ചാബി, ഗുജറാത്തി എന്നിവയിലേക്കും, 'ഹെ' എന്ന ആദിവാസി ഭാഷയിലേക്കും അവരുടെ കൃതികൾ ഭാഷാന്തര

ചെയ്യപ്പെട്ടിട്ടുണ്ട്. വൈദേശിക ഭാഷകളായ ഇംഗ്ലീഷിലും ഫ്രഞ്ചിലും ഇറ്റാ ലിയനിലും ജാപ്പനീസിലും നിരവധി പുസ്തകങ്ങൾ വിവർത്തിതമായി ട്ടുണ്ട്.

മഹാശ്വേതയുടെ പ്രസിദ്ധ നോവലുകളായ നടി, അമൃത സംചയ, ആധാർ മാണിക്, ഹസാർയൗരാഷിർ മാ, താരാർ, ആധാർ, ചോട്ടി മുണ്ടാ ഓ താർ തീർ, അരണ്യേർ അധികാർ, അഗ്നിഗർഭാ, നൈര്യതേ മേഘ, നീൽഛവി മുതലായവ പലതരത്തിലും ശ്രദ്ധ പിടിച്ചുപറ്റിയിട്ടുള്ളവയാ ണ്. ചെറുകഥാ സമാഹാരത്തിൽ ഘാതക, പങ്കാൾ, പ്രഥമപാഠ്, ബോഹു ലാ, മഹാശ്വേതാദേവീർ ചേർട്ടോ ഗല്പ, സപ്തപർണ്ണി, സുഭാവസന്തം മുതലായവ പ്രത്യേകം എടുത്തു പറയേണ്ടവയാണ്. 1966 മുതലുള്ള അവരുടെ രചനകൾ പരിശോധിച്ചാൽ അവ സൂക്ഷ്മമായ വഴിത്തിരിവി ലെത്തുന്നതു കാണാം. കാരണം ജീവിതവും സർഗ്ഗസൃഷ്ടിയും തമ്മി ലുള്ള അതിർവരമ്പ് സാവധാനം ഭേദിക്കപ്പെട്ടു. ഒരു അധഃകൃത ബാലൻ മനുഷ്യാവകാശത്തിനുവേണ്ടി പടപൊരുതുന്ന *കവി ബേന്ദോഘോളി ഗാനിൻ ജീവൻ ഓ മൃത്യു*, മരാത്തികളുടെ ആക്രമണത്തിനെതിരെ ബംഗാളിയുടെ ഉയിർത്തെഴുന്നേല്പ് ചിത്രീകരിക്കുന്ന *ആധാർ മാണിക്*, നക്സലൈറ്റ് പ്രസ്ഥാനത്തെ സമർത്ഥിച്ചുകൊണ്ടുള്ള *ഹ സാർചൗരാ ഷിർമാ* മുതലായ നോവലുകളിൽ മഹാശ്വേതാദേവി വലിയൊരു പരി ണാമത്തിനു വിധേയയായവുകയായിരുന്നു.

എഴുപതുകളിലെ നക്സലൈറ്റു പ്രസ്ഥാനത്തിൽ നിസ്വാർത്ഥത, ദൃഢത, അർപ്പണബോധം തുടങ്ങിയവ ഇണങ്ങിച്ചേർന്നിരുന്നു. അവർ ചരിത്രം സൃഷ്ടിച്ചുകൊണ്ടിരിക്കുകയാണെന്നും ആ നിർമ്മാണം രേഖ പ്പെടുത്തേണ്ടത് ഒരു എഴുത്തുകാരിയെന്ന നിലയിൽ മഹാശ്വേതയുടെ കടമയാണെന്നും അവർക്കു തോന്നി. അവർ അവരോടും അവരുടെ കാല ത്തോടും മനുഷ്യരാശിയോടും പ്രതിജ്ഞാബദ്ധയാണ്. നക്സലൈറ്റ് പ്രസ്ഥാനം ഒറ്റപ്പെട്ട ഒരു തുടക്കമായി അവർ കരുതുന്നില്ല. തേഭാഗയിലും തെലുങ്കാനയിലും കയ്യൂരിലും നടന്നതിന്റെ തുടർച്ച മാത്രമായേ അവർ കാണുന്നുള്ളൂ. നക്സലൈറ്റ് പ്രസ്ഥാനത്തിന്റെ നഗരാനുഭവമാണ് *ഹസാർ യൗരാഷിർമ്മ*യിലുള്ളത്. ഇതിൽ രാഷ്ട്രീയമില്ലാത്ത ഒരമ്മയെ രക്തസാക്ഷിത്വമടഞ്ഞ തന്റെ മകനുനേരെ തിരിച്ചു നിർത്തുകയാണ് അവർ ചെയ്തിട്ടുള്ളത്. അതിന്റെ ലക്ഷ്യം അവൻ എന്തിനുവേണ്ടി നില കൊണ്ടു എന്ന് അവരെ ബോദ്ധ്യപ്പെടുത്തുകയാണ്. ബ്രതി ജീവിച്ചിരു ന്നപ്പോൾ അമ്മ അവനെ തിരിച്ചറിഞ്ഞില്ല. മരിച്ചതിനു ശേഷമാണ് ബ്രതി യോട് അമ്മ അടുത്തത്. നക്സലൈറ്റു പ്രസ്ഥാനത്തെ സമർത്ഥിച്ചു കൊണ്ട് *മാസ്റ്റർ സാബ്* എന്ന നോവലിൽ മഹാശ്വേത പറയാനാഗ്രഹി ക്കുന്നത് സമാധാനത്തിന്റെ എല്ലാ വാതിലുകളും അടയുമ്പോൾ മാത്ര മാണ് മർദ്ദിതരും ചൂഷിതരുമായ ആൾക്കാർ തോക്കിൻകുഴലിലൂടെ അധി കാരം പിടിച്ചെടുക്കാൻ ആഗ്രഹിക്കുകയുള്ളൂ എന്നാണ്.

ചരിത്രപരവും സമകാലീനവുമായ സാഹചര്യത്തിൽ സമൂഹ

ത്തിലെ തമസ്കരിക്കപ്പെട്ടവരുടെ പോരാട്ടങ്ങളെക്കുറിച്ച് എഴുതപ്പെട്ട നോവലിൽ എടുത്തു പറയേണ്ട നോവലാണ് അരണ്യേർ അധികാര (കാടിന്റെ അധികാരം). ഇതിൽ പത്തൊൻപതാം നൂറ്റാണ്ടിന്റെ ഉത്ത രാർദ്ധത്തിൽ ബ്രിട്ടീഷുകാർക്കെതിര ആഞ്ഞടിച്ച 'മുണ്ടാർ കലാപം' ആണ് പ്രതിപാദ്യം. ഈ കൃതിക്ക് 1979-ലെ സാഹിത്യ അക്കാദമി അവാർഡ് ലഭിച്ചു. അതിനുശേഷം ഇന്നോളം അവരുടെ പ്രമേയം ആദി വാസികളും ദരിദ്രരും കീഴാളരുമായ മനുഷ്യർ ചൂഷണവും മർദ്ദനവും നടമാടുന്ന സാമൂഹ്യാക്രമണത്തിനുനേരെ നടത്തുന്ന സമരങ്ങളാണ്.

മഹാശ്വേതാദേവിയുടെ അഭിപ്രായത്തിൽ ഇന്ത്യയിലെ ബഹുജന പ്രസ്ഥാനങ്ങളുടെ ചരിത്രം ഇന്നുവരെ എഴുതപ്പെട്ടിട്ടില്ല. കർഷകരുടെയും ആദിവാസികളുടെയും മുന്നേറ്റങ്ങളും കലാപങ്ങളും പ്രസ്ഥാനങ്ങളും വഹിച്ച പങ്ക് വേണ്ടവിധം തിരിച്ചറിയപ്പെട്ടിട്ടില്ല. ഒടുവിലുണ്ടായ മുഖ്യപ്ര സ്ഥാനം ബിർസായുടേതായിരുന്നു. ആദിവാസി നേതാവായ ബിർസയെ ഒരു വലിയ ചരിത്രപുരുഷനായി അവർ പ്രതിഷ്ഠിച്ചു. അത് ആദിവാസി കൾക്കു മുഴുവൻ പ്രേരണയാകുകയും ഝാർഖണ്ഡ് സംസ്ഥാനത്തിന്റെ രൂപീകരണത്തിനു വരെ സഹായകമാവുകയും ചെയ്തിട്ടുണ്ട്. അവരുടെ അഭിപ്രായത്തിൽ ഈ പ്രസ്ഥാനങ്ങളൊക്കെ സ്വാതന്ത്ര്യസമരത്തിന്റെ ഭാഗ ങ്ങളാണ്. എന്നാൽ അവയെ ഒന്നും മുഖ്യധാരയുടെ ചരിത്രത്തിൽ ഉൾപ്പെ ടുത്തിയിട്ടില്ല. അതുകൊണ്ടുതന്നെ ചരിത്രവസ്തുക്കൾ ഉപയോഗിച്ചു കൊണ്ട് അവർ എഴുതുന്നത് നോവലായി കരുതപ്പെടുന്നു.

മഹാശ്വേതയുടെ എല്ലാ പ്രവർത്തനങ്ങളും പരസ്പര പൂരകങ്ങളാ ണെന്ന് ഒരു സംശയവുമില്ല. ബീഹാറിലെ ആദിവാസി പ്രദേശങ്ങളിലും പശ്ചിമ ബംഗാളിന്റെ അവികസിത മേഖലകളിലും മുമ്പേതന്നെ സഞ്ചരി ച്ചിരുന്നെങ്കിലും പിന്നീടാണ് വികസനത്തിന്റെ പേരിൽ നടക്കുന്ന പേക്കൂ ത്തുകൾക്ക് ഇരയാകുന്ന ജനങ്ങളുടെ അതിജീവനത്തിനായുള്ള പോരാ ട്ടങ്ങളെക്കുറിച്ച് വിപുലമായി ആസ്വാദകലോകത്തോട് സംവദി ക്കേണ്ടതിന്റെ അടിയന്തര പ്രാധാന്യം അവർക്കനുഭവപ്പെട്ടത്. തനിക്ക് ധാരാളം പറയാനും പ്രവർത്തിക്കുവാനും ഉണ്ടെന്നും അതിന് സാഹിത്യം എന്ന മാധ്യമം പോരാ എന്നും അവർക്കു ബോധ്യപ്പെട്ടു. ആദിവാസി കൾ, പാവപ്പെട്ട കൂലിപ്പണിക്കാർ, ഭൂരഹിതർ, പങ്കുകൃഷിക്കാർ, ചെറു കിട കർഷകർ, അടിമപ്പണിക്കാർ, കരാറു പണിക്കാർ, ഖനിത്തൊഴിലാ ളികൾ, പൊലീസ് അതിക്രമങ്ങൾ, സർക്കാർ കമ്മീഷനുകളുടെ ദുഷ്ചെ യ്തികൾ, മർദ്ദിതരുടെ അതിജീവന സമരങ്ങൾ, സാക്ഷരതയുടെ ആവ ശ്യകത, വിദ്യാഭ്യാസം, ജലസേചനം, കുടിവെള്ളം, കൂലി കിട്ടാത്ത ജോലിക്കാരുടെ പ്രശ്നങ്ങൾ, പ്രകൃതിയും പരിസ്ഥിതി പ്രശ്നങ്ങളും, സർക്കാർ പദ്ധതികൾ ലഭ്യമാകേണ്ടവർക്ക് കിട്ടായ്മ, ദരിദ്ര ഗ്രാമീണ രുടെ സംഘടനകൾ എന്നിങ്ങനെ നാനാവിഷയങ്ങളെക്കുറിച്ച് അവർ നിര ന്തരമായി റിപ്പോർട്ടുകൾ ആത്മാർത്ഥമായ വേദനയോടെ ഇംഗ്ലീഷിലും ബംഗാളിയിലും എഴുതി.

അദ്ധ്യാപനത്തേക്കാൾ പ്രാധാന്യം സാമൂഹ്യ സേവനങ്ങൾക്കു ണ്ടെന്നു തോന്നുകയാൽ 1964 മുതൽ താൻ പഠിപ്പിച്ചിരുന്ന കൊൽക്ക ത്തയിലെ കോളേജിൽനിന്ന് രണ്ടുകൊല്ലത്തെ ലീവെടുത്ത് 1982-ൽ അവർ *യുഗാന്തർ* എന്ന ബംഗാളി ദിനപത്രത്തിന്റെ സഞ്ചരിക്കുന്ന റിപ്പോർട്ട റായി ചേർന്നു. ഗ്രാമഗ്രാമാന്തരങ്ങളിൽ അലഞ്ഞു നടന്ന് ജനങ്ങളുടെ പ്രശ്നങ്ങൾ നേരിട്ട് മനസ്സിലാക്കാനുള്ള അവസരം പ്രയോജനപ്പെടുത്തി. അവർ രണ്ടുകൊല്ലം മുഴുവനും പത്രത്താളുകളിൽ ആഴ്ചതോറും സ്ഥിരംപംക്തി കൈകാര്യം ചെയ്തു. ജില്ല മുതൽ വില്ലേജ് തലംവരെ യുള്ള സാധാരണക്കാരായ ജനങ്ങളും സാമൂഹ്യ പ്രവർത്തകരും, സർക്കാർ ജീവനക്കാർ അടക്കമുള്ളവരുമായി അക്കാലത്തു തുടങ്ങിയ അതിവിപുലവും അവിശ്വസനീയവുമായ സമ്പർക്കം ഇന്നും തുടരുന്നു. 1984-ൽ മഹാശ്വേത കോളേജദ്ധ്യാപികയുടെ ഉദ്യോഗം രാജിവച്ച് *ബർത്ത മാൻ* എന്ന ബംഗാളി പത്രത്തിൽ ജോലി സ്വീകരിച്ചു. 1992 മുതൽ *ആജ്കൽ* എന്നൊരു ദിനപത്രത്തിലും അവർ എഴുതിവരുന്നു. മഹാശ്വേ തയുടെ സമഗ്ര വ്യക്തിത്വത്തിന്റെ മറ്റൊരു മുഖമാണ് 1980 മുതൽ ആരം ഭിച്ച *ബർത്തിക്* എന്ന ബംഗാളി ത്രൈമാസികയുടെ പത്രാധിപത്യം. തന്റെ അച്ഛന്റെ പത്രാധിപത്യത്തിൽ വെറും ഒരു സാഹിത്യമാസിക ആയിരുന്നു അത്. അദ്ദേഹത്തിന്റെ മരണശേഷം അതിന്റെ ചുമതല മഹാശ്വേത ഏറ്റെ ടുത്തു. അതിന്റെ സാഹിത്യസ്വഭാവം പാടെ മാറി. ചെറുകിട കർഷകരും കൃഷിപ്പണിക്കാരും ഫാക്ടറി തൊഴിലാളികളും റിക്ഷാവണ്ടിക്കാരും ആദി വാസികളുമടങ്ങുന്ന അടിസ്ഥാന വർഗ്ഗത്തിന്റെ മുഖപത്രമായി അതു വളർന്നു.

ഇക്കാലത്ത് കൂട്ടായ പ്രവർത്തനങ്ങളുടെ ആവശ്യകത മഹാശ്വേ തയ്ക്കു ബോധ്യപ്പെടുകയും 1981-ൽ പ്രാദേശിക പത്രപ്രവർത്തകനായ രാമേശ്വരനോടൊത്ത് പലാമു ജില്ലയിലെ അടിമപ്പണിക്കാരെ സംഘടി പ്പിക്കുകയും ചെയ്തു. അന്നുമുതൽ അവർ നിരവധി സംഘടനകളുടെ സജീവ പ്രവർത്തകയാണ്. ഇതിൽ ആദിവാസികളുടെയും ഹിന്ദുക്കളിലെ തൊട്ടുകൂടാത്തവരുടെയും സംഘടനയാണ് പ്രധാനം. ബീഹാറിലെ പലാമു ജില്ലയിലെ ദൽത്തോൻഗഞ്ച് തെരുവിലൂടെ അടിമപ്പണിക്കാരുടെ ജാഥ നയിച്ചുകൊണ്ട് കളക്ടർക്കെതിരെ മുദ്രാവാക്യം വിളിച്ചു പോകുന്ന അതേ ജാഗ്രതയോടെയാണ് ജന്മനാടായ ബർഹാംപുരിലെ തുപ്പുകാരും തോട്ടികളുമടങ്ങുന്നവരുടെ സമരത്തിൽ പങ്കാളിയാകുന്നതും, പശ്ചിമ ബംഗാളിലെ ഏറ്റവും പിന്നോക്കജില്ലയായ പുരുലിയ കേന്ദ്രമാക്കിയുള്ള 'പശ്ചിമ ബാഘേഡിയ-സബർ കല്യാൺ സമിതി'യുടെ പ്രവർത്തനങ്ങ ളിൽ മുഴുകുന്നതും. പുരുലിയയിലെ 'ഖേരിയ' എന്ന വർഗ്ഗത്തെപ്പറ്റി ബ്രിട്ടീഷുകാർ രേഖപ്പെടുത്തിയിട്ടുള്ളത് ക്രിമിനൽ ട്രൈബൽ എന്നാണ്. ഭൂരഹിതരും ജീവിക്കാൻ മാർഗ്ഗമില്ലാത്തവരുമായ ഈ ആദിവാസികളെ സ്വാതന്ത്ര്യത്തിനു ശേഷവും പൊലീസും പൊതുജനങ്ങളും പീഡിപ്പി ച്ചുകൊണ്ടിരിക്കുകയാണ്. മിഡ്നാപ്പൂരിലെ 'ലോധാസാവര' എന്ന ആദി

വാസികൾ എണ്ണത്തിൽ കൂടുതലാണെങ്കിലും കൊലചെയ്യപ്പെടുകയാ
ണ്. കുറെ വർഷത്തെ അവരുടെ പ്രവർത്തനഫലമായി കൊലപാതക
ങ്ങളുടെ സംഖ്യ കുറഞ്ഞു വരുന്നുണ്ട്.

വടക്കൻ ബംഗാളിലെ വികലാംഗർക്ക് കൃത്രിമക്കാൽ നൽകുന്ന
സംഘടനയിലും, ബംഗാളിൽ വ്യവസായ പദ്ധതികൾക്കുവേണ്ടി കൃഷി
ഭൂമി ഏറ്റെടുക്കുന്നതിനെതിരെ പൊതുജനാഭിപ്രായം രൂപീകരിക്കുന്നതി
നും, പൊലീസ് മർദ്ദനത്തിനെതിരെ പ്രതിഷേധം നടത്തുന്നതിനും എന്നു
വേണ്ട എല്ലാ മനുഷ്യാവകാശ ധ്വംസനങ്ങൾക്കെതിരെയും അവർ രംഗ
ത്തുണ്ട്. ജ്ഞാനപീഠപുരസ്കാരം ഏറ്റുവാങ്ങിക്കൊണ്ട് ചെയ്ത പ്രസം
ഗത്തിൽ അവർ വ്യക്തമാക്കുന്നത് ഇതാണ്:

> ഞാൻ ജനങ്ങൾക്കിടയിലേക്ക് ഇറങ്ങിച്ചെല്ലാൻ ആഗ്രഹി
> ക്കുന്നു. എന്റേതായ വഴിയിൽ ഞാൻ അവർക്കുവേണ്ടി
> പ്രവർത്തിക്കുന്നു. അതൊരു ബാദ്ധ്യതയായി ഞാൻ കരു
> തുന്നു. രചനയ്ക്കായുള്ള അസംസ്കൃതവസ്തു ശേഖരി
> ക്കാനായല്ല ഞാനവർക്കിടയിലേക്ക് ഇറങ്ങിച്ചെല്ലുന്നത്.
> എന്റെ കാഴ്ചപ്പാടിൽ എന്തെങ്കിലും ആശയക്കുഴപ്പം അനു
> ഭവപ്പെടുമ്പോൾ ഞാൻ ജനങ്ങളോടൊത്തൊരുമിച്ചു
> പ്രവർത്തിച്ച് ഉത്തരവും വഴിയും കണ്ടെത്താൻ ശ്രമിക്കു
> ന്നു. ജനകീയ ദുരിതങ്ങൾക്കെതിരെ ഞാൻ പ്രതിഷേധി
> ക്കുന്നു. പ്രാദേശിക പ്രതിഷേധങ്ങൾ പരാജയപ്പെടുമ്പോൾ
> പത്രപ്രവർത്തനത്തിലൂടെയും സാഹിത്യത്തിലൂടെയും
> കൂടുതൽ ജനശ്രദ്ധ ആകർഷിക്കാൻ ശ്രമിക്കുന്നു. എന്റെ
> അനേകം രചനകൾ ആദിവാസി പ്രശ്നങ്ങൾ കൈകാര്യം
> ചെയ്യുന്നവയാണ്. ലോകത്തെമ്പാടുമുള്ള ആദിവാസികൾ
> ശാരീരികമായും സാംസ്കാരികമായും വംശനാശഭീഷണി
> യിലാണിന്ന്. വികസനത്തിന്റെ നേട്ടം നിഷേധിക്കുന്നത്
> ജുഗുപ്സാവഹമാണ്. ആദിവാസികൾ മാത്രമല്ല, വിഭജന
> ത്തിന്റെ ഇരകളും അവരുടെ ജീവിതവും നിലനിൽപ്പിനാ
> യുള്ള അവരുടെ നിതാന്ത പരിശ്രമങ്ങളും അവയുമായി
> ബന്ധപ്പെട്ട ആശയങ്ങളും ആശങ്കകളും വിജയാപചയ
> ങ്ങളും ആണെന്റെ കൃതികളുടെ മൂലതന്തു. അത് അങ്ങ
> നത്തന്നെ തുടരുകയും ചെയ്യും.

മഹാശ്വേതാ ദേവിയുടെ പ്രസംഗത്തിലെ ആശയങ്ങൾ ഈ എൺപത്തി
ഒന്നാം വയസ്സിലും അവർ പാലിച്ചുപോരുന്നു. ഈയടുത്ത ദിവസങ്ങ
ളിലും അവർ പറയുകയുണ്ടായി ആദിവാസികൾക്കു വേണ്ടി പ്രവർത്തി
ച്ചുകൊണ്ട് കാടും മലയും കയറി ഇറങ്ങുമ്പോൾ മരിച്ചാൽ അതു ജീവി
തത്തിന്റെ ധന്യതയായി കാണുന്നു എന്ന്.

മാർക്സിനെയോ ലെനിനെയോ പഠിക്കാത്ത മഹാശ്വേതാ ദേവി

അവരുടെ പ്രവൃത്തിമണ്ഡലത്തിൽ ആ ആശയങ്ങളാണ് നടപ്പിലാക്കി
യത്. ഇടതുപക്ഷത്തിൽ അവർ തല്പരയാണ്. നാൽപ്പതുകളിൽ അവരും
ഭർത്താവ് ബിജൻ ഭട്ടാചാര്യയും പാർട്ടിപ്രവർത്തനങ്ങളിൽ സജീവമാ
യിരുന്നു. എന്നാൽ അവർ ഇന്ന് ഇടതുപക്ഷത്തോടൊപ്പമല്ല. ജീവിത
ത്തിൽ എന്നും ലാളിത്യവും ജനനന്മയും കാത്തുസൂക്ഷിക്കുന്ന അവർ
യഥാർത്ഥ ഇടതുപക്ഷ ആദർശത്തിന്റെ കാവൽക്കാരിയാണ്.

സാഹിത്യത്തേയും ജനങ്ങളേയും ഒന്നുപോലെ സ്നേഹിക്കുന്ന
മഹാശ്വേതാദേവിയെ തേടി അനേകം പുരസ്കാരങ്ങൾ എത്തിയിട്ടുണ്ട്.
1996-ലെ ജ്ഞാനപീഠ പുരസ്കാരം, 1979-ൽ *അരണ്യേർ അധികാർ*
എന്ന കൃതിക്ക് കേന്ദ്രസാഹിത്യ അക്കാദമി അവാർഡ്. 1986-ൽ പദ്മ
ശ്രീ, 1978-ൽ കൽക്കത്ത സർവകലാശാലയിൽനിന്ന് ശരത് ചന്ദ്ര സ്മൃതി
പദകം, 1990-ൽ വിഭൂതിഭൂഷൺ സ്മൃതി സമ്മാനം, 1998-ൽ ദേശികോ
ത്തമ് സമ്മാനം എന്നിവ ലഭിച്ചു. ഇതിനെല്ലാം പുറമെ മനിലയിൽനിന്ന്
1997-ലെ മാഗ്സസെ പുരസ്കാരവും, ഫ്രാൻസിലെ രണ്ടാമത്തെ സിവി
ലിയൻ സമ്മാനമായ 'ഓഫീസ് ദിസ് ആർട്സ് അറ്റ് ദിസ് ലെറ്റേഴ്സ'ഉം
മഹാശ്വേതാദേവിക്ക് ലഭിച്ചിട്ടുണ്ട്. വാസ്തവത്തിൽ അവരുടെ വ്യക്തിത്വം
ഈ അവാർഡുകൾക്കും അപ്പുറത്താണ്.

മഹാശ്വേതാദേവിക്ക് ഒരിക്കലും ജീവിതത്തിൽ തിരിഞ്ഞു നോക്കേ
ണ്ടിവന്നിട്ടില്ല. പുതിയ ആശയങ്ങൾക്ക്, ചിന്താധാരകൾക്ക്, പദ്ധതികൾക്ക്,
പ്രവർത്തനങ്ങൾക്ക്, നാണംകെട്ട നിശ്ശബ്ദതയ്ക്കുമേൽ ഉറക്കെ വിളി
ച്ചുകുവാൻ ഇനിയും അനേകം വർഷം അവരുടെ ആവശ്യം നമ്മുടെ
ഭാരതം ആവശ്യപ്പെടുന്നു.

ഡോ. കെ വനജ

മുൽക്ക് രാജ് ആനന്ദ്

ആംഗലേയ സാഹിത്യത്തിലെ വിവിധ ശാഖകൾക്ക് ശ്രദ്ധേയ മായ സംഭാവനകൾ നല്കിയിട്ടുള്ള മുൽക്ക് രാജ് ആനന്ദ് നമ്മുടെ സാഹി ത്യമേഖലയിൽ അറിയപ്പെടുന്നത് "ആംഗലേയ സാഹിത്യത്തിന്റെ പിതാവ്" എന്നാണ്. തന്റെ രചനകളിലൂടെ സാമൂഹിക മൂല്യങ്ങളേയും മാനുഷികതയെയും ഉയർത്തിപ്പിടിച്ച അദ്ദേഹം ഭാരതീയ ആംഗലേയ സാഹിത്യത്തിന് ഒട്ടേറെ സംഭാവനകൾ നല്കിയിട്ടുണ്ട്. നിരാലംബരും നിശ്ശബ്ദരുമായ ലക്ഷോപലക്ഷം ഭാരതീയർക്ക് തന്റെ രചനകളിലൂടെ മൊഴിയും മിഴിവും നല്കി. സ്വാതന്ത്ര്യത്തിനു മുമ്പും പിമ്പും ഇന്ത്യ ക്കാർക്ക് അനുഭവിക്കേണ്ടിവന്ന ബ്രിട്ടീഷ് സാമ്രാജ്യത്വത്തിന്റെയും ജാത്യാചാരങ്ങളുടെ തിക്തഫലങ്ങൾക്കും അദ്ദേഹം ദൃക്സാക്ഷിയാ യിരുന്നു.

1905 ഡിസംബർ 12-ന് എഡ്വേർഡ് ഏഴാമന്റെ ഭരണകാലത്ത് പെഷ വാറിലായിരുന്നു ആനന്ദ് ജനിച്ചത്. ദൈവം രാജാവിനെയും രാജാവ് പ്രജ കളെയും രക്ഷിച്ചുപോരുന്നു എന്ന് ചെറുപ്പകാലത്ത് അന്ധമായി വിശ്വ സിച്ചിരുന്നു. പഞ്ചാബ് സർവകലാശാലയിൽനിന്നും ബിരുദം നേടിയ അദ്ദേഹം കേംബ്രിഡ്ജ് യൂണിവേഴ്സിറ്റിയിൽനിന്നാണ് ഡോക്ടറേറ്റ് ബിരുദം കരസ്ഥമാക്കിയത്. ഒട്ടേറെ വിദ്യാഭ്യാസ സ്ഥാപനങ്ങളിൽ അദ്ദേഹം അദ്ധ്യാപകനായി സേവനമനുഷ്ഠിച്ചിട്ടുണ്ട്.

അമൃതസറിലെ ഘാൻസ കോളേജിൽ പഠിക്കുമ്പോൾ അദ്ദേഹം ഗാന്ധിജിയുടെ സത്യഗ്രഹത്തിൽ ആകൃഷ്ടനായി. ഇത് അദ്ദേഹത്തിന്റെ ചിന്താസരണിയെ പ്രചോദിപ്പിക്കുകയും സത്യഗ്രഹത്തിൽ പങ്കെടുത്

ജയിൽവാസം അനുഭവി
ക്കുകയും ചെയ്തു. ഫാ
സിസത്തിനെ ശക്തമായി
എതിർത്ത അദ്ദേഹം അ
തിനെതിരായി ജനങ്ങളോ
ടൊപ്പം അണിചേർന്നു.

ആനന്ദ് ആദ്യകാലം
മുതൽതന്നെ സ്വന്തം തു
ലികയിലൂടെ സാമൂഹ്യവി
മർശനത്തിനും നവോത്ഥാ
നത്തിനും ശക്തി പക
ർന്നു. ആംഗലേയ സാഹി
ത്യത്തിൽ മുൽക്ക് രാജ്
ആനന്ദിന്റെ നാമം പ്രശ
സ്തരായ ആർ കെ നാരാ
യൺ, രാജറാവു എന്നി
വർക്കൊപ്പം ശ്രേഷ്ഠമായി

മുൽക്ക് രാജ് ആനന്ദ്

പരിഗണിക്കപ്പെടുന്നു. വിശ്വവിഖ്യാതരായ ഇ എം ഫോസ്റ്റർ, ഹെൻറി
മില്ലർ, ജോർജ് ഓർവെൽ എന്നിവർക്കൊപ്പം അദ്ദേഹവും ആംഗലേയ
സാഹിത്യത്തിന് കനത്ത സംഭാവനകൾ നല്കി. തനിക്കു ചുറ്റുമുള്ള
പീഡിതരും ദളിതരുമായ ജനസമൂഹത്തിന്റെ വിഹ്വലതകളെ സ്വന്തം
തുലികയിലൂടെ വരച്ചുകാട്ടുന്നതിൽ അദ്ദേഹം വിജയിച്ചു. അതിനാൽ
സാമൂഹിക പ്രതിബദ്ധതയുള്ള സാഹിത്യകാരനായി അദ്ദേഹം കണ
ക്കാക്കപ്പെടുന്നു.

മുൽക്ക് രാജ് ആനന്ദിന്റെ പ്രധാന കൃതികൾ *അൺ ടച്ചബിൾ, കൂലി,*
റ്റു ലൈവ്സ് ആന്റ് എ ബഡ്, ദി വില്ലേജ്, ദി പവർ ഓഫ് ഡാർക്നെസ്
മുതലായവയാണ്.

മുൽക്ക് രാജ് ആനന്ദിന്റെ പ്രഥമ രചനയാണ് *അൺടച്ചബിൾ.* ഇത്
1935–ലാണ് പ്രകാശനം ചെയ്യപ്പെട്ടത്. ഇ എം ഫോസ്റ്ററിന്റെ രചനയുടെ
ചിത്രീകരണ ശൈലിയാണ് ഇവിടെ അദ്ദേഹം ആവിഷ്കരിച്ചിരിക്കുന്ന
ത്. ഹൈന്ദവ ജാതി വ്യവസ്ഥയുടെ ഫലമായി ബന്ധുവിനുണ്ടായ ക്രൂര
മരണമാണ് ശ്രേഷ്ഠമായ ഈ സൃഷ്ടിക്ക് അദ്ദേഹത്തിന് പ്രചോദനമാ
യത്.

ജീവിതക്ലേശങ്ങൾ നിറഞ്ഞ തേയിലത്തോട്ടത്തൊഴിലാളികളുടെ
ജീവിത പ്രതിസന്ധികളുടെയും അതിനെതിരെ അവർ നടത്തുന്ന പ്രതി
ഷേധത്തിന്റെയും തീവ്രമായ ആവിഷ്കാരമാണ് *റ്റു ലൈവ്സ് ആന്റ്*
ബഡ് (1937).

നഗരവത്കരണത്തിന്റെയും തന്മൂലം ശോഷണം സംഭവിക്കുന്ന
ജനസമൂഹത്തെയും ആണ് *കൂലി*യിലൂടെ (1936) അദ്ദേഹം വരച്ചുകാട്ടു

നത്. അദ്ദേഹത്തിന്റെ രചനകൾ കാലങ്ങളെ അതിജീവിക്കുന്ന കൃതി കളാണ്.

കൂലിക്കുശേഷം ആനന്ദ് തന്റെ സർഗ്ഗാത്മകത സിനിമയിൽക്കൂടിയും പ്രദർശിപ്പിച്ചു. *മാർക്സ് ആന്റ് എംഗൽസ്, ഹോമേജ് റ്റു ടാഗോർ, ദി ഹ്യൂമനിസം ഓഫ് എം കെ ഗാന്ധി, ദി ഹ്യൂമനിസം ഓഫ് ജവഹർലാൽ നെഹ്റു* തുടങ്ങിയ നൂറോളം കൃതികൾ വിവിധ സാഹിത്യമേഖലകളിൽ അദ്ദേഹം സംഭാവന ചെയ്തിട്ടുണ്ട്. *ദി ഓൾഡ് മാൻ ആന്റ് കൗ* എന്ന അദ്ദേഹത്തിന്റെ കൃതി ഏണസ്റ്റ് ഹെമിംഗ്വെയുടെ രചനകളെ ഓർമ്മപ്പെടുത്തുന്നു.

മനുഷ്യത്വത്തെയും മാനുഷിക മൂല്യങ്ങളെയും ഒരിക്കലും കുഴിച്ചുമൂടാൻ കഴിയില്ല എന്ന് വെളിപ്പെടുത്തുന്നതാണ് മുൽക്ക് രാജ് ആനന്ദിന്റെ കൃതികൾ. മേൽവിലാസംപോലും അവകാശപ്പെടാനില്ലാത്ത ജനതയ്ക്കുവേണ്ടി സ്വന്തം ഹൃദയത്തിൽ എഴുതിയിരിക്കുന്ന കത്തുകളാണ് അദ്ദേഹത്തിന്റെ രചനകൾ. ഭാരതീയ വിശ്വവിദ്യാലയത്തിലെ അദ്ധ്യാപകനായ ആനന്ദിനെ രാഷ്ട്രം പത്മഭൂഷൺ ബഹുമതി നൽകി ആദരിക്കുകയുണ്ടായി.

ആംഗലേയ സാഹിത്യത്തിലെ വിവിധ ശാഖകളിൽ തുലിക ചലിപ്പിച്ച അദ്ദേഹത്തിന്റെ രചനകൾ ആസ്വാദകരുടെ ഹൃദയങ്ങളിൽ ചിരപ്രതിഷ്ഠ നേടിയിട്ടുണ്ട്. ആനന്ദിന്റെ രചനകളിലൂടെ ജനങ്ങൾ അദ്ദേഹത്തെ നെഞ്ചിലേറ്റുകയും ആ രചനകൾ അവരിൽ മാനുഷിക മൂല്യങ്ങളുടെ തിരകൾ ഉണർത്തുകയും ചെയ്തു.

സ്വന്തം ജീവിതത്തെ തൊട്ടുണർത്തിയ ജീവിതാനുഭവങ്ങളുടെ സുന്ദരമായ ആവിഷ്കാരമാണ് അദ്ദേഹത്തിന്റെ ആത്മകഥയായ *അപ്പോളജി ഫോർ ഹെറോയിസം*. 2004 സെപ്റ്റംബർ 24-ന് മുംബൈയിലെ ഒരു ആശുപത്രിയിൽ വച്ച് ഭാരതത്തിന്റെ ഈ സർഗ്ഗചൈതന്യം ഇഹലോകവാസം വെടിഞ്ഞു.

സീമാ ചന്ദ്രൻ

രബീന്ദ്രനാഥ ടാഗോർ

വിശ്വമഹാകവി, കലാകാരൻ, നാടകകൃത്ത്, കഥാകൃത്ത്, വിദ്യാ ഭ്യാസ പ്രവർത്തകൻ, ചിന്തകൻ എന്നീ നിലകളിൽ പ്രശസ്തനായ രബീ ന്ദ്രനാഥ ടാഗോർ ഭാരതീയ സാഹിത്യനഭസ്സിലെ അനശ്വര നക്ഷത്രമാ ണ്. ഔപചാരിക വിദ്യാഭ്യാസമില്ലെങ്കിലും ആദ്യം മുതൽ തന്നെ നിര വധി ബംഗാളി കവിതകളെഴുതി. അദ്ദേഹത്തിന്റെ *ഗീതാഞ്ജലി* ഇംഗ്ലീ ഷിൽ പ്രസിദ്ധീകരിച്ചു. ഈ കൃതി 1913-ൽ സാഹിത്യത്തിനുള്ള നോബൽ സമ്മാനത്തിനർഹമായി. *കാബൂളിവാല, പോസ്റ്റോഫീസ്* എന്നീ കൃതിക ളിലൂടെ അദ്ദേഹത്തിന് കുട്ടികളുടെ ഹൃദയം കവരാൻ കഴിഞ്ഞു. വിദ്യാ ഭ്യാസരംഗത്തെ പിന്നോക്കാവസ്ഥ അകറ്റാൻ, അന്താരാഷ്ട്ര സർവകലാ ശാലയായ 'വിശ്വഭാരതി' സ്ഥാപിച്ചു. അദ്ദേഹം രചിച്ച *ജനഗണമന* എന്ന ദേശീയഗാനം 1911-ലാണ് കൽക്കത്തയിലെ കോൺഗ്രസ് സമ്മേളന ത്തിൽവച്ച് ആദ്യമായി ആലപിച്ചത്. പഞ്ചാബിലെ ജാലിയൻ വാലാബാ ഗിലെ കൂട്ടക്കൊലയിൽ പ്രതിഷേധിച്ച് അദ്ദേഹം തനിക്കു കിട്ടിയ എല്ലാ ബഹുമതികളും ഉപേക്ഷിച്ചു. ടാഗോർ ഫാസിസത്തെ നിശിതമായി വിമർശിച്ചിട്ടുണ്ട്. സോവിയറ്റ് യൂണിയനിൽ പോയിട്ടുള്ള അദ്ദേഹത്തെ അവിടുത്തെ വിദ്യാഭ്യാസ സാമൂഹ്യക്ഷേമ പ്രവർത്തനങ്ങൾ വളരെ ആകർഷിച്ചിട്ടുണ്ട്.

ഭാരതീയ സാഹിത്യത്തിന് വളരെയേറെ സംഭാവനകൾ നൽകിയി ട്ടുള്ള പ്രതിഭാധനനായ ടാഗോർ ജനിച്ചത് കൊൽക്കത്തയിലെ ജോറാ ഷങ്കൊ ഭവനത്തിൽ 1861 മെയ് 7-നായിരുന്നു. ഹുഗ്ലീ നദിയുടെ വലതു കരയിൽ കുടിയേറിയ ശാണ്ഡില്യ ബ്രാഹ്മണ ഗോത്രത്തിലാണ് അദ്ദേഹ

ത്തിന്റെ പൈതൃകം നിലകൊള്ളുന്നതെന്ന് പഠനങ്ങൾ തെളിയിക്കുന്നു. ദേവേന്ദ്രനാഥിനും ശാരദാ ദേവിക്കും പതിനാലാമത് പിറന്ന കുട്ടിയാണ് രബി.

രബിയുടെ ബാല്യകാലം അത്ര സുഖകരമായിരുന്നില്ല. അവന് വിദ്യാഭ്യാസം ഒരു ഭാരമായിതന്നെ തോന്നിയിരുന്നു. ഒരു വലിയ കുടും ബത്തിലെ പതിനാലാമത്തെ കുട്ടിയെന്നനിലയിൽ തികച്ചും അവഗണന നിറഞ്ഞ സാഹചര്യമായിരുന്നു രബിക്ക് നേരിടേണ്ടി വന്നത്. മാതാപി താക്കൾക്ക് രബിയെ വേണ്ടത്ര ശ്രദ്ധിക്കാൻ കഴിയാതെ പോയതും സ്വാഭാവികമായിരുന്നു. എന്നിരുന്നാലും വിജ്ഞാനത്തിന്റെ അതുല്യ ഉറ വിടമായ തറവാട്ടിൽ വച്ചുതന്നെയായിരുന്നു രബിയുടെ പ്രാഥമിക വിദ്യാ ഭ്യാസം. തുടർന്ന് പൗരസ്ത്യ സെമിനാരിയിലെ കടുത്ത വിദ്യാഭ്യാസ നയത്തെചൊല്ലി രബിയെ സാധാരണ സ്കൂളിലേക്കു മാറ്റി. രബിക്ക് പന്ത്രണ്ടു വയസ്സു പ്രായമായപ്പോഴാണ് ഉപനയന ചടങ്ങ് നടത്തിയത്. ഈ വേളയിൽ രബിയുടെ തല മുണ്ഡനം ചെയ്ത് കാതിൽ കടുക്കനി ട്ടു. പ്രത്യേക മുറിയിൽ താമസിപ്പിച്ചു. രബി ഗായത്രി മന്ത്രം ആദ്യമായി ശ്രവിക്കുന്നതും ഈ സമയത്താണ്.

തല മുണ്ഡനം ചെയ്തതുമൂലം ബംഗാൾ അക്കാദമിയിലെ പുതിയ സ്കൂളിൽ പോകാൻ രബി വിഷമിക്കുന്നതു കണ്ടപ്പോഴാണ് അച്ഛൻ തന്നോടൊപ്പം ഹിമാലയത്തിലേക്ക് വരുന്നുണ്ടോ എന്നന്വേഷിച്ചത്. അച്ഛന്റെ ക്ഷണം രബിയെ സംബന്ധിച്ചിടത്തോളം വലിയ ആശ്വാസമാ യി. ഹിമാലയത്തിലേക്കുള്ള യാത്രാമദ്ധ്യേ രബി ആദ്യമായി 'ശാന്തിനി കേതൻ' സന്ദർശിച്ചു. ധ്യാനത്തിനുവേണ്ടി സ്വപിതാവ് സ്ഥാപിച്ചതായി രുന്നു പ്രസ്തുത മഠം. യഥാർത്ഥത്തിൽ അവിടെവച്ചായിരുന്നു രബി ജീവി തത്തിലാദ്യമായി സ്വാതന്ത്ര്യം അനുഭവിച്ചറിഞ്ഞത്. അച്ഛനുമായി അടു ത്തിടപഴകാനുള്ള ഒരു അവസരം കൂടിയായിരുന്നു ആ യാത്ര. മഹർഷി യായ അച്ഛൻ രബിയെ സംസ്കൃതത്തിലും ബംഗാളിയിലും ഇംഗ്ലീഷി ലുമുള്ള സാഹിത്യകൃതികൾ പരിചയപ്പെടുത്തുകയും ഇടവേളകളിൽ ജ്യോതിശാസ്ത്രം അഭ്യസിപ്പിക്കുകയും ചെയ്തു.

ശാന്തിനികേതനിൽനിന്ന് ഹിമാലയത്തിലേക്കുള്ള യാത്രാമദ്ധ്യേ രബിയുടെ മനസ്സിൽ ആത്മവിശ്വാസത്തിന്റെ ചെറിയ അലകൾ അടിച്ചു തുടങ്ങിയിരുന്നു. വീട്ടിൽ തിരിച്ചെത്തിയ രബി മുടങ്ങിപ്പോയ പഠനം പുനഃ രാരംഭിച്ചു. എല്ലാവരിൽ നിന്നുമുള്ള അംഗീകാരം അവനെ കൂടുതൽ സന്തോഷവാനാക്കി. സംസ്കൃതവും ബംഗാളിയും പഠിപ്പിക്കാൻ രണ്ടു പ്രത്യേക ട്യൂട്ടർമാരെ ഏർപ്പാടാക്കിയെങ്കിലും ശിഷ്യനെ വ്യാകരണവും മറ്റും പഠിപ്പിക്കുന്നതിൽ രണ്ടു ഗുരുക്കന്മാരും ദയനീയമായി പരാജയ പ്പെട്ടു. എങ്കിലും ക്ലാസിക്കലുകളിലുള്ള പഠനം വിജയിച്ചു.

എട്ടാം വയസ്സിലാണ് രബി കവിതാരചന ആരംഭിച്ചത്. ബംഗാളിലെ ജനപ്രിയ വൃത്തമായ 'പായറി'ൽ ആ കവിത പാരായണം ചെയ്തു. പിന്നീട് ശാന്തിനികേതനിൽ വച്ചാണ് രബി തന്റെ ആദ്യ കാവ്യനാടകം

രചിച്ചത്. അച്ഛന്റെ *തത്ത്വ ബോധിനി* പത്രികയിലാണ് രബിയുടെ ആദ്യ കവിത *പൃഥ്വിരാജ പരാജയം* പ്രകാശിതമായത്.

അമ്മയുടെ മരണ ശേഷം, ജ്യേഷ്ഠൻ ജ്യോതീന്ദ്രനാഥിന്റെയും ജ്യേഷ്ഠത്തിയമ്മ കാദംബരീ ദേവിയുടെയും സംരക്ഷണയിലാണ് രബി വളർന്നത്. രബിക്ക് വാത്സല്യം നൽകുന്ന അമ്മയും ആനന്ദം പകരുന്ന കൂട്ടുകാരിയുമായി ജ്യേഷ്ഠത്തിയമ്മ പെരുമാറിയിരുന്നു. സാഹിത്യത്തിലും കവിതയിലു

രബീന്ദ്രനാഥ ടാഗോർ

മുള്ള അവരുടെ അതീവ താത്പര്യം സ്വാഭാവികമായും രബിയിൽ കാവ്യ പ്രേരണ ഉളവാക്കി. ജ്യേഷ്ഠനും രബിയുടെ പ്രതിഭ വികസിപ്പിക്കുന്നതിൽ അതീവ ശ്രദ്ധ പ്രകടിപ്പിച്ചിരുന്നു. തന്റെ നാടകങ്ങൾക്കും മറ്റും പാട്ടെഴുതുവാൻ കൊച്ചുരബിയെ ജ്യേഷ്ഠൻ ചുമതലപ്പെടുത്തിയിരുന്നു. തത്ഫലമായി *സരോജിനി* എന്ന ദേശസ്നേഹപരമായ നാടകത്തിനു വേണ്ടി രബി പാട്ടെഴുതി. *ബനഫുൽ* (കാട്ടുപൂവ്) എന്ന പേരിൽ എട്ടു ഖണ്ഡ ങ്ങളുള്ള നീണ്ട കവിത അദ്ദേഹം ഇക്കാലത്തു തന്നെയാണ് എഴുതിയത്.

ഇരുപത്തിരണ്ടു വയസ്സുള്ളപ്പോഴാണ് രബി പിറാലി ബ്രാഹ്മണ കുടുംബത്തിലെ റായ് ചൗധരിയുടെ മകൾ ഭവത്രാണിയെ വിവാഹം ചെയ്തത്. രബിയുടെ അച്ഛന്റെ നിർബന്ധപ്രകാരമായിരുന്നു വിവാഹം. വിവാഹശേഷം അവരുടെ പേര് മൃണാളിനി എന്നു മാറ്റിയിരുന്നു. ആ സമയത്ത് രബി പ്രസ്തുത പേരിൽ ഒരു ഗദ്യനാടകം എഴുതുകയായി രുന്നു. രബിയുടെ വളർച്ചയിൽ മൃണാളിനിയുടെ പങ്കും ശ്രദ്ധേയമാണ്. രബിയിലെ പുരുഷനും കവിക്കും ഒരുപോലെ അനുഗ്രഹമായിരുന്നു അവ രുടെ സമീപനം.

രബിയുടെ ജീവിതത്തിലെ ഒരിക്കലും മറക്കാനാവാത്ത സംഭവമാ യിരുന്നു ജ്യേഷ്ഠത്തിയമ്മയുടെ മരണം. അവരുടെ സ്വാധീനം രബിയുടെ കലാജീവിതത്തിന് പ്രേരണയായിരുന്നു. രബിയുടെ *നഷ്ടനീഡം* എന്ന കൃതിയുടെ ഇതിവൃത്തം ജ്യേഷ്ഠത്തിയമ്മയുടെ വേർപാടിന്റെ വേദന യായിരുന്നു. ആ വേർപാടിന്റെ ആഘാതം രബിയെ കൂടുതൽ കരുത്ത നാക്കി എന്നു വേണം കരുതാൻ. ആദ്യ ഗദ്യനാടകം *നളിനി* ഇതിനൊരു ഉദാഹരണമാണ്.

അച്ഛന്റെ പെട്ടെന്നുള്ള രോഗബാധയുടെ വിവരം അറിഞ്ഞ് മുംബൈ യിലെത്തിയ രബി അച്ഛന്റെ ശുശ്രൂഷാനന്തരം രചിച്ചതാണ് ആദ്യ സന്താനം ബേല. ബ്രഹ്മസമാജ വാർഷികത്തിന് ഗാനഗന്ധർവ്വന് ആദ്യ സാഹിത്യ പുരസ്കാരമെന്നോണം പാരിതോഷികം സമ്മാനിച്ചതും മഹർഷി കുടിയായ അച്ഛനാണ്. എങ്കിലും 1905-ൽ അച്ഛന്റെ മരണം രബീന്ദ്രന്റെ ജീവിതത്തെ ഒന്നുകൂടി ഉലച്ചു.

വിവിധവും അഗാധവുമായ തന്റെ രചനകളിലൂടെ മൗലികമായ അന്തസ്സത്ത പുലർത്തിയിരുന്ന കവിയാണ് ടാഗോർ. സാഹിത്യത്തിനുള്ള ആദ്യ നോബൽ പുരസ്കാര ജേതാവുകൂടിയായ ദേശീയ കവിയാണദ്ദേ ഹം. 1912-ൽ *ഗീതാഞ്ജലി* എന്ന കൃതിക്കാണ് പുരസ്കാരം ലഭിച്ചത്. വേദനയാണ് കവിതയുടെ അടിസ്ഥാന വികാരം. ആത്മ പരിരക്ഷയാണ് അതിന്റെ ലക്ഷ്യം. ഈ രണ്ടു വസ്തുതകളാണ് കവിതയെ കൂടുതൽ പരിപുഷ്ടമാക്കിയത്. സ്വീഡനിലെ സ്റ്റോക്ഹോമിൽ 1913 – ഡിസംബ രിലായിരുന്നു നോബൽ പുരസ്കാര സമ്മാനചടങ്ങ് വച്ചിരുന്നത്. അന്ന് ടാഗോറിന്റെ അഭാവത്തിൽ സമ്മാനം സ്വീകരിച്ചത് സ്വീഡനിലെ ബ്രിട്ടീഷ് സ്ഥാനപതിയായിരുന്നു. പിന്നീട് 1914-ൽ കൽക്കത്തയിൽ വച്ച് ബംഗാൾ ഗവർണ്ണർ കാർമിയൽ പ്രഭുവിൽനിന്നും ടാഗോർ പുരസ്കാരം ഏറ്റുവാ ങ്ങുകയായിരുന്നു. അത് ഇന്ത്യയുടെ മഹാപ്രതിഭയ്ക്ക് ലഭിച്ച അർഹ മായ അംഗീകാരമായിരുന്നു.

അടിസ്ഥാനപരമായി, കവിയായിരുന്ന അദ്ദേഹം മറ്റു സാഹിത്യവി ഭാഗങ്ങളിലും തന്റെ പ്രാവീണ്യം തെളിയിച്ചിട്ടുണ്ട്. രബിയുടെ നാടക ത്തിലെ കഥാപാത്രങ്ങളെല്ലാം തന്നെ തനതു വ്യക്തിത്വമുള്ളവയായിരു ന്നു. സംഗീത നാടകങ്ങൾ, കാവ്യ നാടകങ്ങൾ, ഹാസ്യ നാടകങ്ങൾ, സാമൂഹിക നാടകങ്ങൾ, പ്രതീകാത്മക നാടകങ്ങൾ, നൃത്തനാടകങ്ങൾ എന്നീ പല വിഭാഗങ്ങളിൽ അദ്ദേഹം നാടകം രചിച്ചു. ടാഗോറിന്റെ അഭി പ്രായത്തിൽ കവിതയുടെ ഉറവ വറ്റുമ്പോഴാണ് അദ്ദേഹം നാടകങ്ങളി ലേക്കു തിരിഞ്ഞത് എന്നാണ്. *വാത്മീകി പ്രതിഭ, രാജാ ഓ റാണി, മാലി നി, മുക്തധാര, ശാപമോചൻ, ചണ്ഡാലിക, ബൻസാരി, ശ്യാമ* തുടങ്ങി യവ അദ്ദേഹത്തിന്റെ പ്രമുഖ നാടക സമാഹാരങ്ങളിൽപ്പെടുന്നു. ചെറു കഥയിലുള്ള അദ്ദേഹത്തിന്റെ മികവും പ്രശംസനീയമാണ്. കഥകളുടെ ശില്പഭംഗി അവയെ കവിതകളോടടുപ്പിക്കുന്നു. സ്ത്രീകഥാപാത്ര ങ്ങൾക്കായിരുന്നു കഥയിലുടനീളം മുൻതൂക്കം. വ്യക്തിപരവും, കുടു ബപരവും സാമൂഹികവുമായ ബഹുവിധ പ്രശ്നങ്ങൾ തന്റെ കഥകളുടെ കാതലാക്കാൻ അദ്ദേഹം അതീവശ്രദ്ധ പുലർത്തിയിരുന്നു. *ചോരട്ടാ ഗൽപ, കർമഫൽ, ലിപിക, സെയ്തീൻ സംഗി, ഗൽപ സാൽപ* തുടങ്ങി യവ ചർച്ച ചെയ്യപ്പെട്ട ചെറുകഥകളാണ്. ബംഗാളി സാഹിത്യത്തിൽ റിയ ലിസ്റ്റിക് നോവലിന് തുടക്കം കുറിച്ചതും രബീന്ദ്രനാണ്.

ടാഗോറിലെ സംഗീതജ്ഞനും ചിത്രകാരനും ഒരുപോലെ മികവു കാട്ടിയിരുന്നു. തന്റെ സംഗീതത്തിൽ ഇന്ത്യൻ-ബംഗാളി-പാശ്ചാത്യ

സംഗീതത്തിന്റെ സമന്വിത സ്വരമാധുര്യം പ്രകടമായിരുന്നു. അഭിനയ രംഗത്തും ഏറെ ശ്രദ്ധ പിടിച്ചുപറ്റാൻ രബീന്ദ്രനു സാധിച്ചു.

പ്രകൃതിയായിരുന്നു ടാഗോറിന്റെ കവിതകളുടെ പശ്ചാത്തലം. അദ്ദേ ഹത്തിന്റെ കവിതകളെക്കുറിച്ച് ഡബ്ല്യു ബി യേറ്റ്സ് പറഞ്ഞതിങ്ങനെ യാണ് : "ടാഗോർ, താങ്കളുടെ കവിതകളുടെ ആദ്യവായന എന്തൊരു ആവേശമാണുയർത്തിയത്! വയലുകളിലും നദികളിലും നിന്ന് ഉണർന്നെ ഴുന്നേറ്റു വന്നതുപോലെയാണ് ആ കവിതകൾ!"

ശാന്തിനികേതനിൽ ആശ്രമമാതൃകയിൽ ഒരു സ്കൂൾ സ്ഥാപിക്കു കയും വിശ്വഭാരതി സർവകലാശാലയ്ക്കു രൂപം നൽകുകയും ചെയ്തു കവഴി ടാഗോർ തന്നിലെ ജന്മസിദ്ധ അദ്ധ്യാപകനെയാണ് നമുക്ക് പരിച യപ്പെടുത്തിയത്. മാനവസാക്ഷാത്കാരത്തിന്റെ അപൂർവ സംഗമസ്ഥാ നമാക്കി ശാന്തിനികേതനെ രൂപപ്പെടുത്തുവാൻ രബീന്ദ്രൻ ഏറെ പരി ശ്രമിച്ചു.

വിശ്വമാനവികതയുടെ ഗായകനായിരുന്നു രബീന്ദ്രൻ. ഇന്നത്തെ ലോകത്തിന് ഏറ്റവുമധികം ആവശ്യമുള്ള സേവനം, അതായത് വിവിധ വംശങ്ങൾക്കിടയിലുള്ള ബന്ധത്തെ പ്രോത്സാഹിപ്പിക്കൽ മികച്ച രീതി യിൽ നിർവ്വഹിച്ച വ്യക്തിയാണദ്ദേഹം. കൂടാതെ മുൻവിധികളും തെറ്റി ദ്ധാരണകളും മയപ്പെടുത്താൻ യൂറോപ്പിനും അമേരിക്കയ്ക്കും സഹായം നല്കിയ മഹത് വ്യക്തികൂടിയാണദ്ദേഹം. ആ നിലയ്ക്ക് പരമോന്നത പീഠത്തിനർഹനാണ്. അഗാധവും വിശാലവും ശാന്തവും മനോഹരവു മായ സ്വന്തം അനുഭവങ്ങൾകൊണ്ട് സത്യത്തെ സമർത്ഥിക്കാൻ അദ്ദേ ഹത്തിനു സാധിച്ചു. കുലീനനും സഹിഷ്ണുവുമായ ഈ ചിന്തകൻ ഭാരതഭൂമിക്കു മാത്രമല്ല മുഴുവൻ മാനവരാശിക്കു തന്നെയും സ്വന്തമാ ണ്. രാഷ്ട്രനിർമ്മാണത്തിൽ നവീന കാഴ്ചപ്പാടും ലക്ഷ്യബോധവും വേണമെന്ന് അദ്ദേഹം നിഷ്കർഷിച്ചിരുന്നു.

ടാഗോറിന്റെ ജീവിതകഥയെ ആസ്പദമാക്കി വിഖ്യാത ബംഗാളി ചലച്ചിത്രകാരൻ സത്യജിത് റേ നിർമ്മിച്ച ചിത്രമാണ് ചാരുലത. സത്യ ജിത് റേയുടെ രണ്ടാമത്തെ മഹത്തായ ചിത്രം തന്നെയായിരുന്നു ഇത്.

1941 ആഗസ്റ്റ് 7-ന് ഭാരതത്തിന്റെ ദേശീയ കവി നമ്മോടു വിടപറ ഞ്ഞെങ്കിലും ഭാരതത്തിന്റെ സാഹിത്യ – സാംസ്കാരിക – സാമൂഹിക – വിദ്യാഭ്യാസ മേഖലകളിലെ ഈ ഇതിഹാസപുരുഷൻ ഇന്നും നമ്മുടെ ഇടയിൽ സജീവ സാന്നിധ്യമാണ്. കാലത്തെ ജയിച്ച ആ ദേശീയ കവി ത്വത്തെ ഒരു ഭാരതീയനും മറക്കാൻ കഴിയില്ല. ഭാരതത്തിന്റെ മൗലിക സന്ദേശം പുതിയൊരു ഭാഷയിൽ ലോകത്തിന് സമർപ്പിച്ച ഈ യുഗ ധർമ്മിയെ ലോകം എന്നും സ്മരിക്കുകതന്നെ ചെയ്യും.

ടാഗോറിനെക്കുറിച്ച് ഗാന്ധിജി പറഞ്ഞത് ഈ അവസരത്തിൽ ഓർക്കാവുന്നതാണ്. കാവ്യപ്രതിഭയും ജീവിത പരിശുദ്ധിയും വഴി ഇന്ത്യയെ ലോകത്തിന്റെ മതിപ്പിനു പാത്രമാക്കിയ ടാഗോറിനോട് ആയി രക്കണക്കിന് ഇന്ത്യക്കാരെപ്പോലെ ഞാനും കടപ്പെട്ടിരിക്കുന്നു. പക്ഷെ

എന്റെ കടപ്പാട് അതിലുമേറെയുണ്ട്." അതായത് 'ലോകമേ തറവാട്' എന്ന മഹദ്വാക്യത്തിൽ വിശ്വാസമർപ്പിച്ച ഗുരുദേവനോട് വിശ്വമെങ്ങും കടപ്പെട്ടിരിക്കുന്നു.

പ്രധാന കൃതികൾ

ഗീതാഞ്ജലി, രബീന്ദ്ര രചനാവലി, ഘരേ ബാഗുരേ (അകത്തും പുറത്തും), യോഗായോഗ്, ഗോറ, വിനോദിനി, നൗകാഡുബി, ചാർ അദ്ധ്യായ്, രാജർഷി, കബി കഹിനി (കവിയുടെ കഥ), ബനഫുൽ (വന പുഷ്പം), ബാല്മീകി പ്രതിഭ (നാടകം), ഭഗ്നഹൃദയ, രുദ്രചന്ദ, സാന്ധ്യ സംഗീത്, കല്മൃഗയ (മരണവേട്ട), പ്രഭാത സംഗീത്, വിവിധ പ്രസംഗ, പ്രകൃതി പ്രതിശോധ് (പ്രകൃതിയുടെ പ്രതികാരം), ഛബി ഓ ഗാൻ (ഓർമ്മ ക്കുറിപ്പുകളും പാട്ടുകളും), നളിനി (നാടകം), ശൈശവ് സംഗീത്, രാം മോഹൻ റോയ്, രാജാ ദ റാണി (രാജാവും റാണിയും).

നിമ്മി

വിഷ്ണു സഖാറാം ഖാണ്ഡേക്കർ

മറാഠി സാഹിത്യത്തിലെ ഉന്നത സ്ഥാനീയനായ വിഷ്ണു സഖാറാം ഖാണ്ഡേക്കർ ജനിച്ചത് 1898 ജനുവരി 11-ന് മഹാരാഷ്ട്രയിലെ സാംശലിയിലാണ്. 1913-ൽ മെട്രിക് പാസ്സായതിനുശേഷം ബിരുദപഠന ത്തിനായി പുനെ സർവകലാശാലയിൽ ചേർന്നു. പക്ഷേ വീട്ടിലെ സാമ്പ ത്തികസ്ഥിതി മോശമായതിനാൽ അദ്ദേഹത്തിന് പഠനം പൂർത്തിയാക്കാൻ സാധിച്ചില്ല. 1920-ൽ കൊങ്കണിലെ ഷിയോദ ഗ്രാമത്തിലെ ഗ്രാമീണ പാഠ ശാലയിൽ അദ്ധ്യാപനവൃത്തിയിൽ പ്രവേശിച്ചു. 18 വർഷം നീണ്ട ആ ഗ്രാമത്തിലെ ജീവിതം അദ്ദേഹത്തെ വളരെയേറെ സ്വാധീനിച്ചു.

നോവൽ, ചെറുകഥ, സാഹിത്യനിരൂപണം, അന്യാപദേശകഥകൾ, ഉപന്യാസം, തിരക്കഥ എന്നിങ്ങനെ സാഹിത്യത്തിന്റെ വിവിധ മേഖല കളിൽ കഴിവ് തെളിയിച്ചുവെങ്കിലും ഒരു നോവലിസ്റ്റ് എന്ന നിലയി ലാണ് അദ്ദേഹം കൂടുതൽ അറിയപ്പെടുന്നത്.

ഖാണ്ഡേക്കറുടെ യയാതി (1959), 1960-ൽ സാഹിത്യ അക്കാദമി അവാർഡും 1974-ൽ ജ്ഞാനപീഠ പുരസ്കാരവും നേടുകയുണ്ടായി. അദ്ദേഹം ചെറുകഥകളും, അന്യാപദേശകഥകളും ലഘു ഉപന്യാസ ങ്ങളും നിരൂപണങ്ങളും തിരക്കഥകളുമെല്ലാം എഴുതിയെങ്കിലും ഏറ്റവും വിലമതിച്ചത് തന്റെ കഥകളെയാണ്. സാമൂഹ്യജീവിതത്തിലെ അകല ങ്ങളും ഉച്ചനീചത്വങ്ങളും അദ്ദേഹത്തിന്റെ ലോലമനസ്സിനെ വല്ലാതെ വേദ നിപ്പിച്ചു. ദക്ഷിണ കൊങ്കണത്തിലെ ഷിയോദ ഗ്രാമത്തിലെ സ്കൂളിൽ താൻ പഠിപ്പിച്ച കുട്ടികളായിരിക്കും സാമൂഹ്യ അസമത്വങ്ങളെ പറ്റിയുള്ള അദ്ദേഹത്തിന്റെ അവബോധത്തിന് കരുത്തേകിയത്. ഗാന്ധിജിയുടെ ഉപ്പ

സത്യഗ്രഹത്തിൽ പങ്കെടുത്ത അദ്ദേഹത്തെ ഗാന്ധിയൻ ആദ
ർശങ്ങൾ അഗാധമായി സ്വാധീ
നിച്ചിരുന്നു. സോഷ്യലിസ്റ്റ്
ആദർശങ്ങളും ഗാന്ധിയൻ മാർ
ഗ്ഗങ്ങളുമായിരുന്നു അദ്ദേഹ
ത്തിന്റെ കഥ-നോവലുകളുടെ
പിന്നിലെ പ്രേരകശക്തി.

ഖാണ്ഡേക്കറുടെ ആദ്യ
നോവൽ ഹൃദയാ ചി ഹാക്
(1930) വളരെ ജനപ്രീതിയാർ
ജ്ജിച്ച കൃതിയാണ്. രണ്ടാമ
ത്തെ നോവലായ *കാഞ്ചൻ മൃഗ്*
(1931) നഗരങ്ങളും ഗ്രാമങ്ങളും
തമ്മിലുള്ള ഭൗതികവും ആത്മീ
യവുമായ അകലത്തെയാണ്
ചിത്രീകരിക്കുന്നത്.

വിഷ്ണു സഖാറാം ഖാണ്ഡേക്കർ

ഉൽക്ക (1934), *കാഞ്ചൻ*
മൃഗിന്റെ പ്രമേയത്തിന്റെ രൂപാന്തരമാണ്. *ദോൻ ധ്രുവ* (രണ്ടു ധ്രുവ
ങ്ങൾ, 1934) സാമൂഹ്യ വിമർശനപരമായ നോവലാണ്. സുന്ദരനും സൗന്ദ
ര്യാരാധകനുമായ രമാകാന്ത് എന്ന നാടക കലാകാരനും വെറും സാധാ
രണക്കാരിയായ ഭാര്യ വത്സലയും തമ്മിലുള്ള ദാമ്പത്യ സംഘർഷമാണ്
ഈ നോവലിലെ പ്രമേയം. രമാകാന്ത് നടിയായ സുരംഗയുടെ ആകർഷ
ണത്തിനു വിധേയനായി തീരുന്നതുകണ്ട് വത്സല വീടുവിട്ട് ഒരു കശു
വണ്ടി ഫാക്ടറിയിൽ തൊഴിലാളിയായി പ്രവർത്തിക്കുന്നു. പതുക്കെ
തൊഴിലാളിവർഗ്ഗത്തിന്റെ ജീവിത യാഥാർത്ഥ്യങ്ങൾ അവൾ മനസ്സിലാ
ക്കിത്തുടങ്ങുകയായി. പശ്ചാത്താപഭരിതനായ ഭർത്താവിന്റെ ക്ഷണം നിര
സിച്ച് അവൾ തൊഴിലാളി ജീവിതം തുടരുന്നു. ഗാന്ധിയൻ അഹിംസാ
സിദ്ധാന്തത്തിന്റെ അപര്യാപ്തതകൾ വരച്ചു കാട്ടുകകൂടി ചെയ്യുന്നു ഈ
കൃതി.

1934-നെ തുടർന്ന് അനുഭവപ്പെട്ട മോഹഭംഗത്തിന്റെയും രണ്ടാം
ലോകമഹായുദ്ധത്തിൽ ചെന്നു കലാശിച്ച നൈരാശ്യത്തിന്റെയും കാല
ഘട്ടത്തിൽ രചിക്കപ്പെട്ടതാണ് *പാണ്ഡരേ ഡഗ്* (വെള്ള മേഘങ്ങൾ 1939).
ആകർഷകമെങ്കിലും മായികവും വഞ്ചനാത്മകവുമായ മധ്യവർഗ്ഗ ബുദ്ധി
ജീവികളുടെ ആദർശങ്ങളുടെ പ്രതീകങ്ങളാണ് വെള്ളമേഘങ്ങൾ.
തികച്ചും നിർഭയനായ നായകൻ അഭയ്, തഥാകഥിതരായ ആദർശവാദി
കളുടെ പൊള്ളയായ മുദ്രാവാക്യം വിളികളിൽ തൃപ്തിപ്പെടാൻ കൂട്ടാ
ക്കാത്ത യഥാർത്ഥമായ ഒരു നവോന്മേഷം സാക്ഷാത്കരിച്ചു കഴിഞ്ഞ
പുത്തൻ തലമുറയെ പ്രതിനിധാനം ചെയ്യുന്നു.

ഏണസ്റ്റ് ടോളർക്കും സ്റ്റീഫൻ സൈഗിനും സമർപ്പിതമായ *ക്രൗഞ്ചവധ്* (1942) കവിതയും കർമ്മവും തമ്മിൽ, ആസക്തിയും ത്യാഗവും തമ്മിൽ, ബുദ്ധിയും ഭാവുകത്വവും തമ്മിലുള്ള ദാരുണമായ വൈരുധ്യം തുറന്നുകാട്ടി. ഇവ തമ്മിൽ ഉചിതമായ അനുരഞ്ജനം ഉണ്ടാ കേണ്ടതിന്റെ ആവശ്യകത ഉന്നയിക്കുന്നു. ഗാന്ധിയൻ ആദർശങ്ങളുടെ സ്വാധീനം ഇതിൽ ദൃശ്യമാണ്. ഗഹനമായ ദാർശനിക തലം, ജീവസ്സുറ്റ പാത്രസൃഷ്ടി, കാവ്യാത്മകമായ ശൈലി എന്നിവ ഈ നോവലിന്റെ പ്രത്യേകതകളാണ്. വൈകാരികഭാവം മുന്തിനിൽക്കുന്ന നോവലുകളുടെ പരമ്പരയിൽ *ക്രൗഞ്ചവധ്* വളരെ പ്രാധാന്യമർഹിക്കുന്നു.

ഖാണ്ഡേക്കറുടെ വളരെ പ്രസിദ്ധമായ നോവലാണ് 1959-ൽ പ്രസി ദ്ധീകരിച്ച *യയാതി.* വളരെ നവീനമായ ഒരു ആശയമാണ് ഇതിൽ അദ്ദേഹം ചിത്രീകരിക്കുന്നത്. അമിതമായ വ്യക്തിപരത അമിതമായ ആസക്തിയിലേക്കും അധികാര തൃഷ്ണയിലേക്കും നയിക്കുന്നു. ഈ അപഗ്രഥനത്തെ വ്യക്തി മനഃശാസ്ത്രത്തിന്റെ രംഗത്തിലേക്ക് കൊണ്ടു പോകുകയാണ് *യയാതി* എന്ന നോവൽ ചെയ്യുന്നത്. ശാസ്ത്ര വികാ സത്തിന്റെ ഫലമായി ചരിത്രത്തിൽ മുമ്പൊരിക്കലും ഉണ്ടായിട്ടില്ലാത്ത പോലെ സാധാരണക്കാരനു കൈനീട്ടിയാൽ കിട്ടാവുന്ന മട്ടിൽ അണി നിരന്നു കാണുന്ന ഐന്ദ്രിയ സുഖത്തിന്റെയും ഭോഗാലസ്യത്തിന്റെയും വ്യാപ്തി ഇതു തുറന്നു കാട്ടുന്നു. എന്തു വിലകൊടുത്തും തന്റെ വിഷ യസുഖം വാങ്ങാനൊരുമ്പെടുന്ന സാധാരണക്കാരനെയാണ് *യയാതി* പ്രതിനിധാനം ചെയ്യുന്നത്; ഉദാത്തമായ സേവനാദർശത്തിന്റെ പ്രതീക മായ കചൻ *യയാതിയുടെ* മറുവശവും. നിയന്ത്രണവും ആത്മനിഷേ ധവും കൊണ്ട് വികാരങ്ങളെ തളച്ചു നിർത്താൻ കഴിവുള്ള സമഗ്രമായ ആത്മവിശ്വാസം നേടിയ പുതിയ മനുഷ്യനാണ് കചൻ. ശാശ്വതമായ മാനുഷിക വാസനകളുടെ മൗലികരൂപങ്ങളായി ഉന്നയിക്കപ്പെടുന്ന യയാ തി, കചൻ, ദേവയാനി, ശർമ്മിഷ്ഠ മുതലായ കഥാപാത്രങ്ങളിലൂടെ *യയാതിയുടെ* പുരാണ കഥയ്ക്ക് ഒരു പുതിയ മാനം കൊടുക്കുകയാണ് ഈ നോവലിൽ.

രണ്ടു വിശിഷ്ട നാടകകൃത്തുക്കളായ എസ് കെ കോൽഹട്കറു ടെയും രാംഗണേഷ് ഗഡ്കരിയുടെയും കാവ്യാത്മകശൈലി ജി ജി അഗർക്കറുടെ സാമൂഹ്യ പരിഷ്കരണ തൃഷ്ണ, ഹരി നാരായണ ആപ്തേ വളർത്തിയെടുത്ത സാമൂഹ്യവീക്ഷണം എന്നിവയെല്ലാം ചേർന്നാണ് ഖാണ്ഡേക്കറുടെ ആദർശങ്ങളേയും സാഹിത്യ ദർശ നത്തേയും വാർത്തെടുത്തത്. അദ്ദേഹത്തിന്റെ വിക്ഷുബ്ധമായ നോവൽ ശ്രേണിയിൽ ഇതു തെളിഞ്ഞു കാണാം. 1930-42 ആണ് അദ്ദേഹത്തിന്റെ പ്രഭാവത്തിന്റെയും ഉദാത്തമായ നേട്ടങ്ങളുടെയും കാലഘട്ടം. അദ്ദേഹം അകമേ ഒരു കവി ആയിരുന്നു. എങ്കിലും കവി എന്ന രീതിയിൽ വളരെ കുറച്ചേ അറിയപ്പെട്ടിരുന്നുള്ളു. എഴുത്തിന്റെ ആദ്യഘട്ടങ്ങളിൽ *കുമാർ, അനാമിക്* എന്നീ പേരുകളിൽ കവിതയെഴുതിയിരുന്നു. പിന്നീട് നോവ

ലിൽ ശ്രദ്ധ കേന്ദ്രീകരിക്കയായിരുന്നു. അദ്ദേഹത്തിന്റെ ഗദ്യം പദ്യം പോലെ ലയാത്മകവും അലങ്കാരസംയുക്തവുമായിരുന്നു. ഉൽക്ക പോലുള്ള നോവലുകളിൽ ഈ കാവ്യാത്മകത ഏറെ പ്രകടമാണ്.

തന്റെ കാലത്തെ സാമൂഹ്യജീവിതത്തിലെ നൈരാശ്യബോധ ത്തോട് പ്രതികരിക്കാതിരിക്കാൻ അദ്ദേഹത്തിനു വയ്യ. ഫഡ്കേ സ്വന്തം മാതൃകയിലുള്ള മധുര വിഭവങ്ങൾ നല്കി കഥാകുതുകികളായ പൊതു ജനങ്ങളുടെ ആരാധനാപാത്രമായി വാണിരുന്ന കാലത്തു തന്നെ ഖാണ്ഡേക്കർക്ക് ഒരു നോവലിസ്റ്റ് എന്ന നിലയ്ക്ക് ജനപ്രീതി നേടാൻ കഴിഞ്ഞതിന്റെ കാരണം ഇതുതന്നെയത്രെ. ഇതിന്റെ മറുവശത്ത് ശിഥി ലമായ ആഖ്യാനം, മങ്ങിയ കഥാപാത്രങ്ങൾ, ഉടനീളം വാരി വിളമ്പുന്ന കാവ്യാത്മകശൈലി, കത്തുകളും, ഡയറികളും ഡയറിക്കുറിപ്പുകളു മായി ചമഞ്ഞൊരുങ്ങിയ ടെക്നിക് മുതലായി ഒരു നോവലിസ്റ്റ് എന്ന നിലയ്ക്ക് ഖാണ്ഡേക്കർക്കുള്ള പല അപാകതകളും ചൂണ്ടിക്കാട്ടാനും സാധിക്കും. എന്നാൽ മനുഷ്യസ്നേഹം ഈ പോരായ്മകൾക്കെല്ലാം നല്ല പരിഹാരമായി വർത്തിക്കുന്നു.

ചെറുകഥകളിലും അദ്ദേഹത്തിന്റെ ചിരന്തനമായ മനുഷ്യസ്നേഹം സ്പഷ്ടമാകുന്നതാണ്. അതിവൈകാരികത്വത്തിന്റെയും നിഷ്കളങ്കമായ മാനവികതയുടെയും, പ്രാകൃതമായ ക്ഷോഭാത്മകതയുടെയും, അലം കൃതമായ ശൈലികളുടെയും പേരിൽ ഖാണ്ഡേക്കറുടെ നേരെ പുച്ഛിച്ചു നോക്കുന്ന ആധുനികർപോലും അദ്ദേഹത്തിന്റെ കറയറ്റ ആത്മാർത്ഥത വകവച്ചു കൊടുക്കുന്നുണ്ട്. മഹാരാഷ്ട്രയിലും തർജ്ജുമകളിലൂടെ മറ്റു പ്രദേശങ്ങളിലും ഇത്രയധികം വായനക്കാരെ നേടിയെടുത്ത മറ്റൊരു മറാഠി സാഹിത്യകാരനില്ല. അദ്ദേഹത്തിന്റെ അതിലളിതീകൃതമായ കഥ കൾപോലും ആദരവു മുതൽ അവഹേളനം വരെയുള്ള പ്രതികരണ ങ്ങൾക്ക് ഇടയാക്കിയിട്ടുണ്ട്. അനാരോഗ്യകരമായ ഇത്തരം കടുത്ത പ്രതി കരണങ്ങൾ മാറ്റിനിർത്തിയാൽ, അദ്ദേഹത്തിന്റെ *ആഗ്* (അഗ്നി, 1945), *യന്ത്ര* (യന്ത്രം, 1936), *ഫാട്ക ഷർട്ട്* (കീറ ഷർട്ട്, 1940) മുതലായ കഥ കൾ അവിസ്മരണീയങ്ങളാണ്. അതിഭാവുകത്വമോ, കൃത്രിമത്വമോ അല്ല, ആഭിജാത്യവും അഗാധമായ കരുണയുമാണ് അവയിൽ അലയടിക്കു ന്നത്.

ഖാണ്ഡേക്കറുടെ മറ്റൊരു മുഖ്യസംഭാവന അന്യാപദേശ കഥക ളുടെ രംഗത്താണ്. ഇക്കാര്യത്തിൽ അദ്ദേഹത്തെ വ്യക്തമായി സ്വാധീ നിച്ചിട്ടുള്ളത് ലെബനീസ് സാഹിത്യകാരനും ജ്ഞാനിയുമായ ഖലീൽ ജിബ്രാൻ ആണ്. ഖലീലിനെ തർജ്ജുമകളിലൂടെയും വ്യാഖ്യാനങ്ങളി ലൂടെയും അദ്ദേഹം മറാഠി വായനക്കാർക്കു പരിചയപ്പെടുത്തിക്കൊടു ത്തു. എന്നാൽ ഖാണ്ഡേക്കറെ ആഴത്തിൽ സ്വാധീനിച്ചിട്ടുള്ളത് അന്യാ പദേശ പ്രസ്ഥാനത്തോട് ഒരു പ്രത്യേക മമത പുലർത്തുന്ന ഭാരതീയ പാരമ്പര്യം തന്നെയാണ്. ഖാണ്ഡേക്കർ അന്യാപദേശകഥയെ ജനപ്രീ തികരവും സജീവവുമാക്കി. അദ്ദേഹത്തിന്റെ *ശിക്കാർ* (നായാട്ട്, 1938),

ആർസേ മഹൽ (കണ്ണാടി മാളിക, 1938), ചകോരാ നി ചാതക് (ച
കോരവും ചാതകവും, 1938) എന്നിവ അദ്ദേഹത്തിന്റെ ശ്രദ്ധേയമായ രച
നകളാണ്. അന്യാപദേശ കഥകളുടെ പുനരുജ്ജീവനത്തിന് അദ്ദേഹം
നല്കിയിട്ടുള്ള സംഭാവനകൾ പില്ക്കാല സാഹിത്യകാരന്മാർക്കു തീർച്ച
യായയും പ്രചോദനമരുളിയിട്ടുണ്ട്.

ഖാണ്ഡേക്കർ 1927 കാലയളവിൽ ധാരാളം രമ്യോപന്യാസങ്ങളു
മെഴുതിയിട്ടുണ്ട്. അന്തർമുഖവും ചിന്താബന്ധുരവുമായ ഭാവധാര
ഉൾച്ചേർന്ന ഖാണ്ഡേക്കറുടെ ഉപന്യാസങ്ങൾ ഉപാഖ്യാനങ്ങളും സ്മര
ണകളുംകൊണ്ട് സമ്പുഷ്ടമാണ്. ചിലപ്പോൾ അദ്ദേഹത്തിന്റെ ശൈലി
ദ്വയാർത്ഥ പ്രയോഗങ്ങളും അനുപ്രാസങ്ങളുംകൊണ്ട് കൃത്രിമമായിത്തീ
രാറുണ്ട്. എങ്കിലും വൈയക്തികവും സാമൂഹികവും സാഹിത്യപരവു
മായ അനുഭവങ്ങൾകൊണ്ട് സുസംസ്കൃതമായ അദ്ദേഹത്തിന്റെ മന
സ്സിനെ അവ ശരിക്കും പ്രതിഫലിപ്പിക്കുന്നു.

സമൂഹത്തിലെ അധഃസ്ഥിത ജനങ്ങളോടുള്ള സ്നേഹമായിരുന്നു
ഖാണ്ഡേക്കറുടെ ജീവിതത്തിന്റെയും സാഹിത്യത്തിന്റെയും പ്രേരക
ശക്തി. അദ്ദേഹത്തിന്റെ എല്ലാ രചനകളും നിരൂപണങ്ങൾ വിശേഷിച്ചും
ഈ പ്രചോദനത്തിൽനിന്നും ഉയിർകൊണ്ടവയാകുന്നു. കല കലയ്ക്കു
വേണ്ടി എന്ന വാദത്തെ എതിർക്കുമ്പോൾ ഖാണ്ഡേക്കർ വാസ്തവ
ത്തിൽ ഈ പാവങ്ങൾക്കുവേണ്ടി വാദിക്കുകയാണ് ചെയ്യുന്നത്. അദ്ദേ
ഹത്തിന്റെ അതിവിപുലവും ഏറെക്കുറെ ബർണാഡ്ഷാ മട്ടിലുള്ളതു
മായ മുഖവുരകൾ വെളിപ്പെടുത്തുന്നത്, കലാകാരന്റെ ദർശനം വിശാ
ലവും പുരോഗമനപരവുമായിരിക്കണമെന്നാണ്. സാഹിത്യരംഗത്തു
കാലൂന്നാൻ ഉദ്ദേശിക്കുന്നവരെല്ലാം മാർക്സും ഫ്രോയ്ഡും പഠിക്കണ
മെന്നു വാദിക്കാൻപോലും അദ്ദേഹം മടിക്കുന്നില്ല.

ഒരു സാഹിത്യകാരൻ എന്ന നിലയിൽ സമൂഹത്തിൽ തനിക്കുള്ള
ഉത്തരവാദിത്വങ്ങളെക്കുറിച്ച് അദ്ദേഹം സദാ ബോധവാനായിരുന്നു.
ഖാണ്ഡേക്കർക്ക് നിരവധി പുരസ്കാരങ്ങളും ലഭിച്ചിട്ടുണ്ട്. യയാ
തിയിലൂടെ 1960-ൽ സാഹിത്യ അക്കാദമി പുരസ്കാരവും 1974-ൽ
ജ്ഞാനപീഠവും അദ്ദേഹത്തിനു ലഭിച്ചു. സമഗ്ര സാഹിത്യ സേവനത്തി
നായി ഭാരതസർക്കാർ പദ്മഭൂഷൺ നല്കി ആദരിച്ചു. 1976-ൽ അദ്ദേഹം
അന്തരിച്ചു. ജീവിതാവസാനം വരെ അദ്ദേഹം കർമ്മനിരതനായിരുന്നു.
വിവിധ പത്ര-മാസികകളിൽ അദ്ദേഹം പ്രവർത്തിച്ചു. ഖാണ്ഡേക്കറുടെ
സാഹിത്യസംഭാവന ഭാരതീയ സംസ്കാരത്തിന്റെ സഞ്ചിത നിധിയിലേ
ക്കുള്ള കനപ്പെട്ട ഈടുവയ്പാണ്.

ഷാൽ ബി മോഹനൻ

വൈക്കം മുഹമ്മദ് ബഷീർ

'അനന്തമായ പ്രാർത്ഥനയാണ് ജീവിത'മെന്ന് എഴുതിയ മലയാ ളത്തിന്റെ പ്രിയപ്പെട്ട കഥാകാരനാണ് സർഗ്ഗധനനായ വൈക്കം മുഹമ്മദ് ബഷീർ. എട്ടര പതിറ്റാണ്ടിലധികം നീണ്ട ജീവിതയാത്രയിൽ വേദനയുടെ ഏകാന്ത തീരങ്ങളിലൂടെ തനിച്ചു സഞ്ചരിച്ച കഥാകാരനാണ് അദ്ദേഹം. വേദനകളുടെയും ദുഃഖങ്ങളുടെയും സംഘർഷങ്ങളുടെയും ഇടമുറി യാത്ത ഒഴുക്കിനെതിരെ ഏകനായി നീന്തിക്കൊണ്ടിരുന്ന അദ്ദേഹം ജീവി തത്തിന്റെ അർത്ഥങ്ങളെക്കുറിച്ചും ജീവിച്ചിരിക്കുന്നവരുടെ അനർത്ഥങ്ങ ളെക്കുറിച്ചും എഴുതി; ചിരിച്ചുകൊണ്ടും ചിരിപ്പിച്ചുകൊണ്ടും. ഇത് വേദ നകളെ നോക്കി പരിഹസിക്കുന്ന ചിരിയായിരുന്നു. വേദനകളെല്ലാം ബഷീർ സ്വന്തമാക്കി വയ്ക്കുകയും ജീവിതത്തിന്റെ പ്രസാദാത്മകത നമു ക്കായി സമ്മാനിക്കുകയും ചെയ്തു. ചിരി ബഷീറിന്റെ സാഹിത്യത്തിന്റെ ബാഹ്യപ്രഭാവം മാത്രമായിരുന്നു. എന്നാൽ അതിന്റെ ആന്തരികധാര നീറിപ്പൊട്ടുന്ന കണ്ണുനീരിന്റേതായിരുന്നു. ജാലവിദ്യക്കാരനെപ്പോലെ ബഷീർ 'മിഴിനീർ മുത്തുകളെ' മണിമുത്തുകളാക്കി മാറ്റുകയായിരുന്നു. പ്രപഞ്ചത്തെക്കുറിച്ച്, മനുഷ്യനെക്കുറിച്ച്, സൃഷ്ടിയെക്കുറിച്ച്, ജീവിത ത്തിന്റെ അർത്ഥങ്ങളെക്കുറിച്ച് ജ്ഞാനിയായ ഒരു മനുഷ്യന്റെ ഉൾക്കാ ഴ്ചയോടെ ബഷീർ നടത്തിയ ദാർശനിക നിരീക്ഷണങ്ങളാണ് അദ്ദേഹ ത്തിന്റെ കഥാസാഹിത്യത്തിന്റെ ആത്മാവ്. എല്ലാ തലത്തിലുമുള്ള ജന ങ്ങളുടെയും ജീവിതം അവർക്കുവേണ്ടി സാധാരണ ഭാഷയിൽ എഴു തിയ കഥാകാരനായിരുന്നു ബഷീർ.

മലയാളത്തിന്റെ ഈ പ്രിയപ്പെട്ട മഹാകഥാകാരൻ കോട്ടയം ജില്ല

വൈക്കം മുഹമ്മദ് ബഷീർ

യിലെ വൈക്കം താലൂക്കിൽപ്പെട്ട തലയോലപറമ്പിൽ, മൂവാറ്റുപുഴ യുടെ തീരത്ത് പുരാതനമായ കണ്ണിത്തറ വൈപ്പേൽ കുടുംബ ത്തിൽ കായി അബ്ദു റഹ്മാൻ –കുഞ്ഞാച്ചുമ്മ ദമ്പതികളുടെ മൂത്തമകനായി 1908 ജനുവരി 20 –നാണ് ജനിച്ചത്. അദ്ദേഹത്തി ന്റെ ജനനസമയത്തിനടുത്ത് വീടിനു തീപിടിച്ചിരുന്നു. പക്ഷേ, ഉമ്മയും കുഞ്ഞും അത്ഭുതകര മാംവിധം രക്ഷപ്പെട്ടു. തലയോല പറമ്പിലെ മലയാളം സ്കൂളിലും വൈക്കത്തെ ഇംഗ്ലീഷ് സ്കൂളിലു മായിട്ടായിരുന്നു വിദ്യാഭ്യാസം. സ്കൂൾ പഠനത്തോടൊപ്പം ത ന്നെ വീട്ടിലിരുന്ന് ഖുറാൻ,

ഇംഗ്ലീഷ്, ഹിന്ദി എന്നീ ഭാഷകളും പഠിച്ചു. വൈക്കത്തെ ഇംഗ്ലീഷ് സ്കൂളിൽ ഫിഫ്ത്ത് ഫോമിൽ പഠിക്കുമ്പോൾ വൈക്കം സത്യഗ്രഹം നടക്കുകയായിരുന്നു. സത്യഗ്രഹത്തോടനുബന്ധിച്ച് വൈക്കത്തെത്തിയ മഹാത്മാഗാന്ധിയെ തൊടണമെന്നൊരാശ അദ്ദേഹത്തിന്റെ മനസ്സിൽ ഉട ലെടുത്തു. ആയിരക്കണക്കിനാളുകളുടെ ഇടയിലൂടെ നുഴ്ന്നുകയറി തന്റെ ആശ നിറവേറ്റി. കാറിൽ കയറാൻ പോയ ഗാന്ധിജിയുടെ വലതുതോ ളിൽ അദ്ദേഹം തൊട്ടു.

ചെറുപ്പത്തിൽ തന്നെ സ്വാതന്ത്ര്യസമരത്തിലും പൊതു പ്രവർത്ത നത്തിലും താല്പര്യമുണ്ടായിരുന്ന ബഷീർ പഠിപ്പുപേക്ഷിച്ച് വീട്ടിൽ നിന്നും പുറപ്പെട്ടു. അന്ന് കോഴിക്കോട് മുഹമ്മദ് അബ്ദു റഹ്മാൻ സാഹി ബിന്റെ പ്രസിൽ ജോലിനോക്കിയിരുന്ന ഒരു വൈക്കത്തുകാരൻ ഉണ്ടാ യിരുന്നു. അയാളുടെ അടുത്തേക്ക് പോകുക എന്നതായിരുന്നു ഉദ്ദേശ്യം. വൈക്കത്തുനിന്നും കാൽനടയായി എറണാകുളം വരെയും അവിടെ നിന്ന് കള്ളവണ്ടി കയറി കോഴിക്കോട്ടുമെത്തി. ബഷീർ ഉദ്ദേശിച്ച ആൾ സ്ഥലത്തുണ്ടായിരുന്നില്ല. മുഹമ്മദ് അബ്ദു റഹ്മാൻ സാഹിബിന്റെ ഓഫീസിനു മുന്നിൽ രാത്രി ചുരുണ്ടുകൂടി കിടന്ന ബഷീറിന് സാഹിബ് ഭക്ഷണം വാങ്ങിക്കൊടുക്കുകയും ഓഫീസിൽ ഉറങ്ങാൻ അനുവദിക്കു കയും ചെയ്തു.

അവിടുത്തെ താമസക്കാലത്ത് ഇന്ത്യൻ നാഷണൽ കോൺഗ്രസ്സു മായി ബന്ധപ്പെട്ട് പ്രവർത്തനം ആരംഭിച്ചു. സ്വാതന്ത്ര്യസമരത്തിന്റെ ഭാഗ മായി ഉപ്പുസത്യഗ്രഹം ആരംഭിച്ചപ്പോൾ ബഷീർ അതിൽ സമരഭടനായി ചേർന്നു. പൊലീസ് മർദ്ദനത്തിനിരയായി. കോഴിക്കോട് പൊലീസ് ലോക്ക

പ്പിലും പിന്നീട് കോഴിക്കോട്, കണ്ണൂർ ജയിലുകളിലും കിടന്നു. ഉപ്പുസ
ത്യഗ്രഹത്തിൽ പങ്കെടുത്ത് ജയിലിലെത്തിയ സ്വാതന്ത്ര്യസമരഭടന്മാർ
തീവ്രവാദമായി അടുക്കുന്ന കാലമായിരുന്നു അത്. ഭഗത്സിംഗ്, രാജ്ഗു
രു, ഗുരുദേവ് എന്നീ വിപ്ലവകാരികളെ ബ്രിട്ടീഷ് ഭരണകൂടം തൂക്കിക്കൊ
ന്നിരുന്നു. ഗാന്ധിജിയുടെ നേതൃത്വത്തിലുള്ള സ്വാതന്ത്ര്യസമര പ്രസ്ഥാ
നത്തിലും ഇന്ത്യൻ നാഷണൽ കോൺഗ്രസിലും വിശ്വാസം നഷ്ടപ്പെട്ട
ചെറുപ്പക്കാർ ഇടതുപക്ഷത്തേക്ക് ചാഞ്ഞു കഴിഞ്ഞിരുന്നു. ബഷീർ
ഭഗത്സിംഗിന്റെ മാർഗ്ഗം പിന്തുടരാൻ തീരുമാനിച്ചു. ജയിൽ മോചിതനായ
അദ്ദേഹം ഭഗത്സിംഗ് മോഡൽ പ്രവർത്തനം തുടരാനായി കൊച്ചിയിൽ
ഒരു സംഘടന രൂപീകരിച്ചു. ഭീകരപ്രസ്ഥാനക്കാരെ പൊലീസ് അറസ്റ്റു
ചെയ്ത് ജയിലിലടച്ചു തുടങ്ങിയപ്പോൾ പിടികൊടുക്കാതെ ബഷീർ നാടു
വിട്ടു. കള്ളവണ്ടി കയറി കേരളത്തിനു വെളിയിൽ ഇന്ത്യ മുഴുവൻ സഞ്ച
രിച്ചു. ആ യാത്രയിൽ അറേബ്യയിലും ആഫ്രിക്കയുടെ തീരങ്ങളിലും
എത്തി പല ജോലികൾ ചെയ്തു. പല ഭാഷകൾ, പല തരക്കാരും
വർഗ്ഗക്കാരുമായ ജനങ്ങൾ, ഒട്ടെറെ അനുഭവങ്ങൾ! ബഷീറിൽ ഒരു കഥാ
കാരൻ ജനിക്കുന്നത് ഈ യാത്രയിലൂടെ കിട്ടിയ അനുഭവങ്ങളിൽ
നിന്നാണ്.

ഏഴു കൊല്ലത്തോളം നീണ്ട ആ യാത്രയ്ക്കൊടുവിൽ ബഷീർ
നാട്ടിൽ തിരിച്ചെത്തി. വീണ്ടും കൊച്ചിയിൽതന്നെ താമസമാക്കി. *രാജ്യാ
ഭിമാനി* എന്ന പത്രത്തിൽ *പട്ടത്തിന്റെ പേക്കിനാവ്* എന്ന ശീർഷകത്തിൽ
ഒരു ലേഖനമെഴുതിയതിന്റെ പേരിൽ, തിരുവിതാംകൂർ ഗവൺമെന്റ്
പത്രം കണ്ടുകെട്ടി. ദിവാനായിരുന്ന സർ സി പി രാമസ്വാമി അയ്യരുടെ
ഉറക്കം കെടുത്തുന്ന കുറെ തീപ്പൊരി ലേഖനങ്ങളും അദ്ദേഹം എഴുതി.
ബഷീറിനെ അറസ്റ്റു ചെയ്യാൻ വാറണ്ടു പുറപ്പെടുവിക്കപ്പെട്ടു. 1942-ൽ
സർ സിപിയുടെ പൊലീസ് ബഷീറിനെ അറസ്റ്റുചെയ്തു. രണ്ടു കൊല്ലം
കഠിനതടവും ആയിരം രൂപ പിഴയും വിധിച്ചു. കോട്ടയം, തിരുവനന്ത
പുരം ജയിലുകളിലാണ് അദ്ദേഹത്തെ പാർപ്പിച്ചത്. അവിടുത്തെ അനു
ഭവമാണ് *മതിലുകൾ* എന്ന കൃതി എഴുതാൻ കാരണമായത്. *പ്രേമലേ
ഖനവും* ജയിലിൽ വച്ച് എഴുതിയതാണ്. കാലാവധി തീരുന്നതിനു മുൻപു
തന്നെ ജയിലിൽനിന്നും വിട്ടുവെങ്കിലും കൊല്ലം പൊലീസ് വീണ്ടും അറ
സ്റ്റുചെയ്ത് ലോക്കപ്പിലിട്ടു, പിന്നീട് വിട്ടയച്ചു.

ബഷീറിന്റെ ആദ്യനോവൽ *പ്രേമലേഖനം* 1943-ലാണ് പ്രസിദ്ധീ
കരിച്ചത്. 1944-ൽ *ബാല്യകാല സഖിയും*. *ബാല്യകാലസഖി* സഞ്ചാരി
യായി നടന്ന കാലത്ത് കൽക്കത്തയിൽ വച്ചാണ് എഴുതാനാരംഭിച്ചത്.
ഇംഗ്ലീഷിൽ എഴുതിത്തുടങ്ങിയ ആ കൃതി പിന്നീടാണ് മലയാള രൂപ
ത്തിലാക്കിയത്. സ്വന്തം ജീവിതാനുഭവങ്ങൾ പകർത്തിയ *ബാല്യകാല
സഖിയുടെ* പ്രസിദ്ധീകരണത്തോടെ ബഷീർ മലയാളത്തിലെ സർഗ്ഗാ
ത്മക സാഹിത്യകാരന്മാരുടെ മുൻനിരയിലെത്തി. ഇക്കാലത്ത് ബഷീർ
'സർക്കിൾ ബുക്ക് ഹൗസ് ' എന്ന പേരിൽ ഒരു പുസ്തകശാല നടത്തു

നുണ്ടായിരുന്നു. 1945-ലാണ് *കഥാബീജം* എന്ന നാടകവും *ജന്മദിനം* എന്ന ചെറുകഥാസമാഹാരവും പ്രസിദ്ധീകരിക്കുന്നത്. 1946-ൽ *ഓർമ്മക്കുറിപ്പ്, അനർഘനിമിഷം* എന്നീ കൃതികളും 1947-ൽ *ശബ്ദങ്ങ ൾ* എന്ന കൃതിയും പുറത്തിറക്കി. ബഷീർ എന്ന എഴുത്തുകാരൻ ഏറെ വിമർശിക്കപ്പെട്ടതും, ഏറെ കരുത്തു നേടിയതും *ശബ്ദങ്ങൾ* എന്ന കൃതി യുടെ പ്രസിദ്ധീകരണത്തോടെ ആയിരുന്നു. ഭാഷാപരമായും, പ്രതിപാ ദനപരമായും ഈ കൃതി അന്നുവരെ ഇറങ്ങിയിട്ടുള്ള മലയാള കൃതിക ളിൽ നിന്നും തുലോം വ്യത്യസ്തമായിരുന്നു. 1948-ൽ *വിഡ്ഢികളുടെ സ്വർഗ്ഗവും* 1951-ൽ *ന്റുപ്പുപ്പാക്കൊരാനേണ്ടാർന്ന്, മുച്ചീട്ടുകളിക്കാരന്റെ മകൾ, മരണത്തിന്റെ നിഴലിൽ* എന്നീ കൃതികളും പ്രസിദ്ധീകൃതമായി. തുടർന്ന് *പാവപ്പെട്ടവരുടെ വേശ്യ* (1952), *സ്ഥലത്തെ പ്രധാന ദിവ്യൻ* (1953), *ആനവാരിയും പൊൻകുരിശും* (1953), *ജീവിത നിഴൽപ്പാടുകൾ* (1954), *വിശ്വവിഖ്യാതമായ മൂക്ക്* (1954), *വിശപ്പ്* (1954) എന്നീ കൃതി കളും പുറത്തുവന്നു. 1958-ൽ *ന്റുപ്പുപ്പാക്കൊരാനേണ്ടാർന്ന്* നാടക രൂപ ത്തിലാക്കി. ഇതേവർഷം ഡിസംബർ 18-ന് ചെറുവണ്ണൂരിലെ കോയാ ക്കുട്ടി മാസ്റ്ററുടെ മൂത്ത മകൾ ഫാബിയുമായി ബഷീറിന്റെ വിവാഹം നടന്നു. വിവാഹാനന്തരം ഇരുവരും വൈക്കത്തുപോയി അവിടെ താമ സിച്ചു. തുടർന്ന് 'അസ്ഹർ കോട്ടേജ്' എന്ന പേരിൽ ഒരു വീടുനിർമ്മിച്ച് അതിൽ താമസിച്ചു.

1959-ൽ *പാത്തുമ്മയുടെ ആട്* പ്രസിദ്ധീകരിക്കപ്പെട്ടു. ഈ കൃതി യുടെ പ്രസിദ്ധീകരണത്തോടെ ബഷീറിന്റെ സാഹിത്യരംഗത്തുള്ള കീർത്തി വർദ്ധിച്ചു. 1962-ൽ ബഷീർ കോഴിക്കോട്ട് ബേപ്പൂരിൽ വൈലാ ലിൽ എന്ന പറമ്പും വീടും വിലയ്ക്കുവാങ്ങി താമസം മാറ്റി. ബഷീറിന് ഷാഹിന, അനീസ് ബഷീർ എന്നീ രണ്ടു മക്കളാണുള്ളത്.

1965-ൽ *മതിലുകൾ*, 1967-ൽ *ഭഗവദ്ഗീതയും കുറെ മുലകളും* എന്ന ചെറുകഥാ സമാഹാരം, 1968-ൽ *താരാ സ്പെഷൽ* എന്ന ചെറുകഥാസ മാഹാരം, *മാന്ത്രികപ്പൂച്ച* എന്ന നോവൽ, 1969-ൽ ചോദ്യോത്തരങ്ങളും കത്തുകളും നുറുങ്ങുകളും അടങ്ങിയ *നേരും നുണയും* എന്ന ഗ്രന്ഥവും പുറത്തിറക്കി. 1970-ൽ കേന്ദ്ര സാഹിത്യ അക്കാദമി ഫെലോഷിപ്പ്, 1972 -ൽ സ്വാതന്ത്ര്യ സമര സേനാനി എന്ന നിലയിൽ താമ്രപത്രം എന്നിവ നല്കപ്പെട്ടു. *ആനപ്പൂട* (1975), *ചിരിക്കുന്ന മരപ്പാവ* (1975), *ഭൂമിയുടെ അവ കാശികൾ* (1977) എന്നീ കൃതികൾകൂടി പ്രസിദ്ധീകരിക്കപ്പെട്ടു.

1981-ൽ കേരള സാഹിത്യ അക്കാദമി ഫെലോഷിപ്പു നല്കി ബഷീ റിനെ ആദരിച്ചു. 1982-ൽ പത്മശ്രീ ലഭിച്ചു. 1983-ൽ *അനുരാഗത്തിന്റെ ദിനങ്ങൾ* എന്ന കൃതിയും 1985-ൽ *ഭാർഗ്ഗവീ നിലയം* എന്ന തിരക്കഥയും പുറത്തിറക്കി. 1987-ജനുവരി 19-ന് കോഴിക്കോട് സർവകലാശാല ഡി ലിറ്റ് നല്കി അദ്ദേഹത്തെ ആദരിച്ചു. ഡി ലിറ്റ് ഏറ്റുവാങ്ങിക്കൊണ്ട് അദ്ദേഹം ചെയ്ത പ്രസംഗം 1992-ൽ *ചെവിയോർക്കുക അന്തിമകാഹളം* എന്ന പേരിൽ പ്രസിദ്ധീകൃതമായിട്ടുണ്ട്. ബഷീറിന്റെ ജീവിതത്തെയും

സാഹിത്യത്തെയും ഏറെ സ്വാധീനിച്ച വ്യക്തിയായിരുന്നു നിരൂപകനായ എം പി പോള്‍. *എം പി പോള്‍* എന്ന പേരില്‍ 1991-ല്‍ ഒരു ഗ്രന്ഥം പ്രസി ദ്ധീകരിച്ചിട്ടുണ്ട്. ഇതേ വര്‍ഷം തന്നെയാണ് *ശിങ്കിടിമുങ്കന്‍* എന്ന കഥാ സമാഹാരവും പുറത്തുവന്നത്.

സുദീര്‍ഘമായ ജീവിതത്തിന്റെയും സമ്പന്നമായ അനുഭവത്തി ന്റെയും ഉടമയായിരുന്നു വൈക്കം മുഹമ്മദ് ബഷീര്‍. മറ്റൊരു എഴുത്തു കാരനും സാധിക്കാത്തവിധം മൂല്യവത്തായ സാഹിത്യ സമ്പത്താണ് ബഷീര്‍ മലയാളത്തിന് നല്‍കിയത്. അതുകൊണ്ടാണ് അദ്ദേഹത്തിന് സംസ്കാര ദീപം (1987), ലളിതാംബിക അന്തര്‍ജ്ജനം സ്മാരക സമ്മാനം (1992), പ്രേംനസീര്‍ സ്മാരക പുരസ്കാരം (1993), വള്ളത്തോള്‍ പുര സ്കാരം (1994), ജിദ്ദ അരങ്ങ് അവാര്‍ഡ് (1994) തുടങ്ങിയ ഒട്ടേറെ അവാര്‍ഡുകള്‍ ലഭിച്ചത്.

ഇരുപതാം നൂറ്റാണ്ടിന്റെ ആദ്യ പകുതിയില്‍ കേരളത്തിലെ ഉള്‍നാ ടന്‍ ഗ്രാമങ്ങളിലെ സാധാരണക്കാരുടെ അതിസാധാരണമായ ജീവിത മാണ് ബഷീര്‍ മുഖ്യമായും തന്റെ നോവലുകളിലും കഥകളിലും അവ തരിപ്പിച്ചത്. *ബാല്യകാലസഖി* ബഷീറിന്റെ അറിയപ്പെടുന്ന നോവലാ ണ്. മുസ്ലീം സമുദായത്തിന്റെ ആചാരവിചാരങ്ങളെ ഹൃദയംഗമമായി ഇതില്‍ അവതരിപ്പിച്ചിരിക്കുന്നു. വ്യക്തിത്വം നിറഞ്ഞ കഥാപാത്രങ്ങളാണ് ഇതിലുള്ളതെല്ലാം. പ്രധാന കഥാപാത്രങ്ങള്‍ മജീദും സുഹ്റയുമാണ്. മാതൃഹൃദയം തുറന്നു കാണിക്കുന്ന ഇതിലെ 'ഉമ്മ'യെ ഒരാള്‍ക്കും വിസ്മരിക്കാന്‍ കഴിയില്ല.

പഴയ പ്രതാപം പൊക്കിപ്പിടിച്ചു നടന്ന് സ്വയം നശിക്കുന്ന യാഥാ സ്ഥിതിക മുസ്ലീങ്ങളുടെ ചിത്രമാണ് *ന്റുപ്പൂപ്പാക്കൊരാനേണ്ടാര്‍ന്ന്*. കുഞ്ഞി പ്പാത്തു ആണ് ഇതിലെ നായിക. ആനമക്കാര്‍ ഇവരുടെ പിതാമഹനാണ്. കുഞ്ഞിപ്പാത്തു കൗമാരത്തിലേക്ക് കടന്നപ്പോഴേക്കും കുടുംബസ്വ ത്തെല്ലാം നശിച്ചിരുന്നു. ഗത്യന്തരമില്ലാതെ ബാപ്പയും ഉമ്മയും മക്കളും നാടുവിട്ട് മറ്റൊരു ദിക്കില്‍ താമസമാക്കി. അക്കാലത്തും ആനയുണ്ടായി രുന്ന പിതൃഗൃഹത്തിന്റെ പദവിയോര്‍ത്ത് കുഞ്ഞിപ്പാത്തുവിന്റെ ഉമ്മ നുണഞ്ഞിറക്കിക്കൊണ്ടിരുന്നു. ഇവരുടെ അയല്‍ക്കാരനായിരുന്നു നിസാര്‍ അഹമ്മദ്. ഒരു കാളവണ്ടിക്കാരന്റെ മകനാണ് ഇദ്ദേഹം. ദരിദ്ര നായിരുന്നെങ്കിലും കാലഗതിയനുസരിച്ച് അദ്ദേഹം പുത്രന് വിദ്യാഭ്യാസം നല്‍കി എം എക്കാരനാക്കി. കുഞ്ഞിപ്പാത്തുവും നിസാറും തമ്മില്‍ പരി ചയപ്പെടുകയും പ്രണയിക്കുകയും ഒടുവില്‍ ദമ്പതിമാരായി തീരുകയും ചെയ്യുന്നതാണ് ഇതിവൃത്തം. തലമുറകളുടെ മാറ്റം, മതത്തിന്റെ പേരി ലുള്ള അന്ധവിശ്വാസങ്ങള്‍, വിദ്യാഭ്യാസമില്ലായ്മ കൊണ്ടുണ്ടാവുന്ന വിവ രക്കേട് എന്നിവ വിവരിക്കുന്ന ഈ നോവല്‍ മുസ്ലീം സമുദായം പുരോഗ മനപരമായി മുന്നേറേണ്ടതിന്റെ ആവശ്യകതയെ ഫലിതവും, പരിഹാ സവും നിറഞ്ഞ സംഭാഷണങ്ങളില്‍ക്കൂടി ബഷീര്‍ ഇതില്‍ അവതരി പ്പിച്ചിട്ടുണ്ട്. സ്വന്തം കുടുംബത്തിന്റെ കഥയാണ് *പാത്തുമ്മായുടെ ആട്*.

ചെറിയ നോവലുകളാണ് എല്ലാം. മൗലികതയും, നർമ്മത്തിന്റെ വെട്ടിത്തിളക്കവുമാണ് ബഷീർ കൃതികളുടെ മുഖമുദ്രകൾ. തിക്തമായ ജീവിതാനുഭവങ്ങളാണ് മൊത്തത്തിൽ ബഷീറിന്റെ ജീവിതം തന്നെ. പക്ഷേ, ഈ അനുഭവങ്ങളെ കലാത്മകമായി പുനഃസൃഷ്ടിച്ച് മലയാള ത്തിന് ഈടുറപ്പുള്ള കൃതികൾ അദ്ദേഹം സമ്മാനിച്ചു. ജീവിതത്തെ അതിന്റെ തനിമയിൽ പച്ചയായി അദ്ദേഹം ചിത്രീകരിച്ചിരിക്കുന്നു. ഇതി ഹാസമുഖമുള്ളവരാണ് അദ്ദേഹത്തിന്റെ മിക്ക കഥാപാത്രങ്ങളും. ബഷീർ സാഹിത്യം മലയാളത്തിൽ ഉദാത്തശോഭയോടെ ഒറ്റപ്പെട്ടു നില്ക്കുന്ന സാഹിത്യ പ്രപഞ്ചമാണ്. ബഷീർ തന്റെ കഥാപ്രപഞ്ചം സൃഷ്ടിച്ചത് സാധാരണ ജനങ്ങളുടെ ഭാഷയിലാണ്. ദുരൂഹമായ ഭാഷയോ അപ്രാ പ്യമായ ആശയങ്ങളോ അദ്ദേഹത്തിന്റെ കൃതികളിൽ കാണില്ല. തന്റെയും താൻ ഇടപഴകിയ മനുഷ്യരുടെയും സാധാരണ ജീവിതാവസ്ഥകളെയും വിചാരവീക്ഷണങ്ങളെയും സാധാരണമായ ഭാഷയിൽ എന്നാൽ അത്യന്തം ചാരുതയോടെ അദ്ദേഹം അവതരിപ്പിച്ചു. എന്നാൽ ബഷീറിന്റെ ഈ സാധാരണമായ ഭാഷയ്ക്ക് അസാധാരണമായ അർത്ഥസൗന്ദര്യമാണ് ഉള്ളത്. ഇങ്ങനെ മലയാള സാഹിത്യത്തിന് മികച്ച സംഭാവനകൾ നല്കിയ ശ്രീ വൈക്കം മുഹമ്മദ് ബഷീറിന്റെ ജീവിതത്തിന് 1994 ജൂലൈ 4-നു തിരശ്ശീല വീണു.

ഡോ: ആർ ശശിധരൻ

കെ ശിവരാം കാരന്ത്

കന്നട സാഹിത്യത്തിലെ മുൻനിരക്കാരിൽ പ്രധാനിയും പ്രതിഭാ ധനനായ നോവലിസ്റ്റുമായ ശ്രീ ശിവരാമ കാരന്ത് ജനിച്ചത് 1902 ഒക്ടോ ബർ രണ്ടിനാണ്. കർണ്ണാടകത്തിലെ 'കോട്' എന്ന ചെറിയ ഗ്രാമത്തിലെ ഒരു യാഥാസ്ഥിതിക ബ്രാഹ്മണ കുടുംബത്തിലാണ് ജനനം. നോവലിനു പുറമെ കന്നട സാഹിത്യത്തിന്റെ ഇതര മേഖലകളിലും അദ്ദേഹത്തിന്റെ പ്രതിഭയുടെ തിളക്കം നമുക്ക് ദർശനീയമാണ്. യഥാർത്ഥത്തിൽ ഒരു സാഹിത്യകാരനെന്നതിലുപരി കാരന്ത് നിഘണ്ടു നിർമ്മാതാവെന്ന നില യിൽ പ്രത്യേകിച്ച് വിശ്വനിഘണ്ടു നിർമ്മാതാവെന്ന പേരിലാണ് കൂടു തൽ പ്രശസ്തി നേടിയത്. കർണാടകത്തിലെ പ്രമുഖ കലാരൂപമായ യക്ഷഗാനത്തിന് ഗവേഷണ നിരീക്ഷണങ്ങളിലൂടെ പുതിയ മാനങ്ങൾ നൽകുകയും അതിനെ പരിപോഷിപ്പിക്കുകയും വളർത്തുകയും ചെയ്ത തിൽ കാരന്തിന്റെ പങ്ക് എടുത്തുപറയേണ്ടതാണ്.

ഒരു ബ്രാഹ്മണ കുടുംബത്തിലെ അംഗമായിരുന്നുവെങ്കിലും അദ്ദേ ഹത്തിന്റെ പിതാവ്, ആദരണീയനായ ശേഷ് കാരന്ത് തന്റെ മക്കളെ യെല്ലാം ബ്രാഹ്മണ സമൂഹത്തിന്റെ കാഴ്ചപ്പാടുകളെ മറികടന്ന് സ്കൂളി ലയച്ച് ഇംഗ്ലീഷ് വിദ്യാഭ്യാസം ചെയ്യിച്ചു. ചെറുപ്പകാലത്തുതന്നെ പ്രകൃ തിയും പ്രകൃതി സൗന്ദര്യങ്ങളും കാരന്തിന്റെ ബാലമനസ്സിനെ വല്ലാതെ ആകർഷിച്ചിരുന്നു. അതുകൊണ്ടുതന്നെ ബാലകോചിതമായ കളിക ളേക്കാളേറെ കാരന്ത് തന്റെ അധികസമയവും ഗ്രാമാതിർത്തിയിലൂടെ ഒഴു കുന്ന തോടിന്റെ തീരത്തായിരുന്നു ചെലവഴിച്ചത്. കടലിലെ ആർത്തിര മ്പുന്ന തിരമാലകളെ മണിക്കൂറുകളോളം അദ്ദേഹം നോക്കിയിരിക്കുമാ

യിരുന്നു. സ്കൂളിന്റെ നാലു ഭിത്തി കൾക്കിടയിൽ ഒതുങ്ങിനിൽക്കാൻ അദ്ദേഹം ആഗ്രഹിച്ചില്ല. തത്ഫല മായി 1921-ൽ ഗാന്ധിജിയുടെ നിർ ദ്ദേശ പ്രകാരം കോളേജ് വിദ്യാഭ്യാസം ഉപേക്ഷിച്ച് സ്വാതന്ത്ര്യസമരത്തി ലേക്ക് അദ്ദേഹം ഇറങ്ങിത്തിരിച്ചു. തന്റെ സൃഷ്ടിപരമായ പ്രതിഭയുടെ ബലത്തിലാണ് തന്റെ പ്രവർത്തന ങ്ങൾ അദ്ദേഹം നടത്തിയത്. സത്യ ത്തിന്റെയും സൗന്ദര്യത്തിന്റെയും ആരാധനകനായിരുന്ന കാരന്തിന്റെ യുവമനസ്സ് ഗാന്ധിയൻ ആദർശങ്ങളി ലൂടെയാണ് വികാസം പ്രാപിച്ചത്. ഒരർത്ഥത്തിൽ തന്റെ ചുറ്റുപാടുകളോ ടുള്ള അടുത്ത ബന്ധങ്ങൾ ഒരു പരി

കെ ശിവരാം കാരന്ത്

ധിവരെ അദ്ദേഹം അറുത്തുമാറ്റിയ ഒരവസരമായിരുന്നു അത്. എങ്കിലും സാമൂഹികമായ കടിഞ്ഞാണുകളെ അദ്ദേഹം ഭേദിക്കാൻ ഒരിക്കലും ശ്രമി ച്ചിരുന്നില്ല.

എന്നും പുതുമയെ ഉൾക്കൊള്ളാൻ ആഗ്രഹിച്ചിരുന്ന കാരന്തിനെ ഒരർത്ഥത്തിൽ വായനക്കാരുടെ സമൂഹം എന്നും ഒരുതരം ആരാധന യോടെയാണ് നോക്കിക്കണ്ടത്. തന്റെ രചനാ വൈഭവത്തിലൂടെ സമൂ ഹത്തിലെ അരാജകത്വങ്ങൾക്കും അന്യായങ്ങൾക്കും എതിരെ നീതി നടപ്പാക്കാൻ സന്ധിയില്ലാ സമരം നടത്തിയിരുന്ന ഒരു അതുല്യ മനുഷ്യ സ്നേഹി കൂടിയായിരുന്നു ശിവരാം കാരന്ത്. കന്നട സാഹിത്യത്തിലെ എണ്ണമറ്റ വായനക്കാരുടെ സമൂഹം എന്നും കാരന്തിനെ ഒരാദർശപുരുഷ നായി നോക്കിക്കാണുന്നു. ഒരു തികഞ്ഞ സ്വാശ്രയനും സത്യസന്ധനും നിർഭയനും അതിലുപരി തന്നിൽ തന്നെ പൂർണ്ണനുമായ മനുഷ്യസ്നേ ഹിയായിരുന്നു അദ്ദേഹം.

മാറി മാറി വരുന്ന വിദ്യാഭ്യാസ സമ്പ്രദായങ്ങളിലെ പോരായ്മകളെ അദ്ദേഹം എന്നും വിമർശന ബുദ്ധിയോടെ നോക്കിക്കണ്ടിരുന്നു. വ്യക്തി യുടെ വ്യക്തിത്വനിർമ്മാണത്തെ മാറ്റിനിർത്തിക്കൊണ്ട് കേവലം ഉദര പൂർത്തിയെന്ന ഒരൊറ്റ ലക്ഷ്യം മാത്രം മുന്നിൽ കണ്ടുകൊണ്ട് നടപ്പിലാ ക്കുന്ന, വിദ്യാഭ്യാസ സമ്പ്രദായത്തെ കാരന്ത് ഒരിക്കലും മാനിച്ചിരുന്നില്ല. തത്ഫലമായി അത്തരത്തിൽ വിലകുറഞ്ഞ ഒരു വിദ്യാഭ്യാസനീതിയെ തകിടം മറിച്ച് ദീർഘവീക്ഷണത്തോടുകൂടിയുള്ള ഒരു വിദ്യാഭ്യാസ സമ്പ്ര ദായം നടപ്പിലാക്കാൻ അദ്ദേഹം സ്വയം ഒരു വിദ്യാഭ്യാസ തന്ത്രജ്ഞ നായി മാറി. വളരെ പ്രസിദ്ധമായ മൂന്ന് സർവ്വകലാശാലകൾ ഡി ലിറ്റ് നൽകി കാരന്തിനെ ആദരിച്ചത് അദ്ദേഹത്തിന്റെ പുതുമയാർന്ന വിദ്യാ

ഭ്യാസ വീക്ഷണങ്ങൾക്ക് ലഭിച്ച അംഗീകാരത്തിന്റെ തെളിവായിരുന്നു.

ആധുനിക വിദ്യാഭ്യാസ സമ്പ്രദായങ്ങളിലെ കുറവുകളെയും പരി മിതികളെയും വളരെ മുമ്പുതന്നെ ദീർഘദൃഷ്ടിയോടെ വിലയിരുത്തി യിരുന്ന കാരന്ത് തന്റെ വീക്ഷണപാടവത്തിന്റെ പിൻബലത്തോടെ അവ പരിഹരിക്കാനുതകുന്ന പാഠപുസ്തകങ്ങളും നിഘണ്ടുക്കളും പ്രത്യേ കിച്ചു വിശ്വോത്തര നിഘണ്ടുക്കളും നിർമ്മിക്കാൻ, തന്റെ കഴിവിന്റെ ഭൂരി ഭാഗവും നീക്കിവച്ച് കഠിനാദ്ധ്വാനം ചെയ്തു. നിഘണ്ടു നിർമ്മാതാക്ക ളിൽ അമരക്കാരനും മാർഗ്ഗദർശിയുമെന്ന സ്ഥാനം കന്നഡ സാഹിത്യ ത്തിൽ ഇന്നും കാരന്തിനു മാത്രം അവകാശപ്പെട്ട ഒന്നാണ്.

വ്യക്തിയുടെ മാനസിക അവസ്ഥകൾക്ക് മുൻതൂക്കം കൊടുത്തു കൊണ്ടുള്ള ഒരു വിദ്യാഭ്യാസ സമ്പ്രദായത്തിനായിരുന്നു കാരന്ത് പ്രധാ നമായും ഊന്നൽ നൽകിയത്. ഒരു ബാലകന്റെയും യുവാവിന്റെയും ചിന്താധാരകളും പ്രവർത്തന മണ്ഡലങ്ങളും തമ്മിൽ സാരമായ അന്തരം ഉണ്ട്. അതിനനുസരണമായി അവരുടെ മാനസിക പശ്ചാത്തലങ്ങളും വളരെ വ്യത്യസ്തമായിരിക്കും. ഈ തിരിച്ചറിവിന്റെ പിൻബലത്തോടു കൂടി, അതിനനുസരിച്ചുള്ള പാഠ്യസമ്പ്രദായം അദ്ദേഹം നടപ്പിലാക്കി. ഇത്തരത്തിലുള്ള ഒരു ദീർഘവീക്ഷണത്തിന്റെ ഉത്തമ പ്രതിഫലനങ്ങ ളാണ് വിവിധങ്ങളായ അദ്ദേഹത്തിന്റെ കൃതികൾ.

ബാലസാഹിത്യമുൾപ്പെടെ ഏകദേശം ഇരുനൂറോളം രചനകൾ കാരന്തിന്റേതായിട്ടുണ്ട്. വാസ്തവത്തിൽ ഒരു നാടകരചയിതാവെന്ന നില യിലാണ് സാഹിത്യ ലോകത്ത് അദ്ദേഹം കാലെടുത്തു വച്ചത്. അദ്ദേഹ ത്തിന്റെ രചനകൾ പല രൂപഭാവങ്ങളോടുകൂടിയവയായിരുന്നെങ്കിലും ഗാന്ധിയൻ ചിന്താധാരകളിലെ പരിവർത്തന സിദ്ധാന്തത്തിന്റെ അടിവേ രുകൾ ആ കൃതികളിലങ്ങോളമിങ്ങോളം ചിതറിക്കിടക്കുന്നു. പിന്നീട് പരിവർത്തന കാംക്ഷികളായ ആളുകൾ കുറയുന്നത് മനസ്സിലാക്കി അദ്ദേഹം ക്രമേണ നാടകലോകത്തോട് വിടപറഞ്ഞു.

പിന്നീടുള്ള കാരന്തിന്റെ സൃഷ്ടിചേതനയിലെ മൂലബിന്ദു ഒരു വ്യക്തി എന്ന നിലയിൽ മനുഷ്യനെ ഉൾക്കൊള്ളുവാനും അവന്റെ സങ്കീർണ്ണപ്രശ്നങ്ങളെ മനസ്സിലാക്കുവാനുമുള്ള ഒരു ശ്രമമായിരുന്നു. അതിനായി അദ്ദേഹം നടത്തിയ സൂക്ഷ്മനിരീക്ഷണങ്ങളുടെ വ്യക്തമായ തെളിവുകളാണ് കാരന്തിന്റെ 39 നോവലുകൾ. തന്റെ ചുറ്റുമുള്ള വിഭി ന്നങ്ങളായ ജീവിത സാഹചര്യങ്ങളെ അദ്ദേഹം എത്രമാത്രം സൂക്ഷ്മ മായി അവലോകനം ചെയ്തു എന്നതിന്റെ ഉത്തമ തെളിവുകളാണ് നോവ ലുകൾ. തന്റെ ഈ നിരീക്ഷണങ്ങളിലൂടെ അദ്ദേഹം കണ്ടെത്തിയത് ഒരു വലിയ യാഥാർത്ഥ്യമായിരുന്നു, പ്രതികൂല സാഹചര്യങ്ങളിലൂടെ കടന്നുപോകുമ്പോഴും മനുഷ്യനിൽ ജീവിക്കാനുള്ള അദമ്യമായ ഒരഭി നിവേശം നിലനിൽക്കുന്നു എന്നത്. ഏതേത് പ്രതികൂല സാഹചര്യങ്ങ ളിലും മനുഷ്യനെ പിടിച്ചുനിർത്തുന്നത്, ഒരുപക്ഷെ ഈ ജീവിക്കാനുള്ള ആഗ്രഹം തന്നെയായിരിക്കും. മൂല്യശോഷണം ജീവിതത്തിന്റെ വിവിധ

മേഖലകളെ കാർന്നുതിന്നുകൊണ്ടിരിക്കുമ്പോഴും, ആ വേദനകൾ ഉള്ളി ലൊതുക്കി അദ്ദേഹം തികഞ്ഞ ആദർശവാനായി ജീവിതത്തെ പ്രതീ ക്ഷയോടെ നോക്കിക്കണ്ടു. ചിരന്തനങ്ങളായ ജീവിതസത്യങ്ങളെ എക്കാ ലവും പരിരക്ഷിച്ചുപോരുക എന്നതിലപ്പുറം ഏതു പ്രതികൂല സാഹച ര്യങ്ങളിലും അവയെ ഉപേക്ഷിക്കാതിരിക്കുക എന്ന തത്ത്വത്തെ അദ്ദേഹം കൂടുതൽ വിലമതിച്ചിരുന്നു.

ലോകത്തെയും അതിന്റെ വിവിധങ്ങളായ പ്രശ്നങ്ങളെയും ആധു നികതയുടെ കാഴ്ചപ്പാടിലൂടെ നോക്കിക്കാണാൻ കാരന്ത് എന്നും ആഗ്ര ഹിച്ചിരുന്നു. വളരെയധികം സങ്കീർണ്ണവും ആന്തരികവും ബാഹ്യവുമായ പിരിമുറുക്കങ്ങളും നിറഞ്ഞ ആധുനിക മനുഷ്യന്റെ ജീവിതത്തെ, അതിന്റെ യഥാർത്ഥ അവസ്ഥയിൽ ഉൾക്കൊള്ളാൻ അദ്ദേഹത്തിന്റെ രച നകൾക്ക്, പ്രത്യേകിച്ച് നോവലുകൾക്ക് സാധിച്ചിട്ടുണ്ട്. കാരന്തിന്റെ ദൃഷ്ടിയിൽ കരുണയും സഹാനുഭൂതിയും ആണ് ഏതൊരു മനുഷ്യ ന്റെയും സ്വാഭാവികവും സ്വതഃസിദ്ധവുമായ രണ്ട് ഗുണങ്ങൾ. ഈ തിരി ച്ചറിവും അദ്ദേഹത്തിന്റെ നോവലുകളിൽ നമുക്ക് അനുഭവവേദ്യമാണ്.

1977-ലെ സാഹിത്യത്തിനുള്ള ജ്ഞാനപീഠ പുരസ്കാരം കാര ന്തിന്റെ *മുകജ്ജിയ കൻസുഹലു* എന്ന നോവലിനാണ് ലഭിച്ചത്. അസാ മാന്യ വ്യക്തിത്വത്തിന്റെ ഉടമയായ, വൃദ്ധയും വിധവയുമായ ഒരു സ്ത്രീയെ ചുറ്റിപ്പറ്റിയുള്ള പ്രസ്തുത നോവൽ കാരന്തിന്റെ അന്വേഷണ കുശലതയുടെയും വ്യക്തിയുടെ അന്തരംഗങ്ങളിലേക്ക് ഇറങ്ങിച്ചെന്ന് അതിനെ വിശകലനം ചെയ്യാനുള്ള കഴിവിനെയും വായനക്കാർക്ക് മുമ്പിൽ തുറന്നു കാട്ടുന്നതാണ്. ഒരുപക്ഷെ തികച്ചും പുതിയതും എന്നും നിലനിൽക്കുന്നതുമായ ഒരു അന്വേഷണപരത ഈ നോവലിലൂടെ കാരന്ത് വെളിപ്പെടുത്തുകയുണ്ടായി. പുരാതന ഇതിഹാസകാലംതൊട്ട് ആധുനിക യുഗം വരെയുള്ള മനുഷ്യ സംസ്കാരത്തിന്റെ ഒരു യഥാർത്ഥ ചിത്രം വായനക്കാർക്കു മുമ്പിൽ വരച്ചു കാട്ടുക എന്നതായിരുന്നു പ്രസ്തുതനോവലിലൂടെ കാരന്തിന്റെ ഉദ്ദേശ്യം. ഈ ഉദ്ദേശ്യത്തിന്റെ സഫ ലീകരണത്തിനു വേണ്ടിയാണ് അതിയായ മാനസിക വൈകാരിക പ്രശ്നങ്ങളിലൂടെ കടന്നുപോകുന്ന ഒരു വൃദ്ധയും വിധവയുമായ സ്ത്രീയെ കേന്ദ്രസ്ഥാനത്ത് കാരന്ത് പ്രതിഷ്ഠിച്ചത്. ഈശ്വര സങ്കൽപ്പത്തെപ്പറ്റിയുള്ള മനുഷ്യന്റെ ധാരണകൾ ചരിത്രപരമായി മാറി ക്കൊണ്ടിരിക്കുന്ന ഒരു സമൂഹത്തിലാണ് നാമിന്ന് ജീവിക്കുന്നത്. ഏത് ജീവിതാവസ്ഥയിലാണെങ്കിലും മനുഷ്യ ജീവിതത്തിന് അനിവാര്യമായ ഒന്നാണ് ലൈംഗികത എന്ന തിരിച്ചറിവിലേക്കും നമ്മുടെ ശ്രദ്ധയെ പ്രസ്തുത നോവൽ ക്ഷണിക്കുന്നുണ്ട്. വാസ്തവത്തിൽ നോവലിൽ പ്രതിപാദിക്കുന്ന ഈ വൃദ്ധയായ സ്ത്രീ നമ്മുടെ നാടിന്റെ പ്രാചീനമൂല്യ ങ്ങളുടെ ഒരു പ്രതിനിധിയാണ്. ഒരു വൃക്ഷത്തണലിൽ ഇരുന്ന് അവർ തന്റെ കൊച്ചുമക്കളായ നാമോരോരുത്തരോടും അതിവിദൂരമായ പുരാ തനകാലത്തിന്റെ ഒരു ചിത്രം വരച്ചുകാട്ടാൻ ശ്രമിക്കുകയാണ്. ജീവിത

ത്തെ, അതായിരിക്കുന്ന അവസ്ഥയിൽ, അതിന്റെ സമ്പൂർണ്ണരൂപത്തിൽ നോക്കിക്കാണാനുള്ള ഒരു ആഹ്വാനം കൂടിയാണ് അവർ നമുക്കു നൽകുന്നത്.

മുകജ്ജിയിലൂടെ, ആദ്യാവസാനം വരെ, ഒരേ സമയം രണ്ട് കാല ചക്രങ്ങളെ കൈവെള്ളയിൽ വച്ചുകൊണ്ട്, അവയെപ്പറ്റിയുള്ള തന്റെ കാഴ്ചപ്പാടുകളെ അവതരിപ്പിക്കുകയാണ് വാസ്തവത്തിൽ കാരന്ത് ചെയ്യുന്നത്. അതിന് അദ്ദേഹം നിമിത്തമായി തെരഞ്ഞെടുത്തത്, എൺപതു കഴിഞ്ഞ വൃദ്ധയും വിധവയുമായ ഒരു സ്ത്രീ കഥാപാത്രത്തെയാണ്. അവരിലൂടെ, ഈ ലോകത്തെ നയിക്കുന്ന ഏറ്റവും വലിയ ശക്തിയും മനുഷ്യന്റെ ഏറ്റവും മഹത്തായ ഗുണവുമായി 'കരുണ'യെ എടുത്തു കാട്ടുകയാണ് കാരന്ത് ചെയ്തിരിക്കുന്നത്. പരമ്പരാഗത മൂല്യങ്ങളെ വെല്ലുവിളിക്കുകയും അവയെ ശക്തമായി പ്രഹരിക്കുകയും ചെയ്യുന്ന ഒരു കഥാപാത്രമാണ് പ്രസ്തുത നോവലിലെ മുകജ്ജി. മുകജ്ജിയുടെ ദൃഷ്ടിയിൽ സത്യമായ ജീവാനുഭൂതിക്കുവേണ്ടി യാതൊന്നും വർജ്ജി ക്കപ്പെടുന്നില്ല. മറിച്ച് അനീതികളും, വഞ്ചനയും ചതിയും ദാരുണമായ ജീവിത സാഹചര്യങ്ങളും തികച്ചും നിസ്സഹായവും ദരിദ്രവുമായ രീതി യിൽ സ്ത്രീയെ ചൂഷണം ചെയ്യുന്നതുമൊക്കെയാണ് സമൂഹത്തിലെ വർജ്ജിക്കപ്പെടേണ്ടവ. വളരെ ശക്തമായ രീതിയിൽ ഇവയെയൊക്കെ അപലപിക്കാൻ കാരന്ത് തന്റെ നോവലിലൂടെ ശ്രമിക്കുന്നു.

കാരന്തിന്റെ വളരെ ചർച്ച ചെയ്യപ്പെട്ട മറ്റൊരു കൃതിയാണ്, അദ്ദേ ഹത്തിന്റെ ആത്മകഥ പഗലെ മൻ കെ ദസ് ചെഹരെ. ജീവിതത്തിന്റെ വിഭിന്ന മണ്ഡലങ്ങളിൽ താൻ അനുഭവിച്ച മാനസിക സംഘർഷങ്ങ ളുടെ ഒരു തോന്നൽ, തന്റെ വായനക്കാരിൽ ജനിപ്പിക്കുക എന്ന ഉദ്ദേശ്യ ത്തോടുകൂടിയാണ് ഈ പുസ്തകം കാരന്ത് എഴുതിയത്.

കലാസംബന്ധമായ മേഖലകളെപ്പറ്റിയും നിഗൂഢങ്ങളായ മറ്റനേകം വിഷയങ്ങളെപ്പറ്റിയും വളരെ സാരഗർഭിതങ്ങളായ ലേഖനങ്ങൾ അദ്ദേഹം എഴുതിയിട്ടുണ്ട്. കർണാടക കലകളെ സംബന്ധിച്ചാണ് അദ്ദേഹം ആദ്യം എഴുതി തുടങ്ങിയത്. പക്ഷേ കാലക്രമേണ സമ്പൂർണ വിശ്വകലാസാ ഹിത്യത്തിലേക്ക് കാരന്ത് തന്റെ വിഷയക്ഷേത്രത്തെ വ്യാപിപ്പിച്ചു. ദേശ ദേശങ്ങൾ ചുറ്റിസഞ്ചരിച്ച്, കാലാകാലങ്ങളിലെ കലാകൃതികളെ അദ്ദേഹം തന്റെ സൂക്ഷ്മവും ദീർഘവീക്ഷണത്തോടുകൂടിയതുമായ കണ്ണുകളി ലൂടെ ദർശിക്കാനും വിലയിരുത്താനും ശ്രമിച്ചു. കലാസംബന്ധിയായ തന്റെ വിസ്തൃതവും അടിസ്ഥാനപരവുമായ അറിവിന്റെയും ചിന്താധാ രകളുടെയും വെളിച്ചത്തിൽ കാരന്ത് അധികാരപൂർവ്വം കലയെപ്പറ്റി സംസാരിക്കുകയും അതിന്റെ മൂല്യത്തെ വിവേചിച്ചറിയുകയും ചെയ്തി രുന്നു. ഒരുപക്ഷേ, കാരന്തിനു തുല്യനായി, നമ്മുടെ രാജ്യത്ത് കലാവി ഷയത്തിൽ ആധികാരികമായി സംസാരിക്കാൻ കഴിവുള്ള മറ്റൊരാ ളുണ്ടോ എന്ന് സംശയിക്കേണ്ടിയിരിക്കുന്നു. കാരണം, കാരന്തിന്റെ ദീർഘവീക്ഷണവും, ദാർശനിക ചിന്തകളും അത്രകണ്ട് മികവുറ്റവയാ

ണ്. ഇത്രയ്ക്ക് വേറിട്ട ആ പ്രതിഭാസമ്പത്ത് തന്നെയാകാം കർണാടക ത്തിലെ തനതു കലാരൂപമായ യക്ഷഗാനത്തിന്റെ അന്തരാർത്ഥങ്ങളി ലേക്ക് ഇറങ്ങിച്ചെല്ലാൻ അദ്ദേഹത്തിന് ധൈര്യം നൽകിയത്. കേരള ത്തിൽ, കഥകളിയുടെ ക്ഷേത്രത്തിൽ മഹാകവി വള്ളത്തോളിന്റെ സ്ഥാനം തന്നെയാണ് വാസ്തവത്തിൽ യക്ഷഗാനത്തിന്റെ കാര്യത്തിൽ ശിവരാം കാരന്തിന്റെ സ്ഥാനം. തന്റെ സുദൃഢവും വിസ്തൃതവും അടുക്കും ചിട്ടയുമാർന്ന ഗവേഷണ പരീക്ഷണങ്ങളിലൂടെയും അതിന നുസരിച്ചുള്ള സങ്കല്പശക്തിയിലൂടെയും യക്ഷഗാന കലയ്ക്ക് പുതിയ അർത്ഥതലങ്ങൾ നൽകിയ സമുന്നത വ്യക്തിയാണ് കാരന്ത്. വാസ്ത വത്തിൽ കലയുടെ വ്യാവഹാരികതലത്തിലേക്ക് യക്ഷഗാനകലയെ കൊണ്ടെത്തിച്ചതിന്റെ മുഴുവൻ നേട്ടവും കാരന്തിനവകാശപ്പെട്ടതാണ്. ഒൻപതു മണിക്കുറിലധികം നീണ്ടുനിൽക്കുന്ന മൂല ലോകനാടകങ്ങളുടെ സ്ഥാനത്ത് കേവലം രണ്ടു മണിക്കൂർ മാത്രം നീണ്ടുനിൽക്കുന്ന നൃത്ത നാടകങ്ങളെ സൃഷ്ടിച്ചതും അദ്ദേഹത്തിന്റെ എടുത്തു പറയത്തക്ക മറ്റൊരു നേട്ടമാണ്. ഭാഷാപരമായ അതിർവരമ്പുകൾ സൃഷ്ടിക്കുന്നതി നുവേണ്ടി അദ്ദേഹം സംഭാഷണങ്ങളെ ഒരു പരിധിവരെ നാടകങ്ങളിൽ നിന്നുംമാറ്റിനിർത്തി. ദൃശ്യങ്ങൾക്കൊപ്പം സംഗീത നൃത്ത രൂപങ്ങൾ അവ തരിപ്പിച്ചുകൊണ്ട് കാണികളെ കൂടുതൽ സ്വാധീനിക്കാൻ അദ്ദേഹം ശ്രമി ച്ചു. പ്രസ്തുത നൃത്ത നാടകങ്ങൾ കാഴ്ചക്കാരുടെ ആസ്വാദന ക്ഷമ തയെ വർദ്ധിപ്പിച്ചെന്നു മാത്രമല്ല, അവരിൽ വലിയ സ്വാധീനം ചെലു ത്തുകയും ചെയ്തു. കാരന്തിന്റെ കലാക്ഷമതയുടെയും സൃഷ്ടിപരമായ കഴിവിന്റെയും സാക്ഷിപത്രങ്ങൾ മാത്രമല്ല, മറിച്ച് പ്രസ്തുത നാടക ങ്ങൾ ആന്തരികമായ ആധുനിക കാഴ്ചപ്പാടുകളെപ്പറ്റിയും, ആധുനിക കലാസന്ദർഭങ്ങളുടെ ആഴത്തിലുള്ള അവബോധത്തിന്റെയും വ്യക്തവും ശക്തവുമായ തെളിവുകൂടിയാണ്.

ഏകദേശം 200-ൽപ്പരം രചനകൾ അദ്ദേഹത്തിന്റെതായി സാഹി ത്യലോകത്തിന് സമ്മാനിക്കപ്പെട്ടിട്ടുണ്ട്. അവയിൽ 18 നാടകങ്ങളും കാരന്ത് തന്റെ സാഹിത്യ തപസ്യയുടെ ആദ്യനാളുകളിൽ എഴുതിയവ യാണ്. പിന്നീട് തന്റെ കൂടുതൽ ശ്രദ്ധയും മനുഷ്യനെ കൂടുതൽ അടു ത്തറിഞ്ഞതിന്റെ പ്രതിഫലനമായി നോവലുകളിലാണ് കേന്ദ്രീകരിച്ചത്. ഏകദേശം 39 നോവലുകൾ അദ്ദേഹം എഴുതിയിട്ടുണ്ട്. ഇതിനിടയിൽ തന്നെ മൂന്ന് കഥാസമാഹാരങ്ങളും അദ്ദേഹം പ്രസിദ്ധീകരിക്കുകയു ണ്ടായി.

ആറ് യാത്രാവിവരണങ്ങളും അദ്ദേഹം എഴുതിയിട്ടുണ്ട്. കലാസം ബന്ധിയായ കാരന്തിന്റെ രചനകൾ വളരെയധികം ആഴമുള്ളവയും ചിന്തോദ്ദീപകങ്ങളുമാണ്. കർണാടക കലയെപ്പോലെതന്നെ ലോകവ്യാ പിയായ വിശ്വകലയെ സംബന്ധിച്ചും, അദ്ദേഹം ഗഹനവും അർത്ഥഗം ഭീരവുമായ ലേഖനങ്ങൾ എഴുതിയിട്ടുണ്ട്.

കാരന്ത് എന്ന വിശ്വപ്രതിഭയെ അടുത്തറിയാൻ ഈ രചനകൾ

ധാരാളം മതിയാകും. പ്രാചീന മുനിമാരുടെയോ ശാസ്ത്രത്തിന്റെയോ കൈപ്പിടിയിൽ തന്നെ ഒതുക്കി നിർത്താൻ ഒരിക്കലും ആഗ്രഹിക്കാത്ത കാരന്ത് സ്വന്തമായ ഒരു ശൈലിയും രീതിയും വികസിപ്പിച്ചെടുത്തു. വർഷങ്ങളുടെ ഇടവേളകൾക്ക് ശേഷമാണ് അദ്ദേഹം തന്റെ രചനകളി ലൂടെ മാനവമനസ്സിന്റെ ആരാധനാതലങ്ങളിലേക്ക് ഇറങ്ങിച്ചെന്നത്. കൂടു തൽ അടുത്തറിഞ്ഞപ്പോൾ കാരന്ത് മനസ്സിലാക്കിയ ഒരു യാഥാർത്ഥ്യമാ യിരുന്നു, ഒരു മനുഷ്യനും മറ്റൊരുവനിൽ നിന്നും തികച്ചും വ്യത്യസ്ത നല്ല, താനനുഭവിക്കുന്ന, അല്ലെങ്കിൽ നേരിടുന്ന സംഘർഷങ്ങളും പ്രശ്ന ങ്ങളും തന്റേതുമാത്രമല്ല, മറിച്ച് മറ്റുള്ളവരുടേതു കൂടിയാണെന്ന്. ഈ തിരിച്ചറിവാണ്, ഒരുപക്ഷെ മനുഷ്യ മനസ്സിന്റെ അഗാധതലങ്ങളിലേക്ക് ഇറങ്ങിച്ചെന്ന് അതിനെ സമഗ്രമായി വിശകലനം ചെയ്യാൻ കാരന്തിന് പ്രചോദനമായത്. ഭാരതീയ സാഹിത്യത്തിന് കാരന്ത് നൽകിയ സംഭാ വനകൾ എന്നും അനുസ്മരിക്കപ്പെടുന്നവയാണ്. മനുഷ്യനെ മാറ്റിനിർത്തി ക്കൊണ്ട് ഒരു സാഹിത്യശാഖയ്ക്കും വളരാനാകില്ല എന്നത് സർവ്വസ മ്മതമായ ഒരു സത്യമാണ്. മനുഷ്യനും അവന്റെ ജീവിത സംഘർഷ ങ്ങളും ആണ് സാഹിത്യത്തിന് അടിത്തറ. ഈയർത്ഥത്തിൽ കാരന്തിന്റെ സാഹിത്യ രചനകൾ വളരെ പ്രസക്തമാണ്. മനുഷ്യനുള്ളിടത്തോളം കാലം അവ അനുസ്മരിക്കപ്പെടുകതന്നെ ചെയ്യും.

ലൗലി വർഗീസ്

സുബ്രഹ്മണ്യ ഭാരതി

ആധുനിക തമിഴ് സാഹിത്യത്തിലെ ഏറ്റവും ശ്രദ്ധേയനായ കവി യാണ് സുബ്രഹ്മണ്യ ഭാരതി. തമിഴ് പഠനത്തിനും ശാസ്ത്രീയ സംഗീത ത്തിനും മതിയായ പ്രാധാന്യം നല്കിപോന്നിരുന്ന തിരുനെൽവേലി ജില്ല യിലെ എട്ടയപുരം എന്ന ഗ്രാമത്തിൽ 1882 ഡിസംബർ 11-നായിരുന്നു അദ്ദേഹത്തിന്റെ ജനനം. വശീകരിക്കാൻ പോരുന്ന ശബ്ദത്തിനുടമയാ യ ബാലൻ ചെറുപ്രായത്തിൽ തന്നെ തമിഴ് കവിതയുടെ മധുരം ആവോളം നുകരുകയും പത്ത് വയസ്സ് തികയുന്നതിനു മുമ്പുതന്നെ കവിതയെഴു താനും തുടങ്ങി. അദ്ദേഹത്തിന്റെ പിതാവ് ചിന്നസ്വാമി ആ പ്രദേശത്തെ ജന്മിയുടെ സഹായി ആയിരുന്നു. മകനെ ഒരു എഞ്ചിനീയറോ ഓഫീ സറോ ആക്കാനായിരുന്നു അച്ഛന്റെ ആഗ്രഹം. ചെറുപ്രായത്തിൽ തന്നെ കാവ്യസപര്യയിൽ മുഴുകിയ ഈ ബാലനെ എട്ടയപുരത്തെ പണ്ഡിത ന്മാർ 'ഭാരതി' എന്ന പേരു നല്കി ആദരിച്ചു.

തിരുനെൽവേലിയിലെ ഹിന്ദു കോളേജിലെ പഠനത്തിനു ശേഷം അദ്ദേഹം ഉന്നത വിദ്യാഭ്യാസത്തിനായി ബനാറസിലേക്കു വണ്ടികയറി. 1901-ൽ പ്രവേശനപരീക്ഷ പാസായ അദ്ദേഹം ഒരു ജോലിയിലും ചേർന്നി ല്ല. 1904-ൽ *സ്വദേശ മിത്രൻ* എന്ന ആനുകാലികത്തിന്റെ സബ് എഡിറ്റ റായി. ഇന്ത്യയിലെ അന്നത്തെ ബുദ്ധിജീവികളായ സ്വാമി വിവേകാന ന്ദൻ, തിലക്, അരബിന്ദ് ഘോഷ് എന്നിവരുടെ പ്രസംഗങ്ങൾ തർജ്ജുമ ചെയ്യുന്ന ജോലി സബ് എഡിറ്ററുടേതായിരുന്നു. ഒപ്പംതന്നെ അദ്ദേഹം അക്കാലത്തെ സാമൂഹ്യ രാഷ്ട്രീയ സംഭവവികാസങ്ങളെക്കുറിച്ച് തന്റെ അഭിപ്രായംകൂടി രേഖപ്പെടുത്തി. അറിയപ്പെടുന്ന കോൺഗ്രസുകാരനായ

സുബ്രഹ്മണ്യ ഭാരതി

സുബ്രഹ്മണ്യ അയ്യർ ആയിരുന്നു സ്വദേശ മിത്രന്റെ പത്രാധിപർ. ഇത് ഭാരതീയ കോൺഗ്രസിന്റെ വാർഷിക സമ്മേളനത്തിന് പങ്കെടുക്കാൻ അവ സരമൊരുക്കി.

1905-ലെ ബനാറസ് കോൺ ഗ്രസ് സമ്മേളനാനന്തരം കൽക്ക ത്തയിൽ വച്ച് സിസ്റ്റർ നിവേദിതയെ കാണുവാൻ ഇടയായി. നിവേദിത അദ്ദേഹത്തെ വളരെയധികം സ്വാധീ നിച്ചു. ദേശീയ ബോധവും സാമൂഹ്യ പരിഷ്കരണവും സ്ത്രീ ശാക്തീകര ണത്തിനുള്ള പ്രവർത്തനവും തുടർന്നു കൊണ്ടുപോകുവാൻ അവർ ഉപദേ ശിച്ചു. സുബ്രഹ്മണ്യ ഭാരതി നിവേദി തയെ തന്റെ ഗുരു ആയിട്ടാണ് കണ ക്കാക്കുന്നത്. നിവേദിതയ്ക്ക് അഭി

വാദ്യം അർപ്പിച്ചുകൊണ്ട് രണ്ട് കാവ്യങ്ങൾ അദ്ദേഹം പുറത്തിറക്കി. ജാതി വ്യവസ്ഥ ഇല്ലാതാക്കുക എന്ന ലക്ഷ്യത്തോടെ അദ്ദേഹം ഒട്ടേറെ കവി തകളും ലേഖനങ്ങളും എഴുതി. സ്ത്രീവിദ്യാഭ്യാസത്തിനും അദ്ദേഹം ഊന്നൽ നൽകി. ദേശീയ രാഷ്ട്രീയത്തിൽ ആഴ്ന്നിറങ്ങാൻ ആഗ്രഹിച്ച അദ്ദേഹത്തിന് മിതവാദിയായ *സ്വദേശ മിത്രനിൽ* നിന്നും പ്രതീക്ഷിച്ചത്ര ആവിഷ്കാരസ്വാതന്ത്ര്യം ലഭിച്ചില്ല. ആയിടയ്ക്കാണ് തിരുമലചർ എന്ന പത്രം ആരംഭിച്ചത്. ഇതിൽ ഭാരതി ബ്രിട്ടീഷ് മേൽക്കോയ്മയ്ക്കെതിരെ മുഖപ്രസംഗങ്ങൾ എഴുതി. ഉജ്ജലമായ രാഷ്ട്രീയ ലേഖനങ്ങളും ചോര തിളപ്പിക്കുന്ന തരത്തിലുള്ള ദേശഭക്തി ഗീതങ്ങളും അദ്ദേഹം പത്രത്തി നുവേണ്ടി എഴുതി. തുടർന്ന് *ബാലഭാരതം* എന്ന ഒരു ഇംഗ്ലീഷ് വാരിക യുടെ പത്രാധിപരുമായി. ബിപിൻ ചന്ദ്രപാൽ മദ്രാസ് സന്ദർശിച്ചതോടെ സ്വദേശി പ്രസ്ഥാനത്തിന് മിഴിവുണ്ടായി. തന്റെ സ്വാതന്ത്ര്യഗീതങ്ങൾ മധുരവും വശ്യവും ആയി ആലപിച്ച് ഭാരതി മദ്രാസ് കടൽത്തീരത്തെ ശ്രോതാക്കളെ വശീകരിച്ചു. അത്രയധികം വശ്യമായിരുന്നു ഭാരതിയുടെ ശബ്ദവും ഗീതങ്ങളും. അതിൽ ആകൃഷ്ടനായി മിതവാദിയായിരുന്ന ശ്രീ കൃഷ്ണസ്വാമി അയ്യർ 1907-ൽ ഭാരതിയുടെ മൂന്നു പാട്ടുകളുടെ 15000 കോപ്പി സൗജന്യമായി പ്രസിദ്ധീകരിച്ചു. തുടർന്ന് ബ്രിട്ടീഷ് സർക്കാർ ഭാരതിയെ അറസ്റ്റു ചെയ്യുവാൻ വാറണ്ട് പുറപ്പെടുവിച്ചു. സുഹൃ ത്തുക്കളുടെ ഉപദേശപ്രകാരം അദ്ദേഹം പോണ്ടിച്ചേരിയിലേക്ക് പോയി. അവിടെയിരുന്നുകൊണ്ട് അദ്ദേഹം ഇന്ത്യയുടെ പത്രാധിപത്യം തുടരു കയും 'തീപ്പൊരി പത്രപ്രവർത്തന'വുമായി മുന്നേറുകയും ചെയ്തു. 1910 ആയതോടെ ജനങ്ങളുമായുള്ള അദ്ദേഹത്തിന്റെ എല്ലാ സമ്പർക്കങ്ങൾക്കും

സർക്കാർ തടയിട്ടു.

തുടർന്നുള്ള വർഷങ്ങളിൽ അദ്ദേഹത്തിന് ദാരിദ്ര്യത്തിന്റെയും നിഷ്ക്രിയത്വത്തിന്റെയും വെല്ലുവിളികൾ നേരിടേണ്ടി വന്നു. എന്നിരു ന്നാലും അദ്ദേഹത്തിനെപോലെതന്നെ രാജ്യഭ്രഷ്ടരായിരുന്ന അരബി ന്ദോ, വി വി എസ് അയ്യർ എന്നിവരുടെ പ്രേരണയാൽ വേദങ്ങളും സംസ്കൃത ക്ലാസിക്കുകളുംവായിക്കുവാൻ അവസരമുണ്ടായി. ഈ കാല യളവ് അദ്ദേഹത്തിന്റെ സർഗ്ഗാത്മകതയുടേതായിരുന്നു. അദ്ദേഹത്തിന്റെ മൂന്നു ശ്രേഷ്ഠമായ കൃതികളായ *കണ്ണൻപാട്ട്, പാഞ്ചാലി ശപഥം, കുയിൽപ്പാട്ട്* എന്നിവ പുറത്തിറങ്ങിയതും, ഗദ്യകാവ്യങ്ങളും *ശക്തിഗീ* തങ്ങളും പ്രസിദ്ധീകൃതമായതും ഈ കാലയളവിലായിരുന്നു. കൂടാതെ വേദസൂക്തങ്ങളും, പതഞ്ജലിയുടെ *യോഗസൂത്രങ്ങളും, ഭഗവദ്ഗീതയും* അദ്ദേഹം തമിഴിലേക്ക് വിവർത്തനം ചെയ്തു. *ഭഗവദ്ഗീതയുടെ* തർജ്ജുമയ്ക്കെഴുതിയ ആമുഖം വളരെയധികം പ്രകീർത്തിക്കപ്പെട്ടതാണ്.

ജീവിതദുരിതം തുടർന്നു കൊണ്ടിരുന്നു. ദാരിദ്ര്യവും തൊഴിലില്ലാ യ്മയും ലഹരിപദാർത്ഥത്തിലേക്കും രോഗപീഡയിലേക്കും നയിച്ചു. സ്വന്തം മകന് ചികിത്സയ്ക്കായി ഡോക്ടർക്കു കൊടുക്കുവാൻപോലും പണമില്ലാത്ത അവസ്ഥ വന്നു. 1918-ൽ തമിഴ് നാട്ടിലേക്ക് പുറപ്പെട്ട അദ്ദേ ഹത്തെ കടലോർവച്ച് പൊലീസ് അറസ്റ്റുചെയ്തു. മൂന്നാഴ്ചയോളം ജയി ലിൽ കഴിയേണ്ടിവന്ന അദ്ദേഹം ജയിൽ വിമോചിതനായത് ആനിബ സന്റിന്റെയും സി പി രാമസ്വാമി അയ്യരുടെയും ഇടപെടൽ മൂലമാണ്. തുടർന്നുള്ള രണ്ട് വർഷങ്ങൾ ഒരു സംക്രമണകാലമായിരുന്നു. 1920-ൽ *സ്വദേശമിത്രനിൽ* ചേരാനുള്ള വാഗ്ദാനം വന്നപ്പോൾ ഭാരതി അത് സഹർഷം സ്വാഗതം ചെയ്തു. അക്കാലത്ത് അദ്ദേഹം താമസിച്ചത് മദ്രാ സിലെ ട്രിപ്ലിക്കേനിലെ ടി പി കോയിൽ സ്ട്രീറ്റിൽ ആയിരുന്നു. വിഗ്ര ഹാരാധന അദ്ദേഹത്തിന്റെ നിത്യജീവിതത്തിന്റെ ഭാഗമല്ലായിരുന്നുവെ ങ്കിലും അദ്ദേഹം അവിടുത്തെ പാർത്ഥസാരഥി കോവിലിൽ വല്ലപ്പോഴും പോകുമായിരുന്നു. അവിടുത്തെ ആനയെ തേങ്ങയും പഴവും കൊടുത്തു സൽക്കരിക്കുമായിരുന്നു. 1921 ജൂൺമാസം കോവിലിൽ വച്ച് ആനയ്ക്കു പഴം കൊടുത്തുകൊണ്ടിരുന്നപ്പോൾ അതിനു മദമിളകി. ഭാരതിയെ ആന തന്റെ തുമ്പിക്കൈയാൽ കോരിയെടുത്ത് എറിഞ്ഞു. ആനയുടെ കാലു കളുടെ അടുത്തുതന്നെ വീണുപോയ അദ്ദേഹം ബോധരഹിതനായി. ആന അനങ്ങാതെ നിന്നത് ഭാഗ്യമായി. കുവലയി കണ്ണൻ എന്നയാൾ ഭാരതിയെ രക്ഷപ്പെടുത്തി ആശുപത്രിയിലെത്തിച്ചു. ജീവൻ രക്ഷിക്കാ നായി എങ്കിലും ഭാരതിക്ക് അതിനുശേഷം വളരെക്കാലം ജീവിക്കാൻ കഴിഞ്ഞില്ല. 1921 സെപ്തംബർ 11-ാംതീയതി അദ്ദേഹത്തിന്റെ അന്ത്യവും സംഭവിച്ചു.

സുബ്രഹ്മണ്യ ഭാരതി ഒരു ജന്മസിദ്ധ ഗായകൻ ആയിരുന്നു. വൃക്ഷ ങ്ങളിൽ തളിരുകൾ താനേ വരുന്നതുപോലെ അദ്ദേഹത്തിന്റെ നാവിൽ പാട്ടുകൾ ഉതിരുമായിരുന്നു. അദ്ദേഹം തികഞ്ഞ മതേതരവാദിയായിരുന്നു.

ഹിന്ദു ആയാലും മുസ്ലീം ആയാലും ക്രിസ്ത്യാനി ആയാലും ഒരമ്മ പെറ്റ മക്കളാണ് എന്നതായിരുന്നു അദ്ദേഹത്തിന്റെ സങ്കല്പം. പല നിറത്തിലുള്ള പൂച്ചക്കുട്ടികൾക്ക് ജന്മം നൽകുന്ന 'അമ്മപ്പൂച്ച' ഒന്നാണെന്ന് അദ്ദേഹം പറഞ്ഞു. ജാതിമതഭേദങ്ങൾക്കെതിരെയും അദ്ദേഹം ശബ്ദ മുയർത്തിയിട്ടുണ്ട്. തന്റെ വന്ദേമാതരം എന്ന കവിതയിൽ അദ്ദേഹം എഴുതി–

ജാതി മതങ്ങളെ കണ്ടീടൊല്ല
എല്ലാ മതങ്ങളും ഒന്നുതന്നെ
വേദങ്ങളിൽ വിശ്വസിച്ചെന്നാലുമതേ
മറ്റു മതങ്ങൾ വിശ്വസിച്ചാലുമതേ.

തമിഴ്നാട്ടിൽ സ്ത്രീ സ്വാതന്ത്ര്യത്തിനുവേണ്ടി വാദിച്ച കവികളിൽ സുബ്രഹ്മണ്യ ഭാരതിയെപ്പോലെ മറ്റൊരാളില്ല. പുരുഷന്റെ സഹചാരിണിയായ സ്ത്രീ അവന്റെ അടിമയല്ല എന്ന് അദ്ദേഹം പ്രഖ്യാപിച്ചു.

"ഒരു കണ്ണ് കളഞ്ഞ്
കാഴ്ച നഷ്ടപ്പെടുത്താൻ ആരാണ് ആഗ്രഹിക്ക
അജ്ഞതയെ അകറ്റുവാൻ
സ്ത്രീകളിൽ ഉണർവുണ്ടാക്കു."

അദ്ദേഹത്തിന്റെ ഓടി വിളയാട് പാപ്പാ എന്ന ദേശഭക്തിഗാനം ഏതൊരു ദേശസ്നേഹിയെയും ഉൾപ്പുളകിതമാക്കാൻ പോന്നതത്രെ.

പ്രധാന കൃതികൾ

പാഞ്ചാലി ശപഥം
കണ്ണൻ പാട്ടുകൾ
കുയിൽ പാട്ടുകൾ
ഗദ്യകവിതകൾ
കൊച്ചുശങ്കരന്റെ കഥ
നവതന്ത്രകഥകൾ
ത്രാസ്
ജ്ഞാനരഥം
ചന്ദ്രികയുടെ കഥ

സജിത പി എസ്